AF518799

ലിറ്റിൽ ഗ്രീൻ

ജിപ്സിയും ഏഴാംലോകവും

കെ.എസ്. വേണുഗോപാൽ

എഴുത്തുകാരൻ, കഥാകൃത്ത്.
1939ൽ ചാവക്കാട്ട് മണത്തലയിൽ ജനനം.
അച്ഛൻ: കെ.എസ്. സുകുമാർ.
അമ്മ: കെ.എ. പാർവ്വതി.
കോഴിക്കോട് മലബാർ ക്രിസ്ത്യൻ കോളേജ്,
പാലക്കാട് വിക്ടോറിയ കോളേജ്
എന്നിവിടങ്ങളിൽ വിദ്യാഭ്യാസം.
പാലക്കാട്ടു നിന്ന് സ്പെഷ്യൽ
തഹസീൽദാറായി വിരമിച്ചു.

ഗ്രീൻ ബുക്സ് പ്രസിദ്ധീകരിച്ച ഗ്രന്ഥകർത്താവിന്റെ ഇതര കൃതികൾ

ടാഗോർ ഇഖ്ബാൽ ആശാൻ
ഇന്ത്യൻ നവോത്ഥാന മഹാകവിത്രയം

പുന്നപ്ര വയലാർ ചില ചിതറിയ ചിന്തകൾ

റഷ്യൻ മുത്തശ്ശി

ആഫ്രോ ഏഷ്യൻ നാടോടിക്കഥകൾ

പാശ്ചാത്യ നാടോടിക്കഥകൾ

ബാലസാഹിത്യം

ജിപ്സിയും ഏഴാംലോകവും

വിവർത്തനം:

കെ.എസ്. വേണുഗോപാൽ

little green
an imprint of green books private limited
gb building, civil lane road, ayyanthole,
thrissur- 680 003, kerala, ph: +91 487-2381066, 2381039
website: www.greenbooksindia.com
e-mail: info@greenbooksindia.com

malayalam
jipsiyum ezhamlokavum
children story

translatedh by
k.s. venugopal

published august 2022
copyright reserved
cover design : rajesh kamalu

printed in india
manipal technologies ltd

branches:
thrissur 0487-2422515
thiruvananthapuram 0471-2335301
calicut 0495 4854662

isbn : 978-93-93596-28-4

---

no part of this publication may be reproduced,
or transmitted in any form or by any means,
without prior written permission of the publisher.

₹ 200.00
LGPL/046 /2022

ഉള്ളടക്കം

ആമുഖം

ജിപ്സി നാടോടിക്കഥകളുടെ സമാഹാരമായ ഈ ഗ്രന്ഥത്തിന് ആമുഖം എഴുതുന്ന കാര്യം ചിന്തിച്ചപ്പോൾ ആദ്യം ഓർമ്മയിൽ വന്നത് പത്തറുപതു വർഷങ്ങൾക്കു മുമ്പ് വായിച്ച ഒരു യാത്രാവിവരണത്തിലെ ഒരു രംഗമാണ്. ആ ലേഖകൻ യൂറോപ്പിലെ ഏതോ നഗരത്തിലൂടെ സഞ്ചരിക്കുന്നു. യാത്രയ്ക്കിടയിൽ യാദൃച്ഛികമായി, ജീവിതത്തിലാദ്യമായി, ഒരു ജിപ്സിയെ കണ്ടുമുട്ടാനിടയായി. ഭാരതത്തിൽനിന്നുള്ള ഒരു സഞ്ചാരിയാണ് താനെന്നു പറഞ്ഞപ്പോൾ പെട്ടെന്ന് ആ ജിപ്സി വികാരവിജൃംഭിതനായത്രെ. അത്യാഹ്ലാദത്തോടെ, അതിയായ ആവേശത്തോടെ, ജിപ്സി ലേഖകനെ വാരിപ്പുണർന്നുകൊണ്ടു വികാരാർദ്രമായ സ്വരത്തിൽ പറഞ്ഞത്രെ: ''വീ ടൂ ആർ ഏക് രക്ത്.'' (നമ്മളിരുവരും ഒരേ രക്തക്കാർ.)

ജിപ്സി എന്ന വാക്കിന്റെ ഉത്ഭവം ഈജിപ്ത് എന്ന പദത്തിൽനിന്നാണെന്നു പറയപ്പെടുന്നു. നൂറ്റാണ്ടുകളോളം ജിപ്സികൾ ഈജിപ്തിന്റെ അതിർത്തിക്കകം ഒതുങ്ങിക്കൂടി. ഒടുവിൽ അവർ അതിർത്തി ലംഘിച്ച് പുറംലോകത്തേക്കു സഞ്ചാരം തുടങ്ങി. ഈജിപ്തിൽനിന്നു വന്നവർ എന്ന വിശേഷണം ലോപിച്ച് കാലാന്തരത്തിൽ രൂപപ്പെട്ട വാക്കാണത്രെ ജിപ്സി. ഇന്നവർ അറബിനാടുകളിലും യൂറോപ്പിലും മാത്രമല്ല, അമേരിക്കയിലും കാനഡയിലും ബ്രസീലിലും വരെ എത്തിച്ചേർന്നിരിക്കുന്നു. പത്തൊമ്പതാം നൂറ്റാണ്ടിൽ പോർത്തുഗീസ് ഭരണാധികാരികൾ ജിപ്സികളെ ബ്രസീലിലേക്കു നാടുകടത്തുകയുണ്ടായി. അങ്ങനെയാണവർ ബ്രസീലിലെത്തിയത്.

വ്യത്യസ്ത രാജ്യങ്ങളിൽ എത്തിപ്പെട്ട ജിപ്സികൾ അതാതു രാജ്യങ്ങളിലെ വിശ്വാസങ്ങളും ആചാരങ്ങളും

ജീവിതചര്യകളും ഭാഷയും സ്വീകരിക്കാൻ നിർബന്ധിതരായി. അങ്ങനെയാണ് വളരെ വ്യത്യസ്തരായ ജിപ്സി സമൂഹങ്ങളുണ്ടായത്. ഇവരിൽ മുസ്ലീം ജിപ്സികളുണ്ട്. റോമൻ കത്തോലിക്കാ ജിപ്സികളുണ്ട്. പ്രൊട്ടസ്റ്റന്റ് ജിപ്സികളുണ്ട്. പക്ഷേ ഇന്നും ജനനം, വിവാഹം, മരണം എന്നീ കാര്യങ്ങളിലുള്ള അവരുടെ കർമ്മങ്ങൾ മറ്റുള്ളവരിൽ നിന്നു വ്യത്യസ്തത പുലർത്തുന്നു.

ഒന്നാന്തരം നർത്തകരും സംഗീതജ്ഞരും സംഗീതോപകരണങ്ങൾ കൈകാര്യം ചെയ്യുന്നതിൽ അതിവിദഗ്ധരും എതിരറ്റ കുതിരസ്സവാരിക്കാരുമാണ് അവർ. ഭാവി പ്രവചിക്കുന്നതിലും അവർ അതിനിപുണരത്രെ. മെലിഞ്ഞ് ഉയരം കുറഞ്ഞ്, കറുത്ത നിറമുള്ളവർ. പൗരസ്ത്യരുടെ കറുത്ത കണ്ണുകളാണവർക്കുള്ളത്. കുതിരകൾ വലിക്കുന്ന വാഹനങ്ങളിലാണ് സഞ്ചാരം. എത്തിച്ചേരുന്നിടത്ത് താൽക്കാലിക കൂടാരങ്ങൾ ഉയർത്തി അവർ വിശ്രമിക്കുന്നു. അമേരിക്കയിലും കാനഡയിലുമുള്ള ജിപ്സികൾ കുതിരകൾ വലിക്കുന്ന വാഹനങ്ങളിലല്ല, കാറുകളിലാണ് സഞ്ചരിക്കുന്നത്. സ്ത്രീകൾക്ക് കടുംചുകപ്പ്, പച്ച നിറങ്ങളോടാണ് കൂടുതൽ ഇഷ്ടം. കടുംവർണ്ണങ്ങളിലുള്ള വസ്ത്രങ്ങൾ ധരിക്കാനാണ് പുരുഷന്മാർക്കു താത്പര്യം. ദുർബലരല്ല, നല്ല തന്റേടമുള്ളവരാണ് ജിപ്സി വനിതകൾ. ഇന്ന് ഭൂമുഖത്തെ ഏറ്റവും വലിയ നാടോടിവർഗ്ഗം റോമ എന്ന് പൊതുവേ അറിയപ്പെടുന്ന ജിപ്സികൾതന്നെ. അവരുപയോഗിക്കുന്ന റോമനി ഭാഷയ്ക്ക് സംസ്കൃതഭാഷയിൽ വേരുകളുണ്ടെന്ന് ഭാഷാപണ്ഡിതർ പറയുന്നു.

പാടുക പാടുക ജിപ്സീ നീ പാടുക
ആടാനും പാടാനുമുള്ളതീ ജീവിതം

സായംസന്ധ്യകളിൽ, കുതിരകൾ വലിക്കുന്ന വാഹനങ്ങളിൽ സഞ്ചരിക്കുന്ന ജിപ്സികൾ എത്തുന്നിടത്തു കൂടാരങ്ങൾ ഉയർത്തുന്നു. അഗ്നികുണ്ഡങ്ങൾ ജ്വലിച്ചുകൊണ്ടിരിക്കേ, എത്തിപ്പെട്ട മറ്റു ജിപ്സികളുമൊത്ത് ഗിറ്റാർ തുടങ്ങിയ സംഗീതോപകരണങ്ങൾ കൈയിലെടുത്തു താളമേളങ്ങളോടെ ലയവിന്യാസങ്ങളുയർത്തുന്നു. നൃത്തനൃത്യങ്ങളുടെ ഉത്സവം നടക്കുന്നു. എത്ര രസകരമായ ജീവിതം. സത്യം പറയട്ടെ, ഞാനും ഒരിക്കൽ ഒരു ജിപ്സിയാകാൻ കൊതിച്ചിട്ടുണ്ട്.

തങ്ങളുടെ പൂർവികർ ഭാരതത്തിൽനിന്നു വന്നവരാണെന്ന് അവർ ഉറച്ചു വിശ്വസിക്കുന്നു. ആയിരത്തിനാനൂറിൽ പരം വർഷങ്ങളുടെ പഴക്കം അവർക്കില്ല. പക്ഷേ എന്ന് എങ്ങനെയെന്നൊന്നും വിവരിച്ചു തരാൻ അവർക്കു കഴിയുന്നില്ല. അവരുടെ നാടോടിക്കഥകളിലെ ചില കഥാപാത്രങ്ങളുടെ പേർ ദമയന്തി, മേദിനി, അംഗുലീമാൽ, ലക്ഷ്മി എന്നൊക്കെയാണെന്നു കാണുമ്പോൾ വിസ്മയം തോന്നും. ബ്രഹ്മാവിന്റെ മൂന്നു തലകളും സുബ്രഹ്മണ്യന്റെ ആറു തലകളും ശിവന്റെ ദിവ്യശക്തിയുള്ള തൃക്കണ്ണും കാലത്തിന്റെ കുത്തൊഴുക്കിൽപെട്ടു പുതിയ രൂപങ്ങളും ഭാവങ്ങളുമാർന്ന് കഥകളിൽ പ്രത്യക്ഷപ്പെടുന്നതു നമുക്കു കാണാം. ഏഴു നദികൾക്കും ഏഴു പർവതങ്ങൾക്കുമപ്പുറം നിലകൊള്ളുന്ന ഒരു ഹിമപർവതത്തെപ്പറ്റി ഒരു കഥയിൽ പറയുന്നുണ്ട്. തങ്ങളുടെ പൂർവികർ തലമുറകൾതോറും കൈമാറിക്കൈമാറി മനസ്സിൽ സൂക്ഷിച്ച ഹിമാലയപർവതം തന്നെയാകണം അത്.

ഇപ്പോൾ പ്രസിദ്ധീകരണം നിലച്ച Illustrated Weekly of India എന്ന ഇംഗ്ലീഷ് വാരികയുടെ 1972 ജൂലായ് 9-ാം തിയതിയിലെ ലക്കത്തിൽ ജിപ്സികളെപ്പറ്റി ഒരു ലേഖനം വന്നിരുന്നു. 1971-ൽ ലണ്ടനിൽവെച്ചു നടന്ന ലോക റോമനി സമ്മേളനത്തിൽ പങ്കെടുത്ത ഡബ്ളിയു.ആർ. ഋഷി എന്നൊരാളാണ് അതെഴുതിയത്. അതിൽനിന്നുള്ള പ്രസക്ത ഭാഗങ്ങളാണ് താഴെ ചേർക്കുന്നത്:

''...അവർ റോമനി സംസാരിക്കുന്നു. ഹംഗറിയിൽനിന്ന് ഗിറ്റാർ വായനക്കാരും സ്പെയിനിൽനിന്ന് നർത്തകരും ബൊഹേമിയയിൽനിന്ന് പാട്ടുകാരും എത്തിയിരിക്കുന്നു. സ്വതന്ത്രമാണ് അവരുടെ ജീവിതം. അവർ ജീവിതത്തെ ഒരു ഉത്സവമാക്കി ആസ്വദിക്കുന്നു. തങ്ങളുടെ ഉത്ഭവത്തെക്കുറിച്ചും പൂർവികരെക്കുറിച്ചും അവർ ഇപ്പോഴും ഗവേഷണങ്ങൾ നടത്തി വാദപ്രതിവാദങ്ങൾ തുടരുന്നു. യൂറോപ്പ്, അമേരിക്ക, കാനഡ എന്നിവിടങ്ങളിൽ അവർ പൊതുവേ അറിയപ്പെടുന്നത് റോമ എന്നാണ്. പഞ്ചാബ്, ഹരിയാന എന്നിവിടങ്ങളിൽനിന്നുള്ള ജാട്സ് തന്നെയല്ലേ അവരുടെ പൂർവികർ?''

എന്റെ പൂർവികർ ഭാരതത്തിൽനിന്നാണ് വന്നത്, പഞ്ചാബിൽനിന്ന്. എനിക്കു മറ്റൊന്നുകൂടി അറിയാം. നമ്മുടെ

റോമനിഭാഷ ഭാരതത്തിലെ പഞ്ചാബിൽ താമസിക്കുന്ന വരുടെ സംസാരഭാഷയാണ്.'' യൂഗോസ്ലോവ്യൻ പാർല മെന്റിൽ ഡെപ്യൂട്ടിയായ അബ്ദി ഫെയ്ക്ക് തറപ്പിച്ചാണ് പറഞ്ഞത്. 1971 ഏപ്രിലിൽ ലണ്ടനിൽ വെച്ചുനടന്ന ലോക റോമനി സമ്മേളനത്തിൽ പ്രതിനിധിയായി പങ്കെടുത്തു കൊണ്ടാണ് അദ്ദേഹം അതു പറഞ്ഞത്. കോൺഗ്രസ്സിൽ വിവിധ രാജ്യങ്ങളെ പ്രതിനിധീകരിച്ചുള്ള ജിപ്സികളുണ്ടാ യിരുന്നു. ലോകപ്രശസ്തരായ ജിപ്സി ഗായകരും സംഗീത ജ്ഞരും നർത്തകരും ആ ഫെസ്റ്റിവലിൽ പങ്കെടുത്തിരുന്നു. വിവിധ രാജ്യങ്ങളിൽനിന്ന് ഒത്തുകൂടിയ ആ പ്രതിനിധികൾ എല്ലാവരുംതന്നെ മി. ഫെയ്ക്കിന്റെ കാഴ്ചപ്പാടിനെ ശരി വെയ്ക്കുന്നതായാണ് സംസാരത്തിൽനിന്ന് എനിക്കു വ്യക്ത മായത്. ഒരവസരത്തിൽ മോസ്കോയിലെ ജിപ്സി തിയേറ്റർ അംഗവും ഇപ്പോൾ സ്കാൻഡിനേവ്യയിൽ താമസമാക്കി യിട്ടുള്ളയാളുമായ ലോകപ്രശസ്ത ഗായിക റായ വികാര ഭരിതയായാണ് പറഞ്ഞത്: ''എനിക്ക് ഭാരതീയ ഹൃദയമാ ണുള്ളത്. കാരണം എന്റെ പൂർവികർ ഭാരതത്തിൽനിന്നാണ് വന്നത്. അവരിൽ പ്രകടമായിക്കണ്ട പഞ്ചാബി രീതികളും അവരുടെ ഗോതമ്പു നിറവും എന്നെ വിസ്മയിപ്പിച്ചു.

റോമനി പതാക ഉയർത്തിക്കൊണ്ടാണ് ഫെസ്റ്റിവൽ ആരംഭിച്ചത്. പാരമ്പര്യനിറങ്ങളായ പച്ച, നീല നിറങ്ങളി ലുള്ള പതാകയുടെ നടുവിൽ ഒരു വളയം അടയാളപ്പെടു ത്തിയിട്ടുള്ളത് നമ്മുടെ ദേശീയ പതാകയിലെ അശോക ചക്രത്തെ ഓർമ്മിപ്പിച്ചു. ഫെസ്റ്റിവലിൽ ഉയർന്ന ജിപ്സി സംഗീതവും ഗാനങ്ങളും പ്രത്യേകിച്ചു റായയുടെ ഗാനങ്ങൾ, ഭാരതീയ നാടോടി ഗാനങ്ങളോട് അത്യധികം അടുപ്പം പുലർത്തുന്നതായി എനിക്കനുഭവപ്പെട്ടു.

ഒടുവിലത്തെ ചടങ്ങ് തങ്ങളുടെ വിധിയുടേയും ഭാഗ്യ ത്തിന്റേയും ദേവതയായ സെയിന്റ് സാറയുടെ പ്രതിമ വഹിച്ചു കൊണ്ടുള്ള ഘോഷയാത്രയായിരുന്നു. ഭാരതീയ ദേവത യായ മഹാകാളിയുടെ ക്രിസ്ത്യൻ പതിപ്പായിരിക്കണം സെയിന്റ് സാറ. ഭാരതത്തിൽ ചെയ്യുന്നതുപോലെത്തന്നെ അവസാനം അവർ അതിനെ ഒരു കുളത്തിൽ നിമജ്ജനം ചെയ്തു. ആയിരത്തിൽപരം വർഷങ്ങൾക്കു മുമ്പ് ഭാരത ത്തിൽനിന്നു പോരുമ്പോൾ ജിപ്സികളുടെ പൂർവികർ മഹാകാളിയെ ആരാധിച്ചിരിക്കാം. കാലപ്രവാഹത്തിനിടയിൽ

ജന്മനാടുമായുള്ള ബന്ധം എന്നന്നേക്കുമായി വിച്ഛേദിക്കപ്പെടുകയും ക്രിസ്തുമത വേലിയേറ്റത്തിൽപ്പെടുകയും ചെയ്തപ്പോൾ അവർ കലികദേവതയെ വിസ്മരിച്ചു. അവൾക്ക് ക്രിസ്ത്യൻ പതിപ്പായ സെയിന്റ് സാറയുടെ രൂപം നൽകിയതാവണം. പള്ളി ഈ സെയിന്റിനെ അംഗീകരിച്ചിട്ടില്ല. ക്രിസ്ത്യാനികളുടെ കുരിശിനെ റോമനി ഭാഷയിൽ തൃശൂൽ എന്നാണ് വിളിക്കുന്നത്. മഹാകാളിയുടെ കാര്യത്തിലെന്നപോലെ ജിപ്സികൾ കാളിയുടെ ചിഹ്നമായ ത്രിശൂലിനെ ക്രിസ്ത്യാനികളുടെ കുരിശാക്കി മാറ്റിയെടുത്തു.

ബാൽക്കൻ ഉപദ്വീപിൽ താമസിക്കുന്ന ജിപ്സികൾ റുമേനിയ, ട്രാൻസിൽവാനിയ തുടങ്ങി വിദൂരമായ ജർമ്മനി, ഇറ്റലിവരെ - അസിഗൻ എന്നാണറിയപ്പെടുന്നത്. കാലക്രമേണ അത് തുർക്കിയിലും ഗ്രീസിലും ഷിൻഗൻ എന്നായിത്തീർന്നു. യു.എസ്.എസ്.ആർ(പഴയ റഷ്യ), ബൾഗേറിയ, സെർബിയ, റുമേനിയ എന്നിവിടങ്ങളിൽ അത് സിഗൻ എന്നായി മാറി. ഹംഗറിയിൽ സിഗനി എന്നായിട്ടാണ് മാറിയത്. സിഗനർ എന്നും സിൻടി എന്നുമാണ് ജർമ്മനിയിൽ. ഇറ്റലിയിലാവട്ടെ, സിൻഗറി എന്നും ടിൻക്ലർ എന്നും ആയി. ഇംഗ്ലണ്ടിൽ അവർ അറിയപ്പെട്ടത് ജിപ്സി എന്നുതന്നെ. സ്പാനിഷ് ഭാഷയിൽ ടിൻകീർ എന്നറിയപ്പെട്ടു. ഗിറ്റനോ എന്നും സോട്ട് എന്നുമാണ് അറബികൾക്കിടയിൽ അറിയപ്പെടുന്നത്. ദമാസ്ക്കസിൽ ഇന്ന് അതേപേരിൽ തന്നെ അറിയുന്നു. ബൊഹേമിയർ എന്നാണ് ഫ്രാൻസിൽ വിളിക്കപ്പെടുന്നത്. കാരണം ജിപ്സികൾ ബൊഹേമിയ വഴിയായിരുന്നു ഫ്രാൻസിൽ എത്തിയത്. ജിപ്സികൾ എന്നു പൊതുവേ അറിയപ്പെടുന്ന അവർ ഇന്ന് സ്വീകരിച്ചിട്ടുള്ള റോം, റോമ എന്നീ പേരുകളാൽ ഔദ്യോഗികമായി അറിയപ്പെടാനാണ് ആഗ്രഹിക്കുന്നത്.''

നമ്മുടെ ഭരണഘടനയുടെ മൂന്നാം വായനയ്ക്കുള്ള മറുപടിപ്രസംഗത്തിൽ ഭാരതത്തിന്റെ പ്രഥമ നിയമ മന്ത്രി ഡോ. അംബേദ്കർ ഒരു കാര്യം പ്രത്യേകം എടുത്തുപറയുകയുണ്ടായി: ''....... ഈ അവസരത്തിൽ എന്നെ ഏറ്റവും അധികം അലട്ടുന്ന ഒരു കാര്യം ഇതാണ്. ഇന്ത്യയ്ക്ക് ഒരിക്കൽ സ്വാതന്ത്ര്യം നഷ്ടപ്പെട്ടിട്ടുള്ളത് സ്വന്തം ജനങ്ങളുടെ തന്നെ രാജ്യദ്രോഹത്താലും വഞ്ചനയാലുമാണ്. മുഹമ്മദ് ബിൻ കാസിമിന്റെ സിന്ധ് ആക്രമണാവസരത്തിൽ മുഹമ്മദ്

ബിൻ കാസിമിന്റെ ഏജന്റുമാർവഴി കൈക്കൂലി വാങ്ങിയ ദാഹിർ രാജാവിന്റെ പടത്തലവൻ തന്റെ രാജാവിനുവേണ്ടിയോ രാജ്യത്തിനുവേണ്ടിയോ പടവെട്ടാൻ വിസമ്മതിച്ചു...''

ആ ദുരന്തം നടന്നത് 712 എ.ഡി. ജൂൺ 16-നു വ്യാഴാഴ്ച. ഭാരതത്തിലെ യുദ്ധനിയമമനുസരിച്ച് യുദ്ധത്തിൽ പങ്കെടുക്കാത്ത നിരപരാധികളായ പൗരർ ആക്രമിക്കപ്പെടരുത്.

അന്നാദ്യമായി ആ നിയമം ഭാരതത്തിൽ ലംഘിക്കപ്പെട്ടു. സ്ത്രീ-പുരുഷഭേദമന്യേ ആബാലവൃദ്ധം ജനങ്ങൾ അന്ന് കൊല ചെയ്യപ്പെട്ടു. ഇരുപതിനായിരത്തിലധികം സ്ത്രീ പുരുഷന്മാരെ അടിമകളാക്കി ബാഗ്ദാദിലെ ചന്തകളിൽ വിൽക്കാൻ ആട്ടിത്തെളിച്ചു കൊണ്ടുപോയി. ബന്ധിതരായി ചാട്ടവാറടികളേറ്റു നിന്ദിതരും പീഡിതരുമായി ജന്മനാട്ടിൽ നിന്നു വളരെ വളരെ അകലെയുള്ള അന്യനാട്ടിലെ മണലാരണ്യങ്ങളിലൂടെ നാഴികകൾ താണ്ടിയുള്ള യാതനാപൂർണ്ണമായ യാത്രയ്ക്കൊടുവിൽ അവശേഷിച്ചവർ അടിമകളാക്കി ചന്തകളിൽ വിൽക്കപ്പെട്ടു. യാത്രയ്ക്കിടയിൽ ഒട്ടേറെപ്പേർ മരിച്ചുവീണു. ആ ഹതഭാഗ്യരെപ്പറ്റി നാം ഓർക്കാറില്ല. ജിപ്സികളുടെ പൂർവപിതാക്കൾ അവരാണെന്ന് വലിയ ഒരു വിഭാഗം ചരിത്രകാരന്മാരും ഗവേഷകരും വിശ്വസിക്കുന്നു.

രണ്ടായിരത്തിപ്പതിനാറിൽ ലണ്ടനിൽവെച്ചു നടന്ന അഖില ലോക റോമ സമ്മേളനത്തിൽ പങ്കെടുത്തുകൊണ്ട് ഭാരതത്തിന്റെ വിദേശകാര്യമന്ത്രി സുഷമ സ്വരാജ് പ്രഖ്യാപിക്കുകയുണ്ടായി, ''റോമ സമുദായക്കാർ ഭാരതത്തിന്റെ മക്കളാണ്.'' ഇന്നു ലോകത്ത് 30 രാജ്യങ്ങളിലായി ചിതറിക്കിടക്കുന്ന റോമസമുദായത്തെ ഭാരതജനതയുടെ ഭാഗമായിത്തന്നെ അംഗീകരിക്കണമെന്ന ഒരു പ്രമേയവും അന്ന് സമ്മേളനത്തിൽ പാസ്സാക്കപ്പെടുകയുണ്ടായി.

എ. വെറിസ്കോവ ചെക് ഭാഷയിലാണ് ഈ കൃതി എഴുതിയത്. 1966-ൽ ചെക്കോസ്ലോവാക്യയിൽ പ്രസിദ്ധീകരിക്കപ്പെട്ട അതിന്റെ ഇംഗ്ലീഷ് വിവർത്തനമാണ് ഈ ഗ്രന്ഥത്തിനാധാരം.

ഈ കഥകൾ കഥാകുതുകികളായ മലയാള വായനക്കാർക്കു മുമ്പാകെ സന്തോഷപൂർവം സമർപ്പിച്ചുകൊള്ളുന്നു.

കെ.എസ്. വേണുഗോപാൽ

ജിപ്സിക്കഥകളിലൂടെ

പ്രകാശൻ ചുനങ്ങാട്

'എല്ലാ തമ്പ്രാക്കളും തമ്പ്രാക്കള്, ആഴുവാഞ്ചേരിത്തമ്പ്രാക്കള് തമ്പ്രാക്കള്' എന്നു പണ്ട് ആഴുവാഞ്ചേരി മനയ്ക്കലെ നമ്പൂതിരിപ്പാടിനെ പാക്കനാർ പുകഴ്ത്തിപ്പറയുകയുണ്ടായി. അതുപോലെ, എല്ലാ നാടോടിക്കഥകളും കഥകളാണെങ്കിലും നാടോടികളുടെ കഥകളെന്നു വിശേഷിപ്പിക്കാവുന്നത് ജിപ്സിക്കഥകൾ മാത്രം.

ആയിരമാണ്ടുകൾക്കുമുമ്പ് ഭാരതത്തിൽനിന്നു പലായനം ചെയ്യേണ്ടിവന്നവരാണ് ജിപ്സികളെന്നു പറഞ്ഞു കേൾക്കുന്നു. ജിപ്സികളിൽ വലിയൊരു വിഭാഗവും അങ്ങനെയാണ് വിശ്വസിക്കുന്നത്. ജിപ്സിക്കഥകളുടെ സമ്പാദകനായ ശ്രീ. കെ.എസ്.വേണുഗോപാൽ (വേണുവേട്ടൻ) ഈ വിഷയം ആമുഖത്തിൽ വിശദമായി പ്രതിപാദിക്കുന്നുണ്ട്.

'ആകാശത്തിലെ പറവകൾ വിതയ്ക്കുന്നില്ല, കൊയ്യുന്നില്ല, കളപ്പുരകൾ നിറയ്ക്കുന്നില്ല' (ബൈബിൾ വചനം). പറവകളെപ്പോലെ നാളേയ്ക്കുവേണ്ടി കൂട്ടിവെയ്ക്കാതെയും വേവലാതിപ്പെടാതെയും ദേശങ്ങളിൽനിന്നു ദേശങ്ങളിലേക്ക് സഞ്ചരിച്ചുകൊണ്ടിരിക്കുന്നവരാണ് ജിപ്സികൾ. എവിടെ എത്തിപ്പെടുന്നുവോ അവിടെ കൂടാരം കെട്ടുക, എന്നും പുതിയ സൂര്യനെ കണികണ്ടുണരുക. പാട്ടുപാടിയും നൃത്തം ചവിട്ടിയും ജീവിതം ഉത്സവമാക്കുക. ഒരു മണ്ണിലും വേരുപിടിക്കാൻ ജിപ്സികൾ ഇഷ്ടപ്പെടുന്നില്ല. അതിനാലവർക്കൊരിക്കലും ജീവിതം ബോറടിയായി അനുഭവപ്പെടുന്നില്ല.

പറയിപെറ്റ പന്തിരുകുലത്തിന്റെ നാഥനായ വരരുചിയുടെ അരുളപ്പാട് ജിപ്സികൾക്കും ബാധകമാണ്. 'വാ കീറിയ ദൈവം ഇരയും കൽപ്പിച്ചിട്ടുണ്ടാവും.'

എല്ലാ നാടോടിക്കഥകളേയുംപോലെ രാജാവും രാജകുമാരിയും ആറുതലയുള്ള രാക്ഷസനും ദേവതയും ദുർമന്ത്രവാദിനിയും ജിപ്സിക്കഥകളിൽ പ്രത്യക്ഷപ്പെടുന്നു. കഥകളിലെ നായകന്മാരായ ജിപ്സികൾ മിക്കപ്പോഴും ഇരുണ്ട നിറക്കാരും ദരിദ്രരും നിരക്ഷരരുമായിരിക്കും. ബുദ്ധികൊണ്ടും സിദ്ധികൊണ്ടും അവർ രാക്ഷസന്മാരേയും വിഷം തുപ്പുന്ന ഭീകരജീവിയായ ഡ്രാഗണേയും എതിർത്തു തോൽപ്പിക്കുന്നു.

'കലോഡാൻടും ഏഴാംലോകവും' എന്ന കഥയിൽ കലോഡാൻട് എന്ന പയ്യൻ ഒരു പക്ഷിത്തൂവലുകൊണ്ട് പതിനഞ്ചടി നീളമുള്ള ഡ്രാഗണെ വരുതിയിൽ നിർത്തുന്നുണ്ട്. തന്റെ പ്രതിശ്രുതവധുവായ കറുത്ത പിടക്കോഴിയെ കുതിരപ്പുറത്തിരുത്തി അവൻ പള്ളിയിലേക്ക് ഓടിച്ചുപോകുന്നു. ആളുകൾ കൂകിയാർക്കുന്നു. അൾത്താരയ്ക്കു മുമ്പിൽവെച്ച് മിന്നുകെട്ടിന്റെ മുഹൂർത്തത്തിൽ പിടക്കോഴി സുന്ദരിയായ കന്യകയായി മാറുന്നു. ദുഷ്ടനായ മന്ത്രവാദിയാണ് അവളെ ആഭിചാരം ചെയ്ത് പിടക്കോഴിയാക്കിയത്.

ശവപ്പെട്ടിയിൽ കിടക്കുന്ന ചെന്നായയുടെ ആത്മാവുള്ള രാജകുമാരിക്ക് ആഹാരമായി പള്ളിയിൽ കാവലിനു നിയോഗിക്കപ്പെടുന്ന പടയാളികൾ ഓരോരുത്തരായി മരണപ്പെടുമ്പോൾ, ജിപ്സിത്തള്ളയുടേയും നാലുകണ്ണൻ മന്ത്രവാദിയുടേയും സഹായത്തോടെ ഒരു ജിപ്സിപ്പടയാളി ചെന്നായ് രാജകുമാരിയുടെ കഥ കഴിച്ച് സ്വയം രക്ഷപ്പെടുന്നു. (കഥ 'ചെന്നായ് രാജകുമാരി')

ജിപ്സിയായ കരുവാന്റേയും ജെസിബാബയുടേയും കഥ പറയുന്നു, 'സൂത്രക്കാരനായ ജിപ്സി'യിൽ. അമാനുഷ ശക്തികളുള്ള ജിപ്സിപ്പെണ്ണാണത്രെ ജെസിബാബ. ഓരോ മത്സരപ്പരീക്ഷയിലും കരുവാൻ ദുഷ്ടയായ ജെസിബാബയെ സമർത്ഥമായി അടിയറവു പറയിക്കുന്നു. ഒടുവിലവളെ രാജാവിനെക്കൊണ്ട് എന്നേക്കുമായി തടവിലിടുവിച്ച് കരുവാൻ രാജകുമാരിയെ കല്യാണം കഴിക്കുന്നു.

'കരുത്തനായ ജെപാസ്' എന്ന കഥയിൽ, ശരീരത്തിന്റെ വലതുവശം തളർന്നവനാണ് ജെപാസ് എന്ന ജിപ്സി യുവാവ്. എങ്കിലോ അവൻ അതിശക്തനായിരുന്നു. ജ്യേഷ്ഠ സഹോദരന്മാരെ മറികടന്ന് അവൻ രാജകുമാരിയെ സ്വന്തമാക്കുന്നു. അവിടെത്തുടങ്ങുന്നു സഹോദരന്മാർ വരുത്തിവെയ്ക്കുന്ന വിഘ്നങ്ങൾ.

'ഞാനിതാ മരം വെട്ടിവീഴ്ത്താൻ പോകുന്നു' എന്നു പേടിപ്പിച്ച് ഉണക്കമരത്തിൽ ഒളിച്ചുകഴിയുന്ന പിശാചിനെക്കൊണ്ട് ആഗ്രഹങ്ങൾ സാധിച്ചെടുക്കുന്ന ഡിലിനോ എന്ന ജിപ്സിപ്പയ്യൻ. പമ്പരവിഡ്ഢി എന്ന് വീട്ടുകാരും നാട്ടുകാരും വിളിക്കുന്ന അവൻ പിശാചിന്റെ സഹായത്തോടെ അന്നാട്ടിലെ രാജാവിന്റെ മകളെ കല്യാണം കഴിക്കുന്നു (ഡിലിനോയും പിശാചും)

'നാലു സഹോദരന്മാർ' ഒരു ജിപ്സിരാജാവിന്റെ മക്കളുടെ കഥയാണ്. സ്വതേ ഇരുണ്ട നിറക്കാരാണുപോലും ജിപ്സികൾ. ഒടുവിലത്തെ മകനായ മിത്രാസിന്റെ നിറമാകട്ടേ, കറുകറുപ്പും. മൂന്നു സഹോദരന്മാരേക്കാൾ മിടുക്കനായ മിത്രാസിനെ രാജാവ് പിൻഗാമിയായി നിശ്ചയിക്കുന്നു. അതിൽ പരിഭവിച്ച് മൂന്നു ജ്യേഷ്ഠന്മാരും നാടുവിട്ടുപോകുന്നു. അവർ ദൂരെദൂരെയുള്ള ഒരു നാട്ടിലെ രാജാവിന്റെ സൈന്യത്തിൽ റുമേനിയൻ പട്ടാളക്കാരായി ഭാവിച്ച് കടന്നുകൂടുന്നു. അചിരേണ രാജാവു സന്തോഷിച്ച് തന്റെ മൂന്നു പെൺമക്കളെ റുമേനിയൻ പട്ടാളക്കാർക്കു വിവാഹം ചെയ്തുകൊടുക്കുന്നു. ഇനിയും നേരിൽ കാണാത്ത മിത്രാസിനുവേണ്ടി നാലാമത്തെ മകളെ രാജാവ് നിശ്ചയിച്ചുവെയ്ക്കുന്നു. മിത്രാസിനെ രാജാവു കാണുകയാണെങ്കിൽ, കറുത്ത് ഉയരം കുറഞ്ഞ അവനെ ജിപ്സിയാണെന്നു തിരിച്ചറിയും; തങ്ങളേയും കൊട്ടാരത്തിൽനിന്നു പുറത്താക്കും എന്ന് സഹോദരന്മാർ പേടിക്കുന്നു. കഥ സംഭവബഹുലമായി മുമ്പോട്ടുപോകുന്നു.

മൂന്നു സഹോദരിമാരുടെ കഥ പറയുന്നു, 'പാടുന്ന വയലിനിൽ'. വിരൂപകളായ സൂസന്നയും കേറ്റയും. അതിസുന്ദരിയായ ഇളയവൾ ലൈല. വാനമ്പാടിയെ അതിശയിക്കുന്നതാണ് അവളുടെ പാട്ട്. അസൂയമൂത്ത് സൂസന്ന ലൈലയെ മലമുകളിൽനിന്ന് അത്യഗാധതയിലേക്ക് തള്ളിയിടുന്നു. എന്നിട്ടവൾക്കെന്തു സംഭവിച്ചു?

ഇനിയുമുണ്ട് കഥകളൊരുപാട്. കഥ മുഴുവൻ പറഞ്ഞ് ഞാൻ രസംകൊല്ലുന്നില്ല. ജിപ്സികളുടെ സ്വപ്നലോകത്തേക്ക് കൂട്ടുകാരേ, നിങ്ങൾക്കെല്ലാവർക്കും സ്വാഗതം.

■

ജിപ്സിയും ഏഴാംലോകവും

കലോഡാൻട് ഒരു ജിപ്സിപയ്യനായിരുന്നു. ജനിച്ച നാൾതൊട്ട് അവൻ തന്റെ ഗോത്രക്കാരോടൊപ്പം ലോകം മുഴുവൻ ചുറ്റിക്കറങ്ങി. വലുതായപ്പോൾ അവൻ വിദേശരാജ്യങ്ങളെപ്പറ്റി വളരെ അറിവുള്ളവനായി. ഇരുപതു വയസ്സാവുമ്പോഴേക്കും ഒട്ടേറെ നാടുകൾ കാണുകയും എണ്ണമറ്റ ആളുകളെ പരിചയപ്പെടുകയും ചെയ്തു. പരിചയമില്ലാത്ത പുതിയ ഒരു മുഖത്തെ ഇനി താൻ കണ്ടുമുട്ടാനിടയില്ലെന്ന് അവൻ വിശ്വസിച്ചു. ലോകത്തിന്റെ അറ്റത്തേക്കാണ് തന്റെ ഗോത്രം നീങ്ങുന്നതെന്ന് തോന്നി. പക്ഷേ കലോഡാൻടിൽ ജിജ്ഞാസ നിറഞ്ഞു. അവൻ സഞ്ചരിക്കുന്നതിലാനന്ദം കണ്ടെത്തി. അവന് പുതിയ സ്ഥലങ്ങൾ കാണണം.

നമ്മുടേതുപോലെ ഏഴു ലോകങ്ങൾ ദൈവം സൃഷ്ടിച്ചിട്ടുണ്ടെന്നും അവ ഒന്നിനുമേൽ മറ്റൊന്നായി നിലകൊള്ളുന്നുവെന്നുമറിഞ്ഞപ്പോൾ അവനു സന്തോഷമായി.

അപ്പോൾ ലോകത്തിന്റെ അറ്റത്തെത്തിക്കഴിഞ്ഞാൽ പിന്നീട്, സഞ്ചരിച്ച വഴികളിലൂടെ വീണ്ടും സഞ്ചരിക്കേണ്ടി വരില്ലെന്നു ചിന്തിച്ചപ്പോൾ സന്തോഷവും തോന്നി. കാണുന്നവരോടെല്ലാം അവൻ ചോദിച്ചു: ''തനിക്കെങ്ങനെ ഉപരിലോകത്തേക്കു കടക്കാനാകും.'' ഇതുകേട്ടു ജിപ്സികൾ പൊട്ടിച്ചിരിച്ചു. ''ആർക്കും ഉപരിലോകത്തിലേക്കു കടക്കാനാവില്ല. കാരണം അടച്ചുറപ്പുള്ള സ്വർഗ്ഗീയ അറകളാക്കി അത് വിഭജിക്കപ്പെട്ടിരിക്കുകയാണ്.''

കലോഡാൻട് ജനിക്കുന്നതിനും വളരെക്കാലം മുമ്പുതന്നെ ദൈവകോപത്തിനിരയായിരുന്നു ജിപ്സികൾ. അവർ മടിയന്മാരാണ്. അതിനാൽ സ്വന്തം നാടുകളിൽനിന്ന് അദ്ദേഹം അവരെ ആട്ടിയോടിച്ചു. മാത്രമോ ജിപ്സികൾ മേഘങ്ങളെ മോഷ്ടിക്കാതിരിക്കാൻ ആകാശത്തെ വളരെ വളരെ ഉയരത്തിലേക്കുയർത്തുകയും ചെയ്തു.

''നോക്ക്, ആകാശം എത്ര ഉയരത്തിലാണ്.'' ജിപ്സികൾ കലോഡാൻടിനോടു പറഞ്ഞു, ആകാശത്തേക്ക് കൈചൂണ്ടിക്കൊണ്ട്. ''അത്ര ഉയരത്തിലെത്താൻ പക്ഷികൾക്കു മാത്രമേ കഴിയൂ. ഒടുവിൽ പക്ഷിയുടെ ചിറകുകൾ സ്വർഗ്ഗങ്ങളിലെ കടുപ്പമേറിയ അറകളിൽ അടിക്കാനും ഇടയുണ്ട്.''

മൈതാനത്ത് മലർന്നുകിടക്കുകയായിരുന്നു കലോഡാൻട്. ഒരു വൈക്കോലിഴ കടിച്ചുകൊണ്ട് ആകാശത്തേയും നോക്കിക്കൊണ്ട് ചിന്താമഗ്നനായി.

ശരിയാണ്, ആകാശം വളരെ വളരെ ഉയരെയാണ്. ചില പർവ്വതങ്ങളും അത്യധികം ഉയരമുള്ളവയാണ്. അവയുടെ ശിഖരങ്ങളെ മേഘങ്ങൾ മൂടിക്കണ്ടിട്ടുണ്ട്. അത്തരമൊരു വലിയ പർവ്വതത്തിനു മുകളിൽ ഒരാൾ കയറിയാൽ അയാളുടെ തല എല്ലാവർക്കുമുപരിയാവില്ലേ? നല്ല ഒരു ആശയമായി അവനു തോന്നി. പക്ഷേ ആരോടും അതിനെപ്പറ്റി പറഞ്ഞില്ല. അത്തരം ഉയരമേറിയ ഒരു പർവ്വതത്തിനു മുകളിൽ കയറാൻ അവൻ തീരുമാനിച്ചു. തനിക്കു ഉപരിലോകത്തിലേക്ക് അങ്ങനെ കടന്നുകൂടാനാകുമോ എന്ന് നോക്കണം.അവൻ തന്റെ ഭാണ്ഡം മുറുക്കി. കൂടാരത്തിൽനിന്നും ഒളിച്ചോടി. മേഘമാലകൾക്കുള്ളിൽ ശിഖരം ഒളിഞ്ഞിരിപ്പുള്ള ഒരു ഉയർന്ന പർവ്വതം തേടി യാത്രയായി. ഒടുവിൽ എത്തിച്ചേർന്നു. കുത്തനെയുള്ള ചരിവിലൂടെ കയറിത്തുടങ്ങി. ഒരു മലയാടിനെപ്പോലെ പാറകളും കിടങ്ങുകളും ചാടിമറിഞ്ഞു. കാരണം അവൻ ചെറുപ്പമാണ്. നല്ല മെയ്വഴക്കവുമുണ്ട്.

ഒടുവിൽ ഒരു പർവ്വതത്തിന്റെ ഒത്ത മുകളിൽ എത്തി. തന്റെ അരക്കെട്ടോളം വെളുത്ത മഞ്ഞ് കട്ടിയായി കിടക്കുന്നു.

'അതൊരു മേഘമാവണം,' അവൻ കരുതി. സ്വർഗ്ഗീയമായ ആകമാനം തനിക്കു തൊടാനാകുമോ എന്ന് കൈനീട്ടി പരിശോധിച്ചു. പക്ഷേ കട്ടിയുള്ള ഒന്നിനെ സ്പർശിച്ചതായി അനുഭവപ്പെട്ടില്ല. അവനു പേടി തോന്നി. ആ മൂടൽമഞ്ഞിനുള്ളിലെ പാതാളത്തിൽ താൻ വീണുപോകുമോ എന്ന് പേടിച്ചു. അതിനാൽ അല്പം വിശ്രമിക്കണമെന്ന് തോന്നി. അവൻ താഴത്തിരുന്നു. പെട്ടെന്ന് അഗാധനിദ്രയിലാണ്ടു.

ഉണർന്നപ്പോൾ മൂടൽമഞ്ഞ് അപ്രത്യക്ഷമായിരിക്കുന്നു. തനിക്കു ചുറ്റും കാണപ്പെട്ട പ്രദേശം മറ്റേതോ ലോകത്തിലേതായിരുന്നോ? പക്ഷേ അത് സന്തോഷപ്രദമായ ഒരിടമല്ല. എങ്ങും ഭീകരമായ, അന്തമില്ലാത്ത തരിശുസ്ഥലം. ഒരു മരമോ കുറ്റിക്കാടോ എങ്ങുമില്ല.

ഒരു കൊച്ചുപൂപോലും ഇല്ല. എങ്ങും കറുത്ത പാറകളും പൊക്കമുള്ള പാറക്കെട്ടുകളും മാത്രം.

അവൻ എഴുന്നേറ്റ് അല്പദൂരം നടന്നു. പെട്ടെന്ന് അവനെന്താണ് കാണുന്നത്. ഒരു മരം. അപ്പോൾ ഇവിടെ ചിലതെല്ലാം മുളയ്ക്കുന്നുണ്ട്! അപരിചിതമാണ് ആ മരം. അത് മേലോട്ട് ഉയർന്നുപോയിരിക്കുന്നു. മേലോട്ടു പോകുന്തോറും തടികുറഞ്ഞിട്ടുണ്ട്. കുത്തനെ ആകാശത്തിലേക്കു നീണ്ടുപോയിരിക്കുന്നു. എത്ര ശ്രമിച്ചിട്ടും കലോഡാൻടിനു മരത്തിന്റെ മുകൾഭാഗം കാണാനായില്ല. മരത്തിനു ചില്ലകളോ കൊമ്പുകളോ ഇല പോലുമുണ്ടെന്നോ മനസ്സിലാക്കാനായില്ല.

'ഞാൻ പിടിച്ചു കയറും.' അവൻ പറഞ്ഞ് പിടിച്ചു കയറാൻ തുടങ്ങി. കയറിക്കയറിക്കയറി ക്ഷീണിതനായി. ഒടുവിൽ ശ്വാസംപിടിക്കാൻ ഒന്നു നിന്നു. മേൽപ്പോട്ടേയ്ക്ക് നോക്കി. കൈനീട്ടിയാൽ ആകാശം തൊടാമെന്നു തോന്നി. പക്ഷേ മരത്തടിയുടെ അറ്റം കണ്ടില്ല. അവൻ അത്ഭുതംകൊണ്ട് കണ്ണുമിഴിച്ചു. കണ്ണുകൾ തിരുമ്മി. സൂര്യവെളിച്ചത്തിൽ കണ്ണു കാണാതായി. കണ്ണുകൾ ചുവന്നു. സൂര്യൻ തന്റെ തലയ്ക്കുമീതെ ഏതാനും അടി ദൂരത്തു മാത്രമാണ് തിളങ്ങി നിൽക്കുന്നതെന്ന് മനസ്സിലായി. അവൻ മറ്റൊരു അത്ഭുതദൃശ്യം കണ്ടു. വിശ്വസിച്ചോളൂ. ഇല്ലെങ്കിൽ വിശ്വസിക്കാതിരുന്നോളൂ. അതൊരു പാദുകമായിരുന്നു. സാധാരണ ഒരുപഴകിയ ചെരുപ്പ്. അത് അവിടെ തറച്ചുവെച്ചതാണോ അതോ എവിടെയെങ്കിലും തൂക്കിയിട്ടതാണോ? അത് കാലിൽ ഇട്ടിരിക്കുകയാണ്. ഒരു മനുഷ്യപാദത്തിൽതന്നെ. അത് കറുത്ത തൊലിയുള്ള പാദം. കലോഡാൻടിന് അത് സ്വന്തം കാലാണെന്നുതന്നെ തോന്നി. അല്പംകൂടി മേലോട്ടുനോക്കിയപ്പോൾ തനിക്കു മീതെ മറ്റൊരു ജിപ്സി ഇരിക്കുന്നതായി കണ്ടു. ഈ കാഴ്ച അവനെ ആശ്വസിപ്പിച്ചു. സന്തോഷപൂർവ്വം അവനെ നോക്കി കലോഡാൻട് പല്ലിളിച്ചു. ആ ജിപ്സിയും കലോഡാൻടിനെ നോക്കി ചിരിച്ചു.

''നീയൊന്നും ഇവിടെ എത്താൻ പോകുന്നില്ലെന്നു വിചാരിച്ചിരിക്കുകയായിരുന്നു കലോഡാൻട്.''

''നിനക്കെന്നെ അറിയുമോ?'' അത്ഭുതത്തോടെയാണ് കലോഡാൻട് ചോദിച്ചത്.

''എനിക്കു നന്നായി അറിയാം. ഇക്കാലമത്രയും ഞാൻ നിന്നെയും കാത്തിരിക്കുകയായിരുന്നു.'' മുകളിലിരിക്കുന്ന വ്യക്തി പറഞ്ഞു.

''എങ്ങനെ?''

''ശരി. നീ മനസ്സിലാക്കണം. എനിക്കറിയാമായിരുന്നു, മുകളിലുള്ള ഞങ്ങളുടെ ലോകത്തിൽ വരണമെന്ന ചിന്ത നിന്റെ മനസ്സിൽ

ഒരു ദിവസമുദിക്കുമെന്ന്. എനിക്കു നിന്നെ സഹായിക്കണമെന്നു തോന്നി.''

''പക്ഷേ എന്തിന്?''

വിസ്മയത്തോടെ വീണ്ടും കലോഡാൻട് ചോദിച്ചു.

''എവിടെനിന്നെങ്കിലും വീണു കഴുത്തൊടിയാതെ നിന്നെ കാത്തു സൂക്ഷിക്കേണ്ടത് എന്റെ ഉത്തരവാദിത്വമാണ്. കാരണം ഞാനാണ് നിന്റെ കാവൽമാലാഖ.''

''എന്നെ പറഞ്ഞു വിഡ്ഢിയാക്കുകയാണ്.'' കലോഡാൻട് വിളിച്ചു പറഞ്ഞു.

''നിന്റെ ചിറകുകൾ എവിടെ?''

''ജിപ്സികളുടെ കാവൽമാലാഖകളായ ഞങ്ങളുടെ ചിറകുകൾ ചുമലുകളിലല്ല, വെളുത്ത തൊലിക്കാരുടെ കാവൽമാലാഖയെപ്പോലെ.'' കാവൽമാലാഖ വിവരിച്ചു.

''ഞങ്ങളുടെ ചിറകുകൾ പാദങ്ങളിലാണ്.''

കലോഡാൻട് ജിജ്ഞാസയോടെ ചെരുപ്പിൽ തൂങ്ങിക്കണ്ട നഗ്ന പാദങ്ങളിലേക്കു നോക്കി. ഒരു മാലാഖയ്ക്കു തെളിഞ്ഞു കാണാമായിരിക്കാം. പക്ഷേ അവൻ കണ്ടില്ല.

''അതാണ് എന്റെ ചിറക്.'' കറുത്ത മാലാഖ വിളിച്ചുപറഞ്ഞു. പഴയ ചെരുപ്പിൽ തന്റെ വലിയ തള്ളവിരൽ പിടിപ്പിച്ചുകൊണ്ട് അവൻ തുടർന്നു. ''ഇതൊരു സാധാരണ ചെരുപ്പല്ല. കാഴ്ചയിൽ അങ്ങനെ തോന്നിയാലും. ആയിരക്കണക്കിനു കൊല്ലങ്ങളായി ഞാനിതിട്ടു നടക്കുന്നു. അതിനാൽ അല്പം തേഞ്ഞുപഴകിയിട്ടുണ്ട്. പക്ഷേ ഞാനാശിക്കുമ്പോൾ എവിടെ വേണമെങ്കിലും അരക്ഷണത്തിനുള്ളിൽ എത്തിക്കാൻ ഈ മാന്ത്രികച്ചെരുപ്പിനാകും. ലോകത്തിലെ ഏറ്റവും വേഗതകൂടിയ പക്ഷിയുടെ ചിറകിനേക്കാൾ വേഗത്തിൽ.''

''എനിക്കും അതുതന്നെയാണ് വേണ്ടത്,'' കലോഡാൻട് നെടുവീർപ്പിട്ടു.

''ശരി. എന്റെ ചെരുപ്പ് ഞാൻ നിനക്കുതരാം.'' മാലാഖ പറഞ്ഞു, ''പക്ഷേ എന്നോടു സത്യം ചെയ്യണം. അടുത്ത ലോകത്ത് എത്തിയ ഉടനെ നീ ചെരുപ്പ് താഴോട്ടിടണം. അത് കാലിലിടാതെ എനിക്കെന്റെ ഒരു ജോലിയും ചെയ്യാനാവില്ല.'' കലോഡാൻട് സത്യം ചെയ്തു.

കറുത്ത മാലാഖ തന്റെ കാൽ നീട്ടിക്കൊടുത്തു. കലോഡാൻട് ചെരുപ്പെടുത്തു തന്റെ കാലിലിട്ടു. കാലിലിട്ട നിമിഷംതൊട്ട് കലോഡാൻട് അന്തരീക്ഷത്തിൽ ഒഴുകാൻ തുടങ്ങി. കുറെ ഉയരത്തിലെത്തിയപ്പോൾ പേടിയായി. പെട്ടെന്ന് അവൻ നിശ്ചലനായി. താൻ

ഉറപ്പുള്ള നിലത്തു നിൽക്കുന്നതായി അനുഭവപ്പെട്ടു. കൂട്ടംകൂട്ടമായി ആളുകൾ നാനാഭാഗത്തുനിന്നും തന്റെ നേരെ ഓടിവരുന്നതു കണ്ടു. അവരെല്ലാം ജിപ്സികളുമാണ്.

ധാരാളം കുട്ടികളുമുണ്ട്. കുട്ടികളെ കലോഡാൻടിനു ഇഷ്ടമാണ്. അവർക്കു നൽകാനായി വല്ല മിഠായിയും പോക്കറ്റിലുണ്ടോ എന്ന് അവൻ തപ്പിനോക്കി. ഒന്നുമില്ല. പെട്ടെന്ന് താൻ കറുത്ത മാലാഖയ്ക്കു നൽകിയ വാക്ക് ഓർമ്മ വന്നു. അവൻ ചെരുപ്പ് താഴേക്കു തള്ളിയിട്ടു. കുട്ടികൾ ആർത്തുവിളിച്ചു. അവർ അതു ചാടിപ്പിടിച്ചു. അപരിചിതൻ തങ്ങൾക്കു തന്ന ഒരു സമ്മാനമാണതെന്ന് കരുതി. പക്ഷേ ആ മാന്ത്രികച്ചെരുപ്പ് കുതിക്കാൻ തുടങ്ങി. അവരുടെ കൈകൾക്കിടയിലൂടെ അതു വഴുതിനീങ്ങി, ഒരു പാമ്പിന്റെ വേഗതയിൽ. എന്താണ് സംഭവിക്കുന്നതെന്ന് ആ കുട്ടികൾ അറിയുന്നതിനുമുമ്പായി അത് കാഴ്ചയിൽനിന്ന് അപ്രത്യക്ഷമാവുകയും ചെയ്തു.

കുട്ടികൾ നിരാശരായി. തന്റെ വീഴ്ചമൂലമല്ല ആ ചെരുപ്പ് ഓടിപ്പോയതെന്ന് അവരെ പറഞ്ഞുമനസ്സിലാക്കാൻ ആവതു ശ്രമിച്ചു. പക്ഷേ താൻ പറഞ്ഞതൊന്നും അവർക്കു മനസ്സിലായിട്ടില്ലെന്നു കലോഡാൻടിനു തോന്നി. തന്നെ ചുറ്റിവളഞ്ഞ ജിപ്സികളുടെ ഭാഷ കലോഡാൻടിന് ഒട്ടും മനസ്സിലായില്ല. അപരിചിതമായ ഭാഷ. ഭാഗ്യത്തിന് അവർ വളരെ സ്നേഹപൂർണ്ണമായാണ് തന്നോടു പെരുമാറിയത്.

അവർ അവനെ നോക്കിച്ചിരിച്ചു. സ്നേഹപൂർവ്വം പുറത്തടിച്ചു. അവർ അവനെ ചെറിയൊരു മരക്കുടിലിലേക്കാണ് കൊണ്ടുപോയത്. ഒരു തോട്ടത്തിനു നടുവിലുള്ള ഒരു മരക്കുടിൽ. തോട്ടത്തിലൊരിടത്ത് ഒരു ബെഞ്ച് കിടക്കുന്നു. അതിന്മേൽ ഒരു പടുവൃദ്ധൻ ഇരിക്കുന്നു. അയാളും ജിപ്സിതന്നെ. മുഖത്ത് അഗാധമായ ചുളിവുകളാണ്. അയാളുടെ തൊലിക്ക്, എഴുതാൻ ആട്ടിൻതോലുണക്കിയുണ്ടാക്കിയ കടലാസിന്റെ മഞ്ഞനിറം. മുടിയും താടിയും നീണ്ടതും പാലുപോലെ വെളുവെളുത്തതും. പക്ഷേ കറുത്ത, തിളങ്ങുന്ന കണ്ണുകളിൽ യുവത്വത്തിന്റെ തീ ജ്വലിച്ചുനിന്നു. ആൾക്കൂട്ടം അടുത്തെത്തിയപ്പോൾ വൃദ്ധൻ എഴുന്നേറ്റുനിന്നു ചിരിച്ചു.

''അപരിചിതനേ, സ്വാഗതം.''

''അങ്ങെന്റെ ഭാഷതന്നെ സംസാരിക്കുന്നു.'' കലോഡാൻട് സന്തോഷത്തോടെ പറഞ്ഞു.

''യുഗങ്ങളോളം പഴക്കമുള്ള ഞാൻ ഒട്ടേറെ ഭാഷകൾ സംസാരിക്കും. തൊണ്ണൂറ്റൊമ്പത് ഭാഷകൾ എനിക്കറിയാം, എന്നു പറഞ്ഞാൽ

പഠിക്കാനെനിക്കിഷ്ടമില്ലാത്ത ഒരു ഭാഷയൊഴിച്ച് എല്ലാ ഭാഷകളും എനിക്കറിയാം.''

''ഇനിയും അങ്ങേയ്ക്കറിയാത്ത ആ ഭാഷ ഏതാണ്?'' കലോഡാൻട് ചോദിച്ചു.

''പക്ഷികളുടെ ഭാഷ, എന്റെ മകനേ.'' വൃദ്ധനായ ജിപ്സി പറഞ്ഞു. ''ഏറ്റവും സുന്ദരവും പഠിക്കാൻ വിഷമമുള്ളതുമാണ് ആ ഭാഷ. പക്ഷേ എനിക്ക് അടുത്തവർഷം നൂറുവയസ്സ് തികയും. അതിനു മുമ്പ്, ഒരു കൊല്ലത്തിനുള്ളിൽ ഞാനാ ഭാഷ പഠിക്കും. നീയെവിടുന്നാണ് വരുന്നത്?''

കലോഡാൻട് എല്ലാ സത്യവും തുറന്നുപറഞ്ഞു. താനെവിടെ നിന്നുവന്നുവെന്നും താനെങ്ങനെ അവരുടെ ഇടയിലെത്തിച്ചേർന്നുവെന്നും പറഞ്ഞു. വൃദ്ധൻ പറഞ്ഞു, ''ജ്ഞാനത്തിന്റെ കോണിയിൽ ആദ്യത്തെ ചവിട്ടുപടിയാണ് ജിജ്ഞാസ. അങ്ങനെയാണ് നീ ഇവിടെയെത്തിയത്. ഞങ്ങളിൽനിന്നും നീ പലതും പഠിക്കണം.''

സന്തോഷപൂർവ്വം കലോഡാൻട് പറഞ്ഞു. ''അങ്ങയിൽനിന്ന് ഒട്ടേറെ കാര്യങ്ങൾ പഠിക്കാൻ കഴിയുമെന്ന് ആശിക്കുന്നു. അല്പ നാൾ ഞാനങ്ങയുടെ കൂടെ താമസിക്കട്ടെ. അങ്ങയുടെ അപ്പം തിന്ന്... ഞാനൊന്നും പകരം തരാതിരിക്കുമെന്നു പേടിക്കേണ്ട. ഞാൻ അദ്ധ്വാനിക്കാം.''

വൃദ്ധൻ സമ്മതിച്ചു. കലോഡാൻട് വൃദ്ധന്റെ കൂടെ താമസമാക്കി. പിറ്റേന്ന്, മുറ്റത്തു കൂട്ടിവെച്ച വിറക് വളരെ കുറഞ്ഞതായി കലോഡാൻട് കണ്ടു. താൻ കാട്ടിൽ പോയി വിറകുവെട്ടിക്കൊണ്ടു വരാമെന്ന് വൃദ്ധനോട് ഏറ്റു.

''എന്റെ കുട്ടീ, നീ വിചാരിക്കുന്നപോലെ എളുപ്പമുള്ള കാര്യമല്ലത്. അതിന് ആദ്യം നീ വൃക്ഷങ്ങളുടെ ഭാഷ പഠിക്കേണ്ടതുണ്ട്.''

''വൃക്ഷങ്ങൾ സംസാരിക്കുമെന്നാണോ അങ്ങ് പറയുന്നത്?''

''തീർച്ചയായും അവ സംസാരിക്കുന്നു. ജനങ്ങൾ ഒട്ടും അറിയാത്തവിധം വളരെ ശാന്തമായാണ് അവ സംസാരിക്കുന്നത്. ചില മരങ്ങൾ സംസാരിക്കും. അവ ജീവനുള്ളവയാണ്. മറ്റുള്ളവ സംസാരിക്കില്ല. അവ ചത്ത മരങ്ങളാണ്. ആരെങ്കിലും അവയെ വെട്ടിവീഴ്ത്തും. ഞാൻ നിന്നോടൊപ്പം കാട്ടിൽ വന്ന് ഏതെല്ലാം മരങ്ങളാണ് വെട്ടിവീഴ്ത്തേണ്ടതെന്നും വേണ്ടാത്തതെന്നും കാണിച്ചുതരാം.''

അവർ കാട്ടിലേക്കുപോയി. വൃദ്ധൻ ചില വൃക്ഷങ്ങളോടു സംസാരിച്ചു. അവ മറുപടിയും പറഞ്ഞു. മറ്റുള്ളവ ഒന്നും മിണ്ടിയില്ല. നിശ്ശബ്ദ മരങ്ങളെ കലോഡാൻട് വെട്ടിയിട്ടു. ഈർച്ച വാൾകൊണ്ടു മരങ്ങൾ

മുറിക്കുന്നതിനും കൊമ്പും ചില്ലകളും വെട്ടിമാറ്റുന്നതിനുമിടയിൽ വൃദ്ധൻ കലോഡാൻടിനെ വൃക്ഷങ്ങളുടെ ഭാഷ പഠിപ്പിച്ചു. അങ്ങനെ വൃദ്ധനോടൊപ്പം പലതും പഠിച്ചുകൊണ്ട് ഒരു കൊല്ലം കഴിച്ചുകൂട്ടി. ഒരു ദിവസം വൃദ്ധൻ അവനോടു പറഞ്ഞു.

''കലോഡാൻട്, നീ പഠിക്കേണ്ടതെല്ലാം ഇതിനകം പഠിച്ചു കഴിഞ്ഞു. ഇനി എനിക്കൊന്നും പറഞ്ഞുതരാനില്ല. എന്റെ കാലം കഴിയാറായി. ഇന്നെനിക്കു നൂറുവയസ്സ് തികയും. ഇപ്പോൾ ഞാനറിയുന്നു. ഒടുവിൽ നൂറാമത്തെ ഭാഷയും പഠിച്ചുകഴിഞ്ഞു. പക്ഷികളുടെ ഭാഷ. ഇനി നീ എന്നെവിട്ട് നിന്റെ വീട്ടിലേക്കു തിരിച്ചു പോകണം.''

''അതെങ്ങനെ? കൂടാതെ ഇവിടെ നിൽക്കുമ്പോൾ തീർച്ചയായും മീതെയുള്ള ഒരു ലോകത്തിനടുത്താണല്ലോ. ആ ലോകത്തിലെ കാര്യങ്ങൾ കണ്ടു മനസ്സിലാക്കാതെ നാട്ടിലേക്കു തിരിച്ചുപോകാൻ ഞാൻ ആശിക്കുന്നില്ല. ഉപരിലോകത്തിലെത്തിച്ചേരാനുള്ള വഴി അങ്ങ് ഉപദേശിച്ചു തരില്ലേ?''

''അക്കാര്യത്തിൽ ചില ഉപദേശങ്ങൾ നൽകാൻ എനിക്കാവും. പക്ഷേ അവ നിനക്കെത്രകണ്ട് ഉപയോഗപ്പെടുമെന്ന് എനിക്കറിയില്ല. ചത്തതും ജീവനുള്ളതുമായ മരങ്ങൾ കണ്ട ആ കാട്ടിലൂടെ നീ പോകുമ്പോൾ, ഒരു പുൽമൈതാനം കാണാനിടയാകും. ആരെങ്കിലും വരുന്നതുവരെ നീ ആ പുൽമൈതാനത്ത് ഇരിക്കണം. ഞാൻ താക്കീതു തരുന്നു, വളരെ വിജനമാണ് ആ സ്ഥലം. ആരും ആ വഴി പോയ തായി അറിവില്ല. ആരെങ്കിലും വരുന്നപക്ഷം ആ വ്യക്തിക്ക് ഉപരി ലോകത്തിലെത്തിച്ചേരാനുള്ള മാർഗ്ഗം ഉപദേശിച്ചുതരാനാകും.''

കലോഡാൻട് വൃദ്ധനോടു നന്ദി പറഞ്ഞ് വിടപറഞ്ഞു. അവൻ കാട് മുറിച്ചുകടന്നു. പറഞ്ഞപോലെ ആ പുൽത്തകിടിയിലെത്തി അതിൽ ഇരുന്നു കാത്തിരിപ്പായി. ആരും വന്നില്ല. രാത്രിയായി. പുല്ലിൽ അവൻ കിടന്നുറങ്ങി. രാവിലെ ഉണർന്ന് കാത്തിരിപ്പ് തുടർന്നു. ആരും ആ വഴി കടന്നുവന്നില്ല. കാത്തിരിപ്പു തുടർന്നു. മൂന്നാം ദിവസമായി. പട്ടിണികിടന്ന കലോഡാൻട് ജീവച്ഛവമായിക്കഴിഞ്ഞു. തന്റെ ദൗത്യം പൂർത്തിയാകാതെ വീട്ടിലേക്കു തിരിച്ചുപോകുന്നതി നേക്കാൾ മരിക്കുകയാണ് നല്ലതെന്നു കലോഡാൻട് തീരുമാനിച്ചു. മരണത്തെയും കാത്ത് അവൻ പുൽത്തകിടിയിൽ കിടപ്പായി. കണ്ണു കളടച്ചു കിടന്നു. പെട്ടെന്നു ഒരു ശബ്ദം കേട്ടു.

''എഴുന്നേറ്റു നിൽക്കൂ, കലോഡാൻട്.''

അവൻ വിസ്മയസ്തബ്ധനായി ചാടി എഴുന്നേറ്റു. തന്റെ മുമ്പിൽ നീണ്ടുവെളുത്ത താടിയോടുകൂടിയ, വളരെ ഉയരമുള്ള, തേജസ്വിയായ

ഒരു വൃദ്ധൻ നിൽക്കുന്നതാണ് കണ്ടത്. അദ്ദേഹത്തെ നോക്കിയപ്പോൾ ഒരു വിശുദ്ധാത്മാവിന്റെ മുമ്പിലെന്നപോലെ തലകുനിക്കുക മാത്രം ചെയ്തു. അദ്ദേഹത്തിന്റെ മുമ്പിൽ ഭക്തിയോടെ മുട്ടുകുത്തിപ്പോയി.

''എന്റെ ലോകങ്ങളെയെല്ലാം കണ്ടു മനസ്സിലാക്കണമെന്നു നീ തീരുമാനിച്ചിരിക്കുന്നു. ഇല്ലേ? ദുരിതങ്ങൾ അലട്ടുന്ന നശ്വരാ, അപ്പോൾ നിനക്കു കാര്യം മനസ്സിലായില്ലെന്നുണ്ടോ? അന്യോന്യം ബന്ധപ്പെടാനാവാത്ത വിധം ആ ജനങ്ങളെ ഞാൻ വെവ്വേറെ ലോകങ്ങളിലാക്കിയതെന്തിനെന്ന്? നിന്നെപ്പോലുള്ളവർ ഒന്നിൽനിന്ന് മറ്റൊന്നിലേക്കും അവിടുന്ന് മറ്റുള്ള ലോകങ്ങളിലേക്കും ഓടിക്കളിക്കാതിരിക്കാനാണ്. എന്താണ് ഞാൻ ചെയ്യുന്നതെന്ന് എനിക്കറിയില്ല എന്നാണോ നിന്റെ വിചാരം?''

അപ്പോൾ കലോഡാൻടിന് ഒരു കാര്യം മനസ്സിലായി. ഇതു വെറും സാധാരണക്കാരനായ ഒരു മനുഷ്യനല്ല. ഏഴുലോകങ്ങളേയും സൃഷ്ടിച്ച സാക്ഷാൽ ദൈവംതന്നെ. അല്പനേരം അവൻ നിശ്ശബ്ദനായി പറഞ്ഞു. ''ജിജ്ഞാസയാലാണ്, ഓ പ്രഭോ, അത് ഒരു ചീത്ത കാര്യമാണ്. അത് ദാഹം പോലെയാണ്. ദാഹിച്ച് ഒരു മനുഷ്യൻ മരിക്കാതിരിക്കാൻ അയാൾ ഒരു കിണർ കുഴിക്കുക തന്നെ വേണം. ചിലർ അതിസാമർത്ഥ്യമുള്ളവരാണ്. ചിലർക്കു ഭൂമിയിൽ എവിടെയാണ് വെള്ളമുള്ളതെന്ന് വേഗം കണ്ടെത്താൻ കഴിയും. അവരുടെ കൈയിൽ കിണർ കുഴിക്കാനുള്ള ഉപകരണങ്ങളും കാണും. മറ്റുള്ളവർ വിഡ്ഢികളാണ്. അവർക്ക് ഒന്നുമറിയില്ല. ഒന്നും ഉണ്ടാകുകയുമില്ല. എങ്കിലും വിഡ്ഢിയായവൻ തീർച്ചയായും കുഴിക്കും. കൈയിൽ കിണർ കുഴിക്കാനുള്ള ഉപകരണങ്ങളില്ലെങ്കിൽ അവൻ കൈകൊണ്ട് മാന്തി കിണർ കുഴിക്കും.''

''കലോഡാൻട്, നീ പറഞ്ഞതു വളരെ ശരിതന്നെ. നിങ്ങൾ മനുഷ്യർ വളരെ അന്വേഷണതൽപ്പരരാണ്. അതു നല്ലതുതന്നെ. ചോദ്യങ്ങൾ ചോദിക്കാത്തവൻ ഒന്നും പഠിക്കുന്നില്ല. അന്വേഷിക്കാത്തവർ ഒന്നും കണ്ടെത്തുകയുമില്ല. നീ ചോദ്യങ്ങൾ ചോദിച്ചു. അന്വേഷണത്തിൽ മുഴുകി. അതെന്നെ അധികം തൃപ്തനാക്കി. ഞാൻ നിന്നെ സഹായിക്കാം. പക്ഷേ പറയുന്നതു ശ്രദ്ധിച്ചു കേൾക്കണം. ഉത്തരം പറയുന്നതിനുമുമ്പ് നല്ലവണ്ണം ആലോചിക്കണം. എല്ലാ ലോകങ്ങളും കാണാൻ നിന്നെ അനുവദിക്കാം. പക്ഷേ തിരിച്ചു വരാൻ സഹായിക്കില്ല. അത് സ്വയം കണ്ടെത്തണം. ഈ നിബന്ധനകൾ സ്വീകാര്യമാണോ?''

''സമ്മതംതന്നെ പ്രഭോ.''

അപ്പോൾ ദൈവം തന്റെ കൈവീശി. കലോഡാൻട് ആകാശത്തിലേക്കുയർന്നു. മേലോട്ടുമേലോട്ട് ഉയർന്നുയർന്നു പോയി. അങ്ങനെയാണ് കലോഡാൻട് മൂന്നാം ലോകത്തിലെത്തിച്ചേർന്നത്. ഏതാനും സമയം അവിടെ കറങ്ങിനടന്നു. എല്ലാം നന്നായി കണ്ടു. ഒരു കാര്യം മനസ്സിലായി. ഒന്നും രണ്ടും ലോകങ്ങളിൽനിന്നും വളരെയൊന്നും വ്യത്യസ്തമല്ല മൂന്നാംലോകം. ഒരു വ്യത്യാസം മാത്രം കണ്ടു. അവിടെ ആളുകൾ വളരെ കുറവാണ്.

ചുറ്റിക്കറങ്ങുന്നതിനിടയിൽ ഒരാളെ മാത്രമേ കണ്ടുമുട്ടിയുള്ളൂ. അവൻ നാലാം ലോകത്തിലേക്കു പറന്നുയർന്നു. അവിടെ മൂന്നാം ലോകത്തിലുള്ള അത്ര ആളുകൾ പോലുമില്ല. അഞ്ചാംലോകത്തിലെത്തി, ആറാംലോകത്തിലും കടന്നു. ഉയർന്ന ലോകത്തിൽ ജീവിക്കുന്നവർ വളരെ അപൂർവ്വമാണ്. അവൻ അവസാനത്തെ ലോകത്തിലെത്തിച്ചേർന്നു; ഏഴാം ലോകത്തിൽ. അവിടെ പർവ്വതങ്ങളും കൊടുമുടികളും മാത്രം. എണ്ണമറ്റ കാടുകൾ ചുറ്റും കണ്ടു. പച്ചപ്പരവതാനി വിരിച്ചപോലുള്ള പുൽത്തകിടികൾ. എണ്ണമറ്റവ. അവിടെ കൂട്ടംകൂട്ടമായി മൃഗങ്ങൾ മേയുന്നു. അവയ്ക്കുമീതെ എണ്ണമറ്റ വിവിധ തരത്തിലുള്ള പക്ഷികൾ പറന്നുകളിക്കുന്നു.

ഇത്രയധികം പക്ഷികളെ കലോഡാൻട് താഴെയുള്ള ലോകങ്ങളിലെവിടെയും കണ്ടിട്ടില്ല. ഇത്രയധികം ഷഡ്പദങ്ങളെയും കണ്ടിട്ടില്ല. വെളുവെളുത്ത മേഘമാലകൾ. അവ നിലത്തോടു തൊട്ടുരുമ്മിയാണ് ഒഴുകിക്കൊണ്ടിരുന്നത്. ചുറ്റും ഇരമ്പിക്കൊണ്ട് ഒഴുകുന്നതിനിടയിൽ അവ അവനെ കുത്തിനോവിച്ചിരുന്നു. അവയ്ക്കൊപ്പം ഓടിയെത്താൻ അവനായില്ല.

ഇവിടെ സ്ഥിരതാമസമാക്കാൻ ഉദ്ദേശിക്കുന്നില്ല കലോഡാൻട് തീരുമാനിച്ചു. പെട്ടെന്ന് അവനതോർമ്മ വന്നു. അവിടെ നിന്നു തിരിച്ചുപോകാനുള്ള വഴികളൊന്നും അവനറിയില്ല. അവനു ചുട്ടുപൊള്ളാൻ തുടങ്ങി. തന്റെ തലയ്ക്കു നേരെയായി സൂര്യൻ നിൽക്കുന്നു. ചൂടു സഹിക്കാനാവാതെ വന്നപ്പോൾ അവൻ തന്റെ ഷർട്ട് ഊരി ദൂരെയെറിഞ്ഞു. മറ്റു വസ്ത്രങ്ങളും ഉരിഞ്ഞുകളഞ്ഞു. അടുത്തുകണ്ട പടർന്നുപന്തലിച്ചു നിൽക്കുന്ന മരത്തണലിൽ നീണ്ടുനിവർന്നു കിടന്നു. ദൈവം സൃഷ്ടിച്ചപ്പോഴത്തെപ്പോലെതന്നെ നഗ്നനായി.

പെട്ടെന്ന് ഇരുട്ടുപടരുന്നപോലെ തോന്നി. ആകാശത്തേക്കു നോക്കിയപ്പോൾ അവൻ കണ്ടു, ഒരു കടുംചുവപ്പുനിറത്തിലുള്ള മേഘം അസ്തമനസൂര്യന്റെ മുമ്പിലൂടെ നീങ്ങുന്നു. മഴ പെയ്യാൻ പോകയാണ്. അവൻ ആശ്വസിച്ചു.

ആദ്യത്തെ മഴത്തുള്ളി അവന്റെ മുഖത്തു വീണു. പക്ഷേ എന്തു മഴ? മഴത്തുള്ളി ചുട്ടുപൊള്ളി. വീണിടത്ത് പൊള്ളലേറ്റു.

അവൻ ചാടിയെഴുന്നേറ്റു രക്ഷപ്പെടാനുള്ള ഇടംതേടി. കലോഡാൻട് കിടന്നിരുന്ന വൃക്ഷത്തിന്റെ മീതെ ഒരു മകുടമുണ്ടായിരുന്നു. കലോഡാൻട് മരത്തിനുമുകളിൽ പിടിച്ചുകയറി. ആ പച്ചിലച്ചാർത്തിനുള്ളിൽ ഒളിച്ചിരിപ്പായി. പെട്ടെന്ന് ഒരു പക്ഷിയുടെ ശോകാത്മകമായ കരച്ചിൽ കേട്ടു. മരത്തിനു മുകളിലേക്കു നോക്കിയപ്പോൾ അവിടെ ഒരു വലിയ പക്ഷിക്കൂട് കണ്ടു.

പാവം പക്ഷിക്കുഞ്ഞുങ്ങൾ. അവ പരാതിപ്പെടുന്നതാണ്. സഹതാപം തോന്നിയ കലോഡാൻട് ചിന്തിച്ചു. ഈ പെരുംമഴ അവയെ കൊന്നുകളഞ്ഞേക്കാനിടയുണ്ട്. മരത്തിൽ വലിഞ്ഞു കയറി നോക്കി. കൂട്ടിൽ ചിറകുമുളയ്ക്കാത്ത വലിയ പക്ഷിക്കുഞ്ഞുങ്ങളെ കണ്ടു. തന്റെ ഷർട്ട് അവരുടെ മീതെ വിരിച്ചിട്ടു. പതുങ്ങി മരത്തിൽ നിന്നിറങ്ങി. മഴതോരുന്നതും കാത്തിരിപ്പായി.ഒടുവിൽ അതു സംഭവിച്ചു. കലോഡാൻട് തന്റെ ഷർട്ട് വലിച്ചെടുക്കാൻ കൈനീട്ടി. അതേ സമയത്താണ് വളരെ വലിയ ചിറകുകളോടു കൂടിയ ഒരു കറുത്ത പക്ഷി പറന്നണഞ്ഞത്. അതു വൃക്ഷത്തലപ്പിനു മീതേ വട്ടമിട്ടു പറന്നുനിന്നിരുന്നു. സൂര്യനെ മറയ്ക്കുംവിധം വലുതായിരുന്നു അതിന്റെ ചിറകുകൾ. കൂട്ടിനടുത്തു പറന്നുവന്നിരുന്നു കൊണ്ടു പക്ഷി മനുഷ്യസ്വരത്തിൽ പറഞ്ഞു.

''എന്റെ മക്കളെ രക്ഷിച്ചതിനു വളരെ നന്ദി. നിങ്ങൾ ഇപ്പോൾ പക്ഷികളുടെ ലോകത്താണുള്ളത്. ഞാനാണ് അവരുടെ രാജാവ്. ഇതിനു ഞാൻ എങ്ങനെയാണ് നിങ്ങളോടു നന്ദികാട്ടേണ്ടത്?''

''ഇവിടെനിന്നു രക്ഷപ്പെട്ടുപോകാനുള്ള വഴി ഒന്നു പറഞ്ഞു തന്നാൽ മാത്രം മതി. താഴെ മനുഷ്യർ താമസിക്കുന്ന ഏതെങ്കിലും ഒരു ലോകത്തിലേക്ക് എന്നെ കൊണ്ടുപോകാൻ പറ്റില്ലേ?''

''അതു സാദ്ധ്യമല്ല. പക്ഷേ എന്റെ ഒരു പ്രജയെ, ഡ്രാഗൺ ഷാർക്കനെ, നിങ്ങളെ താഴെ എത്തിക്കാനേൽപ്പിക്കാം. താഴെ ഇറങ്ങി വരൂ. ഞാൻ അവന്റെ അടുത്തേക്കു കൊണ്ടുപോകാം.''

കലോഡാൻട് നിലത്തിറങ്ങി. പക്ഷിരാജാവ് അവന്റെ തലയ്ക്കു മുകളിൽ വട്ടമിട്ടു കറങ്ങിക്കൊണ്ടു പറഞ്ഞു. ''എന്റെ വാലിലെ ഒരു തൂവൽ വലിച്ചു പുറത്തെടുക്കൂ.''

തന്നോടു നിർദ്ദേശിച്ചപോലെ കലോഡാൻട് ചെയ്തു. അവനോടുകൂടി പക്ഷിരാജാവ് ആകാശത്തേക്കുയർന്നുകൊണ്ട് വഴി കാണിച്ചുകൊടുത്തു.

പെട്ടെന്നു തന്റെ മുന്നിൽ കലോഡാൻട് വലിയ ഒരു പർവ്വതം കണ്ടു. അതിന്റെ മുന്നിൽ വലിയൊരു പുൽമൈതാനം. അവിടെ ഒരുകൂട്ടം കന്നുകാലികൾ പുല്ലുമേയുന്നു. പക്ഷിരാജാവ് താഴോട്ടു പറന്നിരുന്നുകൊണ്ടു പറഞ്ഞു.

''ഇത് ഉപ്പുമലയാണ്. ഇതിന്റെ ഉള്ളിൽ ഒരു ഗുഹയുണ്ട്. അതിനുള്ളിലാണ് ഷാർക്കൻ ജീവിക്കുന്നത്. പുറത്തുകണ്ട കന്നുകാലികളെല്ലാം അവന്റേതാണ്. ആ ഗുഹയിലേക്കു പോകുക. ഷാർക്കനെ പേരുവിളിച്ചു വരുത്തുക. അവൻ പുറത്തുവരുമ്പോൾ പുറത്തു കണ്ട കന്നുകാലികളെ മുഴുവൻ കൊന്നൊടുക്കാൻ ആജ്ഞ കൊടുക്കണം. ആ കന്നുകാലികളുടെയെല്ലാം തോലുരിച്ചെടുക്കണം. മാംസം, കഷണം കഷണമായി മുറിച്ച് ഉപ്പിട്ടു സൂക്ഷിക്കണം. പിന്നീടു മരംകൊണ്ടു രണ്ടു വീപ്പകളുണ്ടാക്കണം. മരം കാട്ടിലുണ്ടാവും. ഉപ്പിട്ട മാംസം ഒന്നിലും കുടിക്കാനുള്ള വെള്ളം മറ്റേ വീപ്പയിലും നിറയ്ക്കണം. രണ്ടു വീപ്പകളേയും വലിയ ഒരു ദണ്ഡിൽ ബന്ധിപ്പിക്കണം. അത് ഷാർക്കന്റെ കഴുത്തിൽ കെട്ടണം. അതിന്റെ നടുക്കായി നീ ഇരിക്കണം. അവൻ നിങ്ങളെ താഴെയുള്ള ഏതു ലോകത്തിലേക്കും കൊണ്ടുപോകും.''

''ഏറ്റവും താഴെയുള്ള ലോകത്തിലേക്കും?'' കലോഡാൻട് ചോദിച്ചു. അവൻ ചുറ്റിനടന്നു മടുത്തു. എങ്ങനെയും വീട്ടിലെത്താൻ തിടുക്കമായി.

''അതെ, വല്ല കാരണവശാലും അവൻ അനുസരണക്കേടു കാട്ടാനിടയാകും. അപ്പോൾ എന്റെ ഈ തൂവൽ കാണിച്ചാൽ മാത്രം മതി. അല്ലെങ്കിൽ അതുകൊണ്ട് ഒന്നുഴിഞ്ഞാലും മതി. നിനക്കവനെ മെരുക്കാനാവും.''

പക്ഷിരാജാവ് വിടപറഞ്ഞു. പറന്ന് അപ്രത്യക്ഷമായി.

കലോഡാൻട് ഗുഹയ്ക്കടുത്തേക്കു ചെന്നു.

''ഷാർക്കൻ, ഷാർക്കൻ.'' കലോഡാൻട് വിളിച്ചു. ഉറക്കെ നിശ്വസിച്ചുകൊണ്ടു ഡ്രാഗൺ പുറത്തുവന്നു. ഭീതി ജനിപ്പിക്കുംവിധം ചുറ്റും കണ്ണോടിച്ചു. അതിന്റെ തലയിൽനിന്ന് വാൽവരെ പതിനഞ്ചടിയിലധികം നീളം കലോഡാൻട് അളന്നു. അതിന്റെ നാസാദ്വാരങ്ങളിലൂടെ തീജ്വാലകൾ വമിച്ചുകൊണ്ടിരുന്നു.

ആദ്യമായി ഡ്രാഗനെ കണ്ടപ്പോൾ കലോഡാൻട് പേടിച്ചരണ്ടു. ഷാർക്കനെ കണ്ടിരിക്കുക സുഖകരമായ ഒരു കാര്യമല്ല. അത് ഒട്ടും അടുപ്പം കാട്ടാൻ കൂട്ടാക്കിയില്ല. പക്ഷേ പക്ഷിരാജാവിന്റെ തൂവൽ കണ്ടമാത്രയിൽ ഭവ്യതയോടെ പറഞ്ഞു. ''ഞാൻ അങ്ങയുടെ ഭൃത്യനാണ്. അങ്ങേയ്ക്കുവേണ്ടി ഞാനെന്തു ചെയ്യണം?''

പക്ഷിരാജാവ് പറഞ്ഞപോലെതന്നെ കലോഡാൻട് കല്പിച്ചു. കാലിക്കൂട്ടങ്ങളെ കൊല്ലുന്ന കാര്യത്തിൽ കലോഡാൻട് ഡ്രാഗനെ സഹായിച്ചു. അവർ സൗഹൃദത്തിലായി. ആവശ്യത്തിനുള്ള മാംസമായപ്പോൾ കലോഡാൻട് വലിയ രണ്ടു വീപ്പകളുണ്ടാക്കി. ഒന്നിൽ മാംസവും മറ്റൊന്നിൽ കുടിക്കാനുള്ള വെള്ളവും നിറച്ചു. ഒടുവിൽ കലോഡാൻട് ഡ്രാഗനോടു തന്നെ വഹിച്ച് താഴെയുള്ള ഭൂമിയിലേക്കെത്തിക്കാൻ ആവശ്യപ്പെട്ടു.

"അതു വളരെ വളരെ ദൂരെയാണ്. ദുഷ്ക്കരം തന്നെ." ദേഷ്യത്തോടെയാണ് ഡ്രാഗൺ പറഞ്ഞത്. പക്ഷേ കലോഡാൻട് ആ തൂവൽകൊണ്ട് അതിനെ പതുക്കെ ഒന്നുതൊട്ടതും ഒഴികഴിവുകൾ പറയുന്നതു നിർത്തി. അതു യാത്രയ്ക്കു തയ്യാറായി.

യാത്ര വളരെ വളരെ നീണ്ടു. വിവിധ ലോകങ്ങൾ തമ്മിലുള്ള ദൂരം അത്ര അധികമായതു കൊണ്ടുമാത്രമല്ല, ഉന്നതപർവ്വതങ്ങളുടെ കൊടുമുടികൾ കടന്നുപോകുന്ന ഉറച്ച തട്ടുകളിലെ ദ്വാരങ്ങൾ കണ്ടുപിടിക്കേണ്ടതിനും ഷാർക്കനു ഒട്ടേറെ സമയം വേണ്ടിവന്നു. ഭാഗ്യത്തിന് ആവശ്യമായ മാംസവും കുടിക്കാൻ വെള്ളവും ഉണ്ടായിരുന്നു ഷാർക്കന്. കലോഡാൻട് ഇടയ്ക്കോരോ വലിയ മാംസക്കഷണമെടുത്തു ഡ്രാഗന്റെ നഖങ്ങളിൽ വെച്ചുകൊടുക്കും. അല്ലെങ്കിൽ ബാരൽ അല്പം ചെരിച്ചു ഡ്രാഗനു വെള്ളം കുടിക്കാൻ ചുണ്ടോടടുപ്പിച്ചു പിടിക്കും.

ഒടുവിൽ രണ്ടു വീപ്പകളും കാലിയായി. ഷാർക്കൻ വളരെ അസ്വസ്ഥനായി. കൂടെക്കൂടെ അതു വാൽചുഴറ്റി അടിക്കാൻ തുടങ്ങി. കലോഡാൻട് എങ്ങനെയൊക്കെയോ നിയന്ത്രിച്ച് അതിന്റെ പുറത്തിരിപ്പായി. ഡ്രാഗൺ മനപ്പൂർവ്വം ചെയ്യുന്നതാണെന്നു മനസ്സിലായപ്പോൾ, ചെതമ്പലുകൾ തട്ടി പൊള്ളാൻ തുടങ്ങിയപ്പോൾ, പെട്ടെന്നു കലോഡാൻടിനു പക്ഷിരാജാവിന്റെ തൂവലിന്റെ കാര്യം ഓർമ്മവന്നു. അവൻ അതു പുറത്തെടുത്തു. അതുകൊണ്ട് ഒട്ടേറെത്തവണ മുകളിലും താഴെയും പുറത്തും അടിച്ചു. ഷാർക്കൻ പെട്ടെന്നു മെരുക്കപ്പെട്ടു. സൗഹാർദ്ദപൂർവ്വം യാത്ര തുടർന്നു.

കലോഡാൻട് താഴോട്ടു നോക്കിയപ്പോൾ പ്രകൃതിദൃശ്യങ്ങൾ കണ്ടു. ആ സ്ഥലം തിരിച്ചറിയാൻ വിഷമമുണ്ടായില്ല. വളരെ നാളുകൾക്കു മുമ്പ് ഉപരിലോകത്തേക്കു യാത്ര ആരംഭിച്ചത് ഇതേസ്ഥലത്തു നിന്നായിരുന്നു.

പർവ്വതത്തിന്റെ ചെരുവിൽ ഷാർക്കൻ നിന്നപ്പോൾ കലോഡാൻട് ഡ്രാഗന്റെ പുറത്തുനിന്നു വഴുതിയിറങ്ങി. ഒരു ദീർഘനിശ്വാസം വിട്ടു. സമാധാനമായി.

''നന്ദി. അങ്ങനെ നമ്മൾ വീട്ടിൽ തിരിച്ചെത്തി.''

''നീ പറയുന്നത് നീ നിന്റെ വീട്ടിലെത്തിയെന്നല്ലേ. പക്ഷേ എന്റെ വീട്ടിലെത്തിയെന്ന് എനിക്കു പറയാനാവില്ലല്ലോ.''

''അതു സത്യം. ശരി നിങ്ങൾ തിരിച്ചുപോവുക. എല്ലാം ശരിപ്പെടും.''

''പക്ഷേ ഞാനെങ്ങനെ തിരിച്ചുപോവും?''

''എന്തുകൊണ്ടു പറ്റില്ല? നിനക്കു ചിറകുകളുണ്ട്. തീർച്ചയായും നിനക്കു വഴിയും അറിവുള്ളതാണ്.''

''അല്ല, എന്റെ യാത്രയ്ക്കാവശ്യമായ മാംസവും കുടിവെള്ളവും നീയെനിക്കു സംഭരിച്ചു തരുമോ?'' ഡ്രാഗൺ ചോദിച്ചു.

കലോഡാൻട് ഉത്തരം പറയാനാവാതെ തന്റെ ചെവിക്കുപിന്നിൽ ചൊറിഞ്ഞു. ഡ്രാഗന്റെ യാത്രയ്ക്കാവശ്യമായ മാംസം ശേഖരിക്കാൻ അതിന്റെ ലോകത്തെപ്പോലെ ഈ ഭൂമിയിൽ സാധ്യമല്ല. ഇവിടെ കർഷകർക്കാണ് കന്നുകാലികളുള്ളത്. അവരാകട്ടെ, പ്രതിഫലം കിട്ടാതെ ഒന്നും കൈവെടിയില്ല. പാവപ്പെട്ട വല്ല ജിപ്സികളും വല്ലപ്പോഴും ഒരു കോഴിയേയോ ചെമ്മരിയാടിനേയോ തട്ടിയെടുക്കാനിടയായാൽ ഉടൻ കർഷകർ മജിസ്ട്രേറ്റിന്റെ അടുത്തേക്കോടുന്നു. ഡ്രാഗന്റെ യാത്രയ്ക്കാവശ്യമായ കന്നുകാലികളെ കലോഡാൻട് കർഷകരിൽനിന്നു കട്ടെടുത്താലുണ്ടാകുന്ന കോലാഹലം അതിഭയങ്കരമായിരിക്കും.

''നിനക്കെന്തറിയാം? നീ ഇവിടെ കാത്തിരിക്കുക. ഞാൻ പോയി എന്റെ ആൾക്കാരുടെ ഉപദേശം തേടട്ടെ. ഞങ്ങൾ എങ്ങനെയും നിനക്കാവശ്യമായ മാംസം സംഘടിപ്പിച്ചു തരുന്നതാണ്.''

''ഇവിടെ ഒറ്റപ്പെട്ടു കഴിയാനെനിക്കിഷ്ടമല്ല.'' ഷാർക്കൻ പറഞ്ഞു. ''ഈ ലോകത്ത് ഞാൻ അന്യനാണെന്നെനിക്കു തോന്നുന്നു. കൂടാതെ എനിക്കു വിശന്നിട്ടുവയ്യ. ഒരു കൂട്ടം കന്നുകാലികളെ തന്നാൽ ഞാൻ വെട്ടിവിഴുങ്ങും.''

''അല്പംകൂടി നീ ക്ഷമിക്കണം. ഇവിടെ ഒരു വലിയ ഗുഹയുണ്ട്, ഈ പർവ്വതത്തിൽ. വഴി ഞാൻ കാട്ടിത്തരാം. നിനക്കവിടെ ഞാൻ വരുന്നതുവരെ സുഖമായി വിശ്രമിക്കാൻ സൗകര്യമുണ്ട്. പക്ഷേ നീ പുറത്തു വന്നുപോകരുത്. കാരണം നിന്നെക്കണ്ടാൽ മനുഷ്യർ പേടിച്ചുവിറയ്ക്കും.'' കലോഡാൻട് പറഞ്ഞു.

അതിനോടും ഷാർക്കൻ വിയോജിപ്പ് പ്രകടിപ്പിച്ചു. അപ്പോൾ കലോഡാൻട് പക്ഷിരാജാവിന്റെ തൂവൽ പുറത്തെടുത്തു. അതു കാട്ടി ഡ്രാഗനെ വിരട്ടി. അപ്പോൾ ഡ്രാഗൺ വളരെ അനുസരണയോടെ

ഗുഹയിലേക്ക് ഇഴഞ്ഞുകയറി. താൻ തിരിച്ചുവരുന്നതുവരെ ഗുഹയ്ക്കുള്ളിൽ കാത്തിരുന്നുകൊള്ളാമെന്നു ഷാർക്കനെക്കൊണ്ടു കലോഡാൻട് സത്യം ചെയ്യിച്ചു.

ഷാർക്കന്റെ വികൃതികൾ

ഏഴുലോകങ്ങളും ചുറ്റിക്കറങ്ങിയശേഷം കലോഡാൻട് തിരിച്ചെത്തി എന്ന വിവരം ജിപ്സി ക്യാമ്പിലെത്തിയപ്പോൾ അവരൊറ്റക്കെട്ടായി അവനെ സ്വീകരിക്കാൻ ചെന്നു. അവനെ ആദരിച്ചുകൊണ്ടു സ്വീകരണങ്ങൾ ഒന്നൊന്നായി നടന്നു. സ്വീകരണങ്ങൾക്കും ചോദ്യങ്ങൾക്കും കഥപറച്ചിലിനും അവസാനമുണ്ടായില്ല. സ്വീകരണങ്ങൾ രാത്രി വളരെ നീണ്ടു. തന്റെ എല്ലാ അനുഭവങ്ങളും കലോഡാൻടിനു വിവരിക്കേണ്ടി വന്നു. എല്ലാം അവൻ തുറന്നുപറഞ്ഞു. അല്പാല്പം പൊടിപ്പും തൊങ്ങലും അവയിൽ ചേർക്കാൻ മടിച്ചില്ല. പക്ഷേ ഷാർക്കനെപ്പറ്റി മാത്രം ഒരക്ഷരം മിണ്ടിയില്ല. സുരക്ഷിതനായി തിരിച്ചുവന്നത് സ്വന്തം ബുദ്ധി ഉപയോഗിച്ചാണെന്ന തോന്നലാണ് എല്ലാവരിലും അവൻ സൃഷ്ടിച്ചത്. ഡ്രാഗനെപ്പറ്റി സംസാരിക്കാതിരുന്നതിനാൽ, ക്രമേണ ഡ്രാഗനെ മറക്കാനും തുടങ്ങി.

ഒരാഴ്ച കഴിഞ്ഞുകാണും. അവനെ മനസ്സാക്ഷി നൊമ്പരപ്പെടുത്താൻ തുടങ്ങി. തന്നെപ്പറ്റി ഇപ്പോൾ ഷാർക്കൻ എന്തു കരുതുന്നുണ്ടാവും? ചിലപ്പോൾ ഒന്നും ചിന്തിക്കുന്നുണ്ടാവില്ല. പാവം. ചിലപ്പോൾ ഇതിനകം വിശന്നു ചത്തിട്ടുണ്ടാകാനും വഴിയുണ്ട്. പക്ഷേ ഇക്കാര്യത്തിൽ കലോഡാൻടിന് എന്തു ചെയ്യാനാകും? നീണ്ടുനിൽക്കുന്ന ആഘോഷങ്ങളുടെ അന്ത്യത്തിൽ ജിപ്സിക്യാമ്പുകൾ ശൂന്യം. ഇത്തരം സദ്യകൾക്കു പിന്നാലെ ജിപ്സിക്യാമ്പുകളിലുള്ളവർക്കു ബെൽട്ട് മുറുക്കിക്കെട്ടേണ്ടിവരിക പതിവാണ്. ഒന്നും ബാക്കിയില്ല. കോഴിയോ ആട്ടിൻകുട്ടിയോ ഒന്നും. ഓരോ എല്ലിൻകഷണവും ഈമ്പി വൃത്തിയാക്കപ്പെട്ടു, മജ്ജ വലിച്ചെടുക്കുവോളം. കലോഡാൻട് കാര്യമില്ലാതെ വേവലാതിപ്പെടാൻ തുടങ്ങി. പെട്ടെന്ന് അയൽഗൃഹങ്ങൾ വഴി ചില കിംവദന്തികൾ പരക്കാൻ തുടങ്ങി. പർവ്വതത്തിൽ താമസിക്കുന്ന ഏതോ വിചിത്രജീവി രാത്രി കളപ്പുരകൾ ആക്രമിച്ചതായും തൊഴുത്തിൽ നിന്നും ആലയിൽനിന്നും കാലികളെ മോഷണം നടത്തിയതായുമുള്ള കഥകൾ.

ഈ വിവരം കലോഡാൻടിന്റെ ചെവിയിലുമെത്തി. എന്താണ് നടന്നതെന്ന് അവന് മനസ്സിലായി. ഷാർക്കനു ജീവാപായം സംഭവിച്ചിട്ടില്ലെന്നതിൽ ആശ്വാസം തോന്നി. താനാണ് ആ ഭീകരജീവിയെ,

ഡ്രാഗനെ, ഭൂമിയിലേക്കു കൊണ്ടുവന്നതെന്നു കർഷകർക്ക് അറിയാനിടയായാലുണ്ടാകുന്ന കോലാഹലം അവനെ ഭീതിപ്പെടുത്തി. ഷാർക്കൻ അവരുടെ ഏതാനും കന്നുകാലികളെ തട്ടിയെടുത്താൽതന്നെ അതിലെന്താണ് തെറ്റ്? അവർക്കു ധാരാളം കന്നുകാലികളുണ്ട്. ഷാർക്കന് എന്തെങ്കിലും തിന്നണ്ടേ?

വൈകാതെ കൂടുതൽ വഷളായ കാര്യങ്ങൾ കേൾക്കാൻ തുടങ്ങി. കന്നുകാലികളെ തിന്നു തൃപ്തിയാകാതെ ആ ജന്തു കർഷകരുടെ കുട്ടികളേയും തട്ടിക്കൊണ്ടുപോകാൻ തുടങ്ങിയിരിക്കുന്നുവത്രെ. അഞ്ചു കുട്ടികളെ തട്ടിക്കൊണ്ടുപോയിരിക്കുന്നു. എവിടേക്കെന്ന് ആർക്കുമറിയില്ല. 'ഇല്ല. അതു ഡ്രാഗൺ ചെയ്യില്ല.' കലോഡാൻട് പറഞ്ഞു. കന്നുകാലികളെ ഷാർക്കൻ പിടിച്ചുതിന്നതിൽ കലോഡാൻടിനു വിഷമമില്ല. പക്ഷേ ജിപ്സിയുടെയോ മറ്റാരുടെയെങ്കിലോ കുട്ടികളെ? അതു ശരിയല്ല. അത് സംഭവിക്കരുത്.

അവനെഴുന്നേറ്റു. പക്ഷിരാജാവിന്റെ തൂവൽ കീശയിൽതന്നെയില്ലേ എന്നു നോക്കി ഷാർക്കന്റെ ഗുഹയെ ലക്ഷ്യമാക്കി നടന്നു. ''ഷാർക്കൻ, ഷാർക്കൻ.'' ഗുഹയ്ക്കടുത്തെത്തിയപ്പോൾ കലോഡാൻട് ഉറക്കെവിളിച്ചു. പർവ്വതത്തിന്റെ ശിഖരത്തിൽ ഒളിഞ്ഞിരിക്കുകയായിരുന്ന ഡ്രാഗന്റെ തല ഉയർന്നുകണ്ടു. തന്റെ മുമ്പിൽ കലോഡാൻടിനെ കണ്ടപ്പോൾ ഡ്രാഗൺ വിസ്മയത്താൽ കണ്ണുതുറിച്ചു.

''ഇതു നിങ്ങൾതന്നെയാണോ, എന്റെ അടുത്തേക്ക് ആട്ടിത്തെളിക്കാമെന്നേറ്റ ആ കന്നുകാലിക്കൂട്ടങ്ങളെവിടെ?''

''നിന്റെ അടുത്തേക്കു കന്നുകാലികളെ ഞാനെന്തിന് ആട്ടിത്തെളിക്കണം.? നീ ചെയ്യുന്നുണ്ടല്ലോ ഇല്ലേ?''

''തീർച്ചയായും ഞാനതു ചെയ്തു. എന്തുകൊണ്ടു പാടില്ല? ഞാൻ വിശന്നു ചാകണമെന്നാണോ?''

''നിനക്ക് ഏതാനും കന്നുകാലികളെ എത്തിക്കാൻ ഞാൻ ശ്രമിച്ചു. പക്ഷേ എനിക്കതു സാധിച്ചില്ല. മറ്റു ചില കാര്യങ്ങളാണ് എന്നെ ദേഷ്യം പിടിപ്പിച്ചത്. ആ കുട്ടികൾ എവിടെ?'' കലോഡാൻട് നുണ പറഞ്ഞു.

''ഏതു കുട്ടികൾ?'' ഒന്നുമറിയാത്തവനെപ്പോലെയാണ് ഷാർക്കൻ ചോദിച്ചത്. പക്ഷേ അതിന്റെ കണ്ണുകൾ സംശയാസ്പദമായി ചിമ്മിക്കൊണ്ടിരുന്നു.

കലോഡാൻട് തൂവൽ പുറത്തെടുത്തുകൊണ്ടു പറഞ്ഞു. ''ഏതു കുട്ടികളാണെന്നു നിനക്കു നന്നായി അറിയാം. നീ കന്നുകാലികളെ

മാത്രം കട്ടുകൊണ്ടിരുന്നപ്പോൾ ഞാൻ ക്ഷമിച്ചു. പക്ഷേ മനുഷ്യക്കുട്ടികളെ പിടിച്ചുതിന്നുക. ഈ ഭൂമിയിൽ ഞാനതിനനുവദിക്കില്ല. തീർച്ച.''

''ഞാനവരെ തിന്നുവെന്ന് ആരാണ് പറഞ്ഞത്?''

''ചിലപ്പോഴില്ലായിരിക്കും. ശരി, ആ കുട്ടികളെവിടെ?''

''അകത്തുവന്നാലും. കാണിച്ചുതരാം.'' കലോഡാൻടിനു ഗുഹയ്ക്കുള്ളിൽ കടക്കാൻ സഹായകമാകുമാറ് അത് വലിയ ഒരു കല്ല് വലിച്ചുനീക്കി. ഉള്ളിൽ കടന്നപ്പോൾ ആ ഗുഹയുടെ പിന്നിലായി മറ്റൊരു ഗുഹയുള്ളതു കണ്ടു. ഒരു ചെറിയ ഗുഹ. അതിനുള്ളിൽ പകൽവെളിച്ചം പ്രകാശിച്ചു.

''കുട്ടികൾ അവിടെയാണ്.'' ഡ്രാഗൺ പറഞ്ഞു. ഇതിനകം അവരുടെ ശബ്ദം കലോഡാൻട് കേട്ടിരുന്നു. വിടവിലൂടെ കേട്ട ശബ്ദം അവനെ വിസ്മയിപ്പിച്ചിരുന്നു. ഉള്ളിലോട്ടു നോക്കിയപ്പോൾ മൂന്നു ചെറിയ ആൺകുട്ടികളും രണ്ടു പെൺകുട്ടികളും അവിടെ അല്പം സ്ഥലത്തുള്ള പുല്ലിൽ സ്കിപ്പിങ് കളിക്കുന്നതു കണ്ടു. അവർക്കു ചുറ്റും ഉയർന്ന പാറക്കെട്ടുകളാണ്. ഷാർക്കന്റെ ഗുഹയിലൂടെയാണ് ഒരു വഴിയുള്ളത്.

കലോഡാൻടിനെ കണ്ടപ്പോൾ കുട്ടികൾ നാനാഭാഗത്തേക്കും ഓടിപ്പോയി.

''എനിക്കു വിശ്വസിക്കാൻ പറ്റുന്നില്ല. അവർക്കു സ്കൂളിൽ പോകാൻ മടിയാണെന്നും പറയാം. അവർതന്നെ വന്നു നിങ്ങളെ കൊണ്ടുപോകട്ടെ.'' കലോഡാൻട് പറഞ്ഞു.

''ഒന്നിങ്ങോട്ടു നോക്കൂ കലോഡാൻട്. കുട്ടികളെ ഇവിടെ എന്റെ അടുത്തു വിട്ടേക്കൂ. എനിക്കാരോടെങ്കിലും സംസാരിച്ചിരിക്കേണ്ടേ? ഒറ്റയ്ക്കിരിക്കാൻ എനിക്കു വിഷമമാണ്.''

''ഇല്ല, നിങ്ങളെ വീട്ടിലേക്കു തിരിച്ചയയ്ക്കാൻ പോകുന്നു. നിങ്ങളുടെ യാത്രയ്ക്കാവശ്യമായ കന്നുകാലികളെ സമ്പാദിക്കേണ്ട വഴി ഇപ്പോഴെനിക്കറിയാം.''

അവൻ നേരെ കുട്ടികളെ നഷ്ടപ്പെട്ട ഗ്രാമത്തിലേക്കു കയറിച്ചെന്നു. യാദൃച്ഛികമെന്നു പറയാം, അവിടത്തെയും ചുറ്റുവട്ടത്തെയും കർഷകരിൽ ഏറ്റവും ധനികർ ഉള്ള ഗ്രാമമായിരുന്നു അത്. കുടുംബനാഥന്മാരെ വിളിച്ചുകൂട്ടി അവൻ പറഞ്ഞു. ''നിങ്ങളുടെ മക്കൾ എവിടെയാണുള്ളതെന്നെനിക്കറിയാം. ഞാൻ പറഞ്ഞാൽ നിങ്ങളെനിക്കൊരു പശുക്കിടാവിനെ തരുമോ?''

കൊടുക്കാമെന്നു കർഷകർ സത്യം ചെയ്തു. അപ്പോൾ കലോഡാൻട് കുട്ടികളെ ഒരു ഡ്രാഗൺ പിടിച്ചുകൊണ്ടുപോയതാണെന്ന സത്യം അറിയിച്ചു. അവരെ ഡ്രാഗൺ തടവിലിട്ടിരിക്കുകയാണെന്ന കാര്യവും അറിയിച്ചു. താനവരെ അങ്ങോട്ടു കൊണ്ടുവരാമെന്നും ഏറ്റു.

അഞ്ച് കർഷകർ വെട്ടുകത്തി, മഴു, കുന്തം തുടങ്ങിയ ആയുധങ്ങളുമായി വരാമെന്നേറ്റു. കലോഡാൻട് അതിന്റെയൊന്നും ആവശ്യമില്ലെന്നറിയിച്ചു. തനിക്കൊറ്റയ്ക്കുതന്നെ ഡ്രാഗനെ കൈകാര്യം ചെയ്യാനാകും.

''പക്ഷേ നിങ്ങളുടെ പക്കൽ ഒരായുധവുമില്ല.'' കർഷകർ വേവലാതിപ്പെട്ടു.

''ഉണ്ട്, കൈയിലുണ്ട്.''

തന്റെ കൈയിലുള്ള തൂവൽ അവരെ കാണിച്ചു. ഇതു കണ്ടപ്പോൾ കർഷകർ കൂടുതൽ അമ്പരന്നു.

''അതെങ്ങനെ, ഒരു തൂവൽകൊണ്ട് ഒരു ഭീകരജീവിയെ നിങ്ങളെങ്ങനെ കീഴ്പ്പെടുത്തും?''

കലോഡാൻട് തല കുലുക്കുകമാത്രം ചെയ്തു. അവരെ കലോഡാൻട് ഷാർക്കന്റെ ഗുഹയിലേക്കു നയിച്ചു. അവിടെ എത്തിയപ്പോൾ കലോഡാൻട് ഉറക്കെ വിളിച്ചുപറഞ്ഞു.

''കുട്ടികളേ, പുറത്തുവരൂ. നിങ്ങളുടെ പിതാക്കൾ വന്നിരിക്കുന്നു.''

ഗുഹയ്ക്കുള്ളിൽനിന്നു കുട്ടികൾ ഓടി പുറത്തേക്കുവന്നു. കർഷകർ ആഹ്ലാദപ്രകടനങ്ങൾ നടത്തി അവരുടെ അടുത്തേക്കു കുതിച്ചുചെന്നു. ഓരോ പിതാവും മക്കളെ വാരിപ്പുണർന്നു. സന്തോഷം നിറഞ്ഞ ഒത്തുകൂടലായിരുന്നു അത്. ഡ്രാഗൺ പുറത്തുവന്നില്ല.

''നിങ്ങളെ തട്ടിക്കൊണ്ടുവന്ന ആ ജന്തു എവിടെ? ഞങ്ങളതിനെ കൊല്ലും.''

''വേണ്ട, ഓ വേണ്ട.'' കുട്ടികൾ നിലവിളിച്ചു. ''നിങ്ങളതിനെ കൊല്ലുന്നതു ഞങ്ങൾക്കിഷ്ടമല്ല. അതിനു ഞങ്ങളോടു വളരെ സ്നേഹമായിരുന്നു. ഞങ്ങളോടൊത്ത് അത് കളിച്ചിരുന്നു.'' പക്ഷേ ഗ്രാമീണർ സമ്മതിച്ചില്ല. അവരതിൽ ഉറച്ചിരുന്നു. തങ്ങളുടെ മക്കളേയും കന്നുകാലികളെയും കട്ടുകൊണ്ടുപോകുന്ന ഒരു ഡ്രാഗനെ അവർക്കു വെച്ചുപൊറുപ്പിക്കാനാവില്ല.

ഗുഹയ്ക്കുള്ളിലിരുന്നുകൊണ്ടു പുറത്തു നടന്ന സംഭാഷണങ്ങളെല്ലാം ഡ്രാഗൺ കേൾക്കുന്നുണ്ടായിരുന്നു. ഗർജ്ജിച്ചുകൊണ്ട് അത്

ഗുഹയ്ക്കു പുറത്തുവന്നു. ഭീതിജനകമാം വണ്ണം കണ്ണുകളുരുട്ടിയും വായിൽനിന്നു തീജ്വാലകൾ വമിപ്പിച്ചുകൊണ്ടും ഉഗ്രരൂപിയായി. പേടിച്ചരണ്ട ഗ്രാമീണർ പിൻവാങ്ങി. പക്ഷേ കലോഡാൻട് മുന്നോട്ടു ചെന്നു തൂവൽ പുറത്തെടുത്തുകൊണ്ട് ഡ്രാഗന്റെ ത്വക്കിൽ തലോടി. ദയനീയമായി നിലവിളിച്ചുകൊണ്ട് അത് തിരക്കിട്ടു ഗുഹയ്ക്കുള്ളിലേക്കുതന്നെ തിരിച്ചോടി. ഈ കാഴ്ച ഗ്രാമീണരെ വിസ്മയസ്തബ്ധരാക്കി.

''അതിനെ ഞാനൊറ്റയ്ക്കു കൈകാര്യം ചെയ്യുമെന്നു പറഞ്ഞില്ലേ? ഡ്രാഗന് എന്നെ പേടിയാണ്. ഇനി നിങ്ങൾ വാക്കുതന്ന പോലെ ഒരു പശുക്കുട്ടിയെ സമ്മാനിക്കുക. പുറമേ നിങ്ങളോരോരുത്തരും ഓരോ കാളയെ എനിക്കു തന്നേ തീരൂ. ഞാനതിനെ ഇവിടെനിന്നും ഓടിച്ചുകളയാം. പിന്നീടൊരിക്കലുമത് നിങ്ങളുടെ കന്നുകളേയോ മക്കളേയോ കട്ടുകൊണ്ടുപോകില്ല.''

ഗ്രാമീണർ ഡ്രാഗനെ കണ്ടു. കലോഡാൻട് ആവശ്യപ്പെടുന്നതെന്തും നൽകാൻ അവർ തയ്യാറായി. അവർ മക്കളേയുംകൂട്ടി വീട്ടിലേക്കു പോയി. കലോഡാൻടും നാട്ടിലേക്കു മടങ്ങി.

പിന്നെ തിരിച്ചുവന്നു. അഞ്ചു തടിച്ചുകൊഴുത്ത പശുക്കുട്ടികളേയും അഞ്ചു കൂറ്റൻകാളകളേയും ആട്ടിത്തെളിച്ചു ഗുഹയിലെത്തിച്ചു. കവാടത്തിൽ നിന്നുകൊണ്ട് ഉറക്കെ വിളിച്ചു.

''പുറത്തുവരൂ ഷാർക്കൻ.''

അനുസരണയോടെ ഡ്രാഗൺ പുറത്തുവന്നു. അസ്വസ്ഥതയോടെ ചുറ്റും കണ്ണോടിച്ചു. ''ഞാൻ തരാമെന്നേറ്റ കാലികളിതാ.''

''കൊന്നുതരൂ. മാംസം ഞാൻ യാത്രയ്ക്കു പാചകം ചെയ്തു തരാം.''

''എനിക്കതാവശ്യമില്ല.'' അല്പം ദേഷ്യത്തോടെയാണ് ഡ്രാഗൺ പറഞ്ഞത്.

''എന്താത്? നിനക്കപ്പോൾ വീട്ടിലേക്കു തിരിച്ചുപോകണ്ടേ?''

''വേണ്ട. എനിക്കു പോകേണ്ട. കലോഡാൻട് ദയവായി എന്നെ അടിച്ചോടിക്കരുത്. എന്റേതിനേക്കാൾ വളരെ നല്ല ലോകമാണ് നിങ്ങളുടേത്. ഇപ്പോഴെന്റെ അനുഭവമിതാണ്. ഇവിടെത്തന്നെ കൂടാനാണെനിക്കിഷ്ടം.''

''അതു സാദ്ധ്യമല്ല.'' കലോഡാൻട് പറഞ്ഞു. ''ഷാർക്കൻ, ഞാൻ നിങ്ങളെ എതിർക്കുന്നില്ല. ഞങ്ങളുടെ ലോകത്തിനു നീ യോജിച്ചവനല്ല. നീ വല്ലാതെ ഭക്ഷണം വെട്ടിവിഴുങ്ങുന്നു. നിന്റെ ലോകത്തിലുള്ളത്ര മാംസം നിനക്കു ഭക്ഷിക്കാൻ ഈ ലോകത്തിലില്ല. കൂടാതെ

കാഴ്ചയിൽ നീ ഒട്ടും സുന്ദരനല്ല. നീ അതറിയണം. ആളുകൾക്കു നിന്നെ ഒന്നു നോക്കാൻപോലും പേടിയാണ്. കൂടുതൽ പറഞ്ഞാൽ, നിനക്കെപ്പോഴും കൂട്ടുകൂടാനിഷ്ടമാണ്. ഒറ്റയ്ക്കിരിക്കാൻ ഒട്ടും ഇഷ്ട മില്ല.''

''ഞാൻ നന്നാവാം. ഞാനെവിടേക്കെങ്കിലും പറന്നുപൊയ്ക്കൊള്ളാം. വളരെ വളരെ ദൂരെ, ഇനിയൊരിക്കലും എന്റെ ശബ്ദം നീ കേൾക്കാ നിടവരില്ല.''

''ഞാൻ വിശ്വസിക്കുന്നു. ഞാനാണല്ലോ നിന്നെ ഇവിടേക്കു കൊണ്ടുവന്നത്. നിന്നോട് എനിക്കതിനാൽ ഉത്തരവാദിത്വമുണ്ട്. നീ മനസ്സിലാക്കണം, ലോകത്ത് നീ വീണ്ടും വികൃതികൾ തുടർന്നാൽ ആളുകളെന്നെ കുറ്റപ്പെടുത്തും.''

അപ്പോൾ ഡ്രാഗൺ കേണപേക്ഷിക്കാൻ തുടങ്ങി. ''ഇനി ഒരിക്കലും അന്യായമായ കാര്യങ്ങൾ ചെയ്യില്ല.'' ഒടുവിൽ കലോഡാൻടിനു ഡ്രാഗ നോടു ദയതോന്നി. ഈ ലോകത്തുതന്നെ താമസിക്കുവാൻ അനു വാദം നൽകി. ഇഷ്ടമുള്ള ദിക്കിലേക്കു പറന്നുപോകാൻ സമ്മതം നൽകി. ഒരു കാര്യം കർക്കശമായി പറഞ്ഞു, ''ഞാനൊരു കാര്യം പറയട്ടെ. നിന്നെപ്പറ്റി ഇനി വല്ല ചീത്ത കഥകളും കേൾക്കാനിട വന്നാൽ നിനക്കൊരിക്കലും ഞാൻ മാപ്പുതരില്ല. ഏതായാലും വീട്ടിലേക്കു തിരിച്ചുപോകാത്ത സ്ഥിതിക്ക് ഈ കാലികളെ നിനക്കു തരില്ല. പകുതി ഞാനെടുക്കും.''

ഡ്രാഗൺ സമ്മതിച്ചു. കലോഡാൻടിനോടു ഈ ഭൂമിയിൽ തുടർന്നു താമസിക്കാനനുവദിച്ചതിന് നന്ദി പറഞ്ഞു.

തന്റെ ലോകത്തേക്കാൾ വളരെ ശ്രേഷ്ഠമായതാണ് ഈ ഭൂമി. ഡ്രാഗനു വിശപ്പുണ്ടായി. തനിക്കു കിട്ടിയ പകുതി കന്നുകാലിക്കൂട്ടത്തെ ആർത്തിയോടെ തിന്നുതീർത്തു. തിന്നതു ദഹിച്ചാൽ ഉടനെത്തന്നെ പറന്നുപോകാമെന്നു കലോഡാൻടിനോടു സത്യം ചെയ്തു.

കലോഡാൻട് വിടപറഞ്ഞു. തനിക്കുകിട്ടിയ പങ്ക് അഞ്ച് കന്നു കാലികളെ, വീട്ടിലേക്ക് ആട്ടിത്തെളിച്ചുപോയി.

കുറേ മാസങ്ങളോളം കുഴപ്പങ്ങളൊന്നും സംഭവിച്ചില്ല. കുട്ടികളോ കന്നുകാലികളോ നാട്ടിൽനിന്ന് അപ്രത്യക്ഷമായില്ല. ചുറ്റുവട്ടത്തു നിന്നും പോയില്ല. കലോഡാൻട് ഡ്രാഗനെ മറന്നുവെന്നുതന്നെ പറയാം.

അങ്ങനെയിരിക്കേ ഒരു ദിവസം വളരെ കാലത്തിനുശേഷം നാടോ ടിയായ ഒരു ജിപ്സി ക്യാമ്പിൽ വന്നു ഒരു അത്ഭുതകഥ പറഞ്ഞു. ആ കഥ കലോഡാൻട് വളരെ ശ്രദ്ധിച്ചുകേട്ടു.

“വളരെ ദൂരെയുള്ള ഒരു രാജാവ് തന്റെ നാട്ടിലെ നദിക്കു കുറുകെ ഒരു വലിയ പാലം പണിയാനിടയായി. പണി തീരാൻ ഒട്ടേറെ കാലം വേണ്ടിവന്നു. ഒടുവിൽ പണി തീർന്നപ്പോൾ രാജാവിന്റെ ആകെക്കൂടിയുള്ള മകൾ ആ പാലം കടക്കാൻ തന്നെ ആദ്യമനുവദിക്കണമെന്ന് അച്ഛനോട് അഭ്യർത്ഥിച്ചു. രാജാവ് അനുവാദം നൽകി. രാജകുമാരി ഒരു പ്രത്യേകവണ്ടിയിൽ പാലത്തിലേക്ക് കയറി. കൂടെ വണ്ടിക്കാരനും തന്റെ തോഴിയും മാത്രം. വണ്ടി പാലത്തിന്റെ നടുവിലെത്തിയപ്പോൾ ഒരു ഭീകരജന്തു – അതിനു പതിനഞ്ചടിയോളം നീളം വരും– നദിയിൽനിന്നു പൊന്തിവന്നു. അത് അതിന്റെ വാലിൽ കുത്തിനിന്നുകൊണ്ട് ആ വണ്ടി കടന്നുപിടിച്ചു. അതിലെ എല്ലാ യാത്രക്കാരോടുമൊപ്പം നദിയിൽ അപ്രത്യക്ഷമായി. നദി ഒരു വലിയ പാറക്കെട്ട് തൊട്ടുരുമ്മിയാണ് ഒഴുകുന്നത്. അവിടെ ഒരു വലിയ ഗുഹയുണ്ട്. ആ ഗുഹയിൽനിന്ന് ആ ഭീകരജന്തുവിനെ തുരത്തുന്നവനു താൻ വലിയ സമ്മാനം നൽകുമെന്നു രാജാവ് വിളംബരം ചെയ്തു. ധീരരായ ഒട്ടേറെ പ്രഭുക്കൾ ഇറങ്ങിപ്പുറപ്പെട്ടു. പക്ഷേ എല്ലാം നിഷ്ഫലം. ആരും ജീവനോടെ തിരിച്ചുവന്നില്ല. പാലത്തിൽ കാലെടുത്തുവെയ്ക്കാൻ ധൈര്യപ്പെട്ടവരെയൊക്കെ ആ ഭീകരജന്തു പിടിച്ചുകൊണ്ടുപോയി. സർവ്വരേയും ഗുഹയിലേക്കാണ് കൊണ്ടുപോയത്.”

അത് ഷാർക്കനല്ലാതെ മറ്റാരുമാകാനിടയില്ല. കലോഡാൻട് ചിന്തിച്ചു. പക്ഷിരാജാവ് കൊടുത്ത തൂവൽ അവൻ തിരഞ്ഞുപിടിച്ചു. നേരെ ആ രാജ്യത്തിലേക്കു യാത്രതിരിച്ചു. അവിടെ എത്തിയപ്പോൾ കലോഡാൻട് നേരെ കൊട്ടാരത്തിലേക്കു ചെന്നു. രാജാവിനോടു പറഞ്ഞു:

“തന്റെ ഗുഹയിലേക്കു ഭീകരജന്തു വലിച്ചിഴച്ചു കൊണ്ടുപോയ അങ്ങയുടെ മകളേയും മറ്റുള്ളവരേയും എനിക്കു സ്വതന്ത്രരാക്കി കൊണ്ടുവരണം. അതിന് അങ്ങെനിക്കൊരു കുതിരയേയും അല്പം വസ്ത്രങ്ങളും തരണം.”

“നിങ്ങൾക്കാവശ്യമായ എന്തും തരാനൊരുക്കമാണ്. പക്ഷേ എനിക്കു വിശ്വസിക്കാനാവുന്നില്ല. എന്റെ രാജ്യത്തിലെ ഏറ്റവും ധീരരായ പ്രഭുക്കൾ ശ്രമിച്ചിട്ടും നടക്കാത്ത കാര്യം കീറിപ്പറഞ്ഞ വസ്ത്രങ്ങൾ ധരിച്ച ഒരു ജിപ്സിയായ നിങ്ങൾക്കു കഴിയുമെന്നു വിശ്വസിക്കുന്നില്ല.”

“ഞാനൊന്നു നോക്കട്ടെ, അങ്ങേയ്ക്കു കാണാം.” കലോഡാൻട് മറുപടി പറഞ്ഞു.

രാജാവ് കലോഡാൻടിനെ തന്റെ കുതിരപ്പന്തിയിലേക്കു കൊണ്ടു

പോയി. അയാൾക്ക് ഇഷ്ടമുള്ള കുതിരയെ തിരഞ്ഞെടുക്കാൻ സഹായിക്കാൻ കൽപ്പനയാക്കി. ലായത്തിൽ ചെന്നു കലോഡാൻട് തിരഞ്ഞെടുത്തത് തന്റെ ഏറ്റവും മുന്തിയ കുതിരയെത്തന്നെയാണെന്ന് കണ്ടപ്പോൾ രാജാവ് തലകുലുക്കി സമ്മതിച്ചുകൊണ്ടു പറഞ്ഞു. "സബാഷ്. കുതിരയുടെ കാര്യത്തിൽ നീ മിടുക്കൻതന്നെ." പിന്നീട് അവനെ രാജാവ് മുറിയിലേക്കു കൂട്ടിക്കൊണ്ടുപോയി. ഒരു പ്രഭു മുഖ്യന്റെ വിശിഷ്ടമായ വസ്ത്രം തിരഞ്ഞെടുത്ത് നൽകി. ആ വസ്ത്രം അണിഞ്ഞപ്പോൾ അത് വളരെ ചേർച്ചയുള്ളതായി കണ്ടു. രാജാവ് പറഞ്ഞു. "നീ വളരെ സുന്ദരനായ ഒരു ജിപ്സിതന്നെ. ഇനി ധീരതയോടെ പോയി ഭാഗ്യം പരീക്ഷിക്കുക. എന്റെ മകളേയും മറ്റുള്ളവരേയും സ്വതന്ത്രരാക്കുന്നതിൽ നിങ്ങൾ വിജയിക്കുകയും ആ ഭീകരജന്തുവിൽനിന്ന് ആ പാലത്തെ രക്ഷിക്കുകയും ചെയ്യുന്ന പക്ഷം നിനക്കു തക്കതായ പ്രതിഫലം നൽകുന്നതായിരിക്കും."

കലോഡാൻട് കുതിരപ്പുറത്തു കയറി പാലത്തിന്റെ അടുത്തേക്കു കുതിച്ചു. ആ ഭീകരജന്തുവിനെ കീഴ്പ്പെടുത്താൻ ഒരാൾകൂടി മുന്നോട്ടു വന്നിരിക്കുന്നു എന്ന വിവരം കാട്ടുതീ പോലെ നാട്ടിൽ പരന്നു. ആളുകൾ കൂട്ടംകൂട്ടമായി പാലത്തിനടുത്തേക്കു നീങ്ങി.

കലോഡാൻട് പാലത്തിനടുത്തെത്തി. ഒരൊറ്റക്കുതിക്കു പാലത്തിന്റെ നടുക്കെത്തിയപ്പോൾ വെള്ളത്തിനടിയിൽ നിന്നു ഡ്രാഗന്റെ നഖങ്ങൾ പൊന്തിവന്നു. പിന്നാലെ ആ ഭീകരരൂപം വാലിൽ കുത്തി നിന്നു. കുതിരക്കാരനേയും കുതിരയേയും ആ ജന്തു താഴോട്ടു വലിച്ചിഴച്ചു കൊണ്ടുപോയി.

പുതിയ ധൈര്യശാലിയെ ഡ്രാഗൺ ഗുഹയിലേക്കു വലിച്ചിഴച്ചു കൊണ്ടുപോയി മുമ്പ് പിടിച്ചു കൊണ്ടുപോയവർക്കൊപ്പം നിർത്തി. രാജകുമാരി, തോഴി, വണ്ടിക്കാരൻ, പിന്നീടവരെ മോചിപ്പിക്കാൻ ചെന്ന അഞ്ചു പ്രഭുക്കൾ - എല്ലാവരും സുരക്ഷിതരായി ജീവിച്ചിരിക്കുന്നു. രാജകുമാരി അപ്പോഴും കണ്ണീരൊഴുക്കിക്കരയുന്നു.

"ഇതാ മറ്റൊരു മാന്യൻകൂടി." ഡ്രാഗൺ ചിരിച്ചു. "നമുക്കു കൂടുതൽ തമാശയ്ക്കുള്ള വകയായി." പക്ഷേ കലോഡാൻട് തന്റെ കീശയിൽനിന്ന് പക്ഷിത്തൂവൽ പുറത്തെടുത്തുകൊണ്ടു പരുഷസ്വരത്തിൽ പറഞ്ഞു. "അപ്പോൾ നീ ഇങ്ങനെയാണ് സത്യം പാലിച്ചത്. അല്ലേ ഷാർക്കൻ?" കലോഡാൻടിനെ ഡ്രാഗൺ അപ്പോൾ മാത്രമാണ് തിരിച്ചറിഞ്ഞത്. അതിനു പേടി തോന്നി. "എന്ത്? എങ്ങനെ? നിങ്ങളാണോ കലോഡാൻട്? നിങ്ങൾ എവിടെനിന്നു വന്നു?" ഡ്രാഗൺ വിക്കിവിക്കിപ്പറഞ്ഞു.

‘‘രാജകുമാരിയെയും മറ്റുള്ളവരേയും ഈ നിമിഷത്തിൽതന്നെ നീ സ്വതന്ത്രരാക്കണം. അതിനുശേഷം നമുക്കിരുവർക്കും തമ്മിലൊന്നു സംസാരിക്കണം.’’ കലോഡാൻട് കൽപ്പിച്ചു.

‘‘തടവിലുള്ളവരെയെല്ലാം ഞാനുടൻ മോചിപ്പിക്കാം. ആദ്യം രാജകുമാരിയെ. കാരണം അവൾ എപ്പോഴും കരച്ചിൽതന്നെ.’’ ഭവ്യതയോടെ പറഞ്ഞു,

‘‘വീരയോദ്ധാവായ പ്രഭോ. അങ്ങ് എന്നെ സ്വതന്ത്രയാക്കിയാൽ ഞാൻ അങ്ങയുടെ ഭാര്യയാവും.’’ രാജകുമാരി ഉറക്കെ നിലവിളിച്ചു.

അപ്പോൾ കലോഡാൻട് ആദ്യമായി രാജകുമാരിയെ ഒന്നു നോക്കാനിടയായി. സുന്ദരിയായ അവളുടെ വാക്കുകളോടു യോജിക്കാമെന്നു തോന്നി. പക്ഷേ ഇത്രമാത്രം പറഞ്ഞു. ‘‘രാജകുമാരീ, നന്ദി. ഞാനൊരു പ്രഭുവോ രാജകുമാരനോ അല്ല. ഒരു ദരിദ്രനായ ജിപ്സി മാത്രമാണ്. ഭവതിയുടെ അച്ഛൻ തന്നതാണ് ഞാൻ ധരിച്ചിട്ടുള്ള ഈ വസ്ത്രങ്ങളും കുതിരയും. അല്ലാതെ എന്റെ പേരിൽ ചില്ലിക്കാശുപോലുമില്ല.’’ മറ്റുള്ളവരുടെ നേരെ തിരിഞ്ഞുകൊണ്ടു കലോഡാൻട് പറഞ്ഞു. ‘‘നിങ്ങൾക്കെല്ലാവർക്കും തിരിച്ചുപോവാം. ഞാനിവിടെ അല്പനേരം കൂടി നിൽക്കും. ഈ ജന്തുവുമായി ചില കാര്യങ്ങൾ പറഞ്ഞുതീർക്കാനുണ്ട്.’’

രാജകുമാരി, തോഴി, വണ്ടിക്കാരൻ, മറ്റു പ്രഭുക്കൾ എല്ലാം ഗുഹ വിട്ടുപോയി. ഷാർക്കനും കലോഡാൻടും മാത്രമായി. ‘‘ശരി, ഷാർക്കൻ. നിന്നെ ഞാനിനി എന്തു ചെയ്യും?’’ പരുഷസ്വരത്തിൽ ചിരിച്ചുകൊണ്ട് കലോഡാൻട് ചോദിച്ചു. ‘‘നിന്റെ വാക്കുകൾ വിശ്വസിക്കാൻ കൊള്ളില്ലെന്നു മനസ്സിലായി. ഈ ഭൂമിയിൽ നീ ജീവിക്കുന്നതുകൊണ്ട് ഒരു നന്മയുമുണ്ടാകാൻ പോകുന്നില്ല. ഞാൻ നിന്റെ വീട്ടിലേക്കുതന്നെ തിരിച്ചയയ്ക്കും.’’

‘‘ഒരുതവണകൂടി ക്ഷമിക്കണം കലോഡാൻട്. ഇനി ഒരിക്കലും ഇതാവർത്തിക്കില്ല സത്യം.’’ പശ്ചാത്താപസ്വരത്തിൽ ഡ്രാഗൺ കേണിരന്നു.

‘‘നിന്നിലെനിക്കു വിശ്വാസമില്ല. നിനക്കൊരിക്കലും സ്വയം നിയന്ത്രിക്കാനാവില്ല. നീ മേലിലും കുഴപ്പങ്ങളുണ്ടാക്കും.’’ കലോഡാൻട് പറഞ്ഞു.

‘‘ഇല്ല. ഇനിയൊരിക്കലും അതു സംഭവിക്കില്ല.’’ ഡ്രാഗൺ വീണ്ടും വീണ്ടും സത്യം ചെയ്തു. ‘‘എനിക്കുവേണ്ടി അങ്ങേക്ക് ഒരു കാര്യം ചെയ്യാനാവും. എന്റെ ഏകാന്തത അവസാനിപ്പിക്കാനും ആളുകളെ തട്ടിയെടുക്കാൻ തോന്നിക്കാതിരിക്കാനും ഒരു വഴിയുണ്ട്.’’

''സത്യമാണോ. എങ്കിൽ അതെന്താണെന്നു പറയൂ.'' കലോഡാൻട് നിർബന്ധിച്ചു. ''എന്റെ ചെവിയുടെ പിന്നിൽ അങ്ങൊന്ന് ചൊറിഞ്ഞു തരാമോ?'' ഡ്രാഗൺ ചോദിച്ചു.

''എങ്കിൽ എനിക്കു രണ്ടാമതൊരു തലകൂടി ഉണ്ടാകും. അപ്പോൾ രണ്ടു തലകൾക്കും അന്യോന്യം സംസാരിച്ചിരിക്കാനാവുമല്ലോ. ഞങ്ങൾ ദുഃഖിതരുമാകില്ല.''

''വളരെ ശരി.'' കലോഡാൻട് പറഞ്ഞു.

ഡ്രാഗന്റെ ചെവിയുടെ പിന്നിൽ കലോഡാൻട് തൂവൽകൊണ്ട് ഒന്നു ചൊറിഞ്ഞു. എന്താ കാണുന്നത്! ആ നിമിഷത്തിൽ ഷാർക്കനു മറ്റൊരു തലകൂടി ഉണ്ടായി. രണ്ടു തലകളും നാവുകൊണ്ട് അന്യോന്യം തള്ളാൻ തുടങ്ങി. അവരിലൊരാൾ പറഞ്ഞു. ''കലോഡാൻട് വളരെ നന്ദി. നിങ്ങൾക്കു വിഷമമില്ലെങ്കിൽ എന്റെ മറ്റേ ചെവിക്കുപിന്നിലും ഒന്നു ചൊറിഞ്ഞു തരണം. എനിക്കപ്പോൾ മൂന്നാമതൊരു തലകൂടി ഉണ്ടാവും. പിന്നീട് ജീവിതത്തിലൊരിക്കലും എനിക്കു ദുഃഖമുണ്ടാകില്ല.''

ഡ്രാഗന്റെ മറ്റേ ചെവിക്കു പിന്നിലും കലോഡാൻട് ചൊറിഞ്ഞു കൊടുത്തു. ഷാർക്കനു പെട്ടെന്ന് മൂന്നാമതൊരു തലകൂടി ഉണ്ടായി. മൂന്നു തലകളും അത്യാഹ്ലാദത്തോടെ അന്യോന്യം ഒച്ചവെച്ചു സംസാരിക്കാനും ചിരിക്കാനും തുടങ്ങി. അവർ അന്യോന്യം നക്കിക്കൊണ്ടിരുന്നു. സ്നേഹപൂർവ്വം ഏകസ്വരത്തിൽ ആ തലകൾ കലോഡാൻടിനോടു സത്യം ചെയ്തു. മനുഷ്യരുടെ കാര്യത്തിൽ ഇനി ഒരിക്കലും ഒരു വിധത്തിലും ഇടപെടില്ല. തങ്ങളന്യോന്യം രസിച്ചിരിക്കുകയേയുള്ളൂ. ആ വാക്കു കണക്കിലെടുത്തു കലോഡാൻട്, തുടർന്നു ഭൂമിയിൽ ജീവിക്കാൻ ഡ്രാഗനു സമ്മതം നൽകി. പക്ഷേ ഉടനെതന്നെ ആ ഗുഹ വിട്ടുപോകണമെന്നു കലോഡാൻട് കൽപ്പിച്ചു. അവിടംവിട്ടു മറ്റെവിടെക്കെങ്കിലും പറന്നുപോകണം. വളരെ വളരെ അകലെയുള്ള ഏതെങ്കിലും പർവ്വതങ്ങളിലേക്ക്. ആരും അതിനെ കാണാനിടയില്ലാത്ത സ്ഥലത്തേക്ക്. വീണ്ടും ഡ്രാഗനെപ്പറ്റി ഒരു പരാതിയുയരാനിടയാകാത്ത ഒരിടത്തേക്ക്.

ഷാർക്കൻ സത്യം ചെയ്തു. കലോഡാൻട് അവനോടു യാത്ര പറഞ്ഞു. കുതിരപ്പുറത്തു ചാടിക്കയറി. നേരെ രാജകൊട്ടാരത്തിലേക്കാണ് പോയത്. അത്യധികം ആദരവോടെയാണ് കൊട്ടാരത്തിൽ കലോഡാൻടിനെ സ്വീകരിച്ചത്. രാജാവ് അവനെ പ്രശംസകൾ കൊണ്ടുമൂടി. ''എന്റെ മകൾക്ക് നിന്നെ അത്യധികമിഷ്ടമായിരിക്കുന്നു. അവൾ നിന്നെ കല്യാണം കഴിക്കാനാഗ്രഹിക്കുന്നു.''

''അത് അവളുടെ കാരുണ്യം.'' കലോഡാൻട് പറഞ്ഞു. ''പക്ഷേ എനിക്കിപ്പോൾ കല്യാണം കഴിക്കണമെന്നു തോന്നുന്നില്ല. എന്നെ സന്തോഷിപ്പിക്കണമെന്ന് അങ്ങേയ്ക്കാഗ്രഹമുണ്ടെങ്കിൽ ഈ കുതിര യേയും ഞാനണിഞ്ഞിരിക്കുന്ന ഈ വസ്ത്രങ്ങളും എനിക്കു തന്നാൽ മാത്രം മതി.''

''നിങ്ങൾക്കെന്നെ വേണ്ടേ?'' രാജകുമാരി വികാരാധീനയായി ചോദിച്ചു.

''നീ മനസ്സിലാക്കണം.'' കലോഡാൻട് വളരെ വിനയത്തോടെ പറഞ്ഞു. ''ഒരു ജിപ്സിപ്പെണ്ണിനെ മാത്രമേ വിവാഹം കഴിക്കൂ എന്നു ഞാൻ അമ്മയോടു സത്യം ചെയ്തിട്ടുണ്ട്.''

''നിന്റെ ഇഷ്ടം നടക്കട്ടെ.'' രാജകുമാരി ക്രുദ്ധയായി തിരിഞ്ഞു നടന്നു. കാര്യങ്ങളിങ്ങനെ അവസാനിച്ചതിൽ രാജാവിനു സന്തോഷമാണ് തോന്നിയത്. അദ്ദേഹം കലോഡാൻടിനു കുതിരയേയും വസ്ത്രങ്ങളും മാത്രമല്ല, ഒരു ചാക്ക് നിറയെ സ്വർണ്ണനാണയങ്ങളും സമ്മാനമായി നൽകി.

പിന്നീട് ഷാർക്കനെപ്പറ്റി യാതൊന്നും കലോഡാൻട് കേട്ടിട്ടില്ല. വീണ്ടും അതിനെ കാണാനുമിടയായില്ല. പക്ഷേ ജനങ്ങൾക്ക് അത് ഒട്ടും സമാധാനം നൽകിയില്ല എന്നാണ് ചില യക്ഷിക്കഥകൾ തെളിയിക്കുന്നത്. കുറെനാൾ കഴിഞ്ഞപ്പോൾ എങ്ങനേയോ ആ തൂവൽ കലോഡാൻടിനു നഷ്ടമായി. പിന്നീടതാർക്കു കിട്ടിയെന്നാർക്കറിയാം. അതിനുശേഷം എന്തെല്ലാം സംഭവിച്ചുവെന്നും ആർക്കുമറിയില്ല.

കറുത്ത പിടക്കോഴി

കലോഡാൻട് ധനികനായ ജിപ്സിയായി. ജിപ്സികളുടെ രാജാവിനേക്കാൾ ധനികനാണ് കലോഡാൻട് എന്നാണ് ജനസംസാരം. അവന് ഈ ധനമെല്ലാം എങ്ങനെ കൈവന്നു എന്നെല്ലാവർക്കും അറിയാം. വളരെ വളരെ അകലെയുള്ള ഒരു രാജ്യത്തിലെ ജനങ്ങളെ ഒരു കൊടുംഭീകരജന്തുവിന്റെ ആക്രമണത്തിൽനിന്ന് രക്ഷിച്ചു. തന്നെ ആ ജന്തുവിൽനിന്ന് സ്വതന്ത്രയാക്കിയ കലോഡാൻടിനെ കല്യാണം കഴിക്കാൻ രാജകുമാരി ആഗ്രഹിച്ചു. പക്ഷേ കലോഡാൻട് പറഞ്ഞു, ഇല്ല. അതിന്റെ പേരിൽ ജിപ്സികൾ അവനെ വളരെ വാഴ്ത്തി. ഏറ്റവും സന്തുഷ്ടയായത് കലോഡാൻടിന്റെ അമ്മയാണ്, അവർ അവനോടു പറഞ്ഞു.

''തലക്കനമേറിയവരെ കല്യാണം കഴിക്കാതിരുന്നത് നന്നായി. അവൾക്കു നിന്നെ നന്നായി ഇഷ്ടപ്പെട്ടു എന്ന് ഞാൻ ദൃഢമായി

വിശ്വസിക്കുന്നു. പക്ഷേ അതിൽനിന്നു നന്മയൊന്നും ഉണ്ടാകില്ല. ഇവിടെ ഒന്നു സന്ദർശിക്കാൻപോലും നിനക്കവളെ കൊണ്ടുവരാൻ കഴിയുമായിരുന്നില്ല. അവൾ തന്റെ രാജകീയമൂക്ക് നമ്മിൽനിന്നു തീർച്ചയായും തിരിച്ചുകളയും. അങ്ങനെ സംഭവിച്ചാൽ അതെന്നെ അത്യധികം ദുഃഖിപ്പിക്കുകയും ചെയ്യും. ഇപ്പോൾ അതിനുള്ള സമയമായി. ഉത്തരവാദിത്വബോധമുള്ള, ദരിദ്രയായ ഒരു നല്ല ജിപ്സി പ്പെൺകുട്ടിയെ ഉടനെ കല്യാണം കഴിക്കണം. എന്നെ വേണ്ടവിധം ആദരിക്കുന്നവളുമായിരിക്കണം അവൾ.''

''എന്റെ അറിവിൽ ആരും ഇല്ല.''

''ചുറ്റും നീ ഒന്നു നന്നായി നോക്ക്. നിന്റെ പ്രായമുള്ളവരെല്ലാം ഇതിനകം കല്യാണം കഴിച്ചുകഴിഞ്ഞു. അവർക്കു മക്കളുമായി. എന്റെ പേരക്കുട്ടികളെ ഒന്നു കാണാൻ ജീവിച്ചിരിക്കണേ എന്നതാണ് ഏക പ്രാർത്ഥന. ജിപ്സികൾ ഇന്നു വരെ കണ്ടിട്ടില്ലാത്ത ഒരു കല്യാണസദ്യ നിനക്കുവേണ്ടി ഞാനൊരുക്കാം. നിന്റെ കൈയിൽ അളവറ്റ പണവുമുണ്ട്. നീ എന്തിനാണ് കാത്തുനിൽക്കുന്നത്?''

''കല്യാണത്തിനു ഞാൻ തയ്യാറാണ്. പക്ഷേ ആരെയാണ് ഞാൻ വധുവായി തിരഞ്ഞെടുക്കേണ്ടത്?'' കലോഡാൻട് ചെറുത്തുനിന്നു കൊണ്ടു പറഞ്ഞു.

''അയൽനാടുകളിലും നീ ഒന്ന് ചുറ്റിക്കറങ്ങുക. നീ കണ്ടുമുട്ടും. നിന്റെ ഇഷ്ടത്തിനനുസരിച്ചുള്ള വധുവിനെ തിരഞ്ഞെടുക്കുക. പക്ഷേ പണവും സൗന്ദര്യവും നോക്കിമാത്രമാവരുത് തിരഞ്ഞെടുക്കൽ. ഏറ്റവും പ്രധാനമായ കാര്യം, അവൾക്കു വീട് എങ്ങനെ കൊണ്ടു നടക്കണമെന്ന് അറിവുണ്ടായിരിക്കണം. ഒന്നിനും കൊള്ളാത്തവളല്ലെന്നു നീ ഉറപ്പുവരുത്തണം.'' അമ്മ ഉപദേശിച്ചു.

കലോഡാൻട് അമ്മയുടെ ഉപദേശം സ്വീകരിച്ചു. അവൻ കുതിര പ്പുറത്തു കയറി യാത്രയായി. ഒട്ടേറെ ജിപ്സിഗ്രാമങ്ങളിലൂടെ സഞ്ചരിച്ചു. ഒട്ടേറെ സുന്ദരികളായ ജിപ്സിപ്പെൺകുട്ടികളേയും കണ്ടുമുട്ടി. പക്ഷേ തന്റെ ഇഷ്ടത്തിനൊത്ത ഒരാളെ കണ്ടെത്തിയില്ല.

ഒരു ദിവസം ദരിദ്രമായ ഒരു ജിപ്സികുഗ്രാമത്തിലെത്തിച്ചേർന്നു. സമയം മദ്ധ്യാഹ്നമാകുന്നു. ചെറിയ വീടുകൾക്കിടയിലൂടെയുള്ള ഇടുങ്ങിയ ഇടവഴികൾ ശൂന്യം. അവിടത്തെ ജിപ്സികളെല്ലാം അയൽ പക്കത്തെ ഒരു കർഷകന്റെ പാടത്തായിരുന്നു. ആരും വീട്ടിലില്ല. കലോഡാൻട് കുതിരപ്പുറത്തുനിന്ന് നിലത്തിറങ്ങി. ഒരു പാവപ്പെട്ടവന്റെ വേലിയിൽ കുതിരയെ കെട്ടിയിട്ടു. ജാലകത്തിലൂടെ ഉള്ളിലേക്കു നോക്കി. വീടിനുള്ളിൽ ഒരു ജിപ്സിപ്പെൺകുട്ടി ഇരിക്കുന്നതു കണ്ടു.

അവൾ ഉച്ചഭക്ഷണം തയ്യാറാക്കുന്ന തിരക്കിലാണ്. അവൾ അതിസുന്ദരിയുമാണ്. താനിന്നുവരെ കണ്ടുമുട്ടിയിട്ടുള്ള സുന്ദരികളിൽവെച്ച് ഏറ്റവും സുന്ദരിയായവൾ. അവളുടെ മെലിഞ്ഞ കൈകൾ എത്ര വിരുതോടെയാണ് മേശപ്പുറത്തു പാത്രങ്ങൾ നിരത്തിവെച്ചത്. അവളുടെ ചെറിയ കാലുകൾ നൃത്തം ചെയ്യുന്നതായി തോന്നി. ജോലിക്കിടെയുള്ള അവളുടെ ഓരോ അംഗചലനവും അങ്ങേയറ്റം ആകർഷകമായിരുന്നു. അവളുടെ കറുത്തു തിളങ്ങുന്ന ചുരുണ്ട മുടി കൊച്ചുതിരമാലകളായി അവളുടെ യുവത്വം തുളുമ്പുന്ന മുഖത്തിനു ചുറ്റും വിലസി. അവളുടെ കറുത്ത കണ്ണുകൾ അർദ്ധരാത്രിയിലെ നക്ഷത്രങ്ങളെന്നോണം വെട്ടിത്തിളങ്ങി. മറ്റാരുമല്ല, ഇവൾതന്നെയാണ് എന്റെ വധുവാകേണ്ടവൾ. കലോഡാൻട് പറഞ്ഞു. അവൻ ജാലകത്തിലൊന്നു മുട്ടി.

ആ സുന്ദരി തലയുയർത്തി നോക്കിയപ്പോൾ കലോഡാൻടിനെ കണ്ടതും ഉറക്കെ നിലവിളിച്ചു. പക്ഷേ ശബ്ദം ദുർബലമായിരുന്നു. അത്ഭുതംതന്നെ, പെട്ടെന്ന് ആ അപരിചിത അപ്രത്യക്ഷയായി. കൂടുതൽ ശങ്കിച്ചുനിൽക്കാതെ കലോഡാൻട് ചുറ്റിവളഞ്ഞു വീടിന്റെ ഉമ്മറത്തെത്തി. അവൻ ഉറക്കെ വാതിലിൽ കൂടെക്കൂടെ മുട്ടി. ഒരു നിമിഷം കാത്തുനിന്നു. ആരും വാതിൽ തുറക്കാൻ വന്നില്ല. അവൻ മെല്ലെ തഴുതുനീക്കി. വാതിൽ പൂട്ടിയിരുന്നില്ല. കലോഡാൻട് വീടിനുള്ളിലേക്കു കടന്നുചെന്നു. നടന്നെത്തിയത് ചെറിയ ഒരു നടുമുറ്റത്താണ്. അപ്പോൾ തുറന്നുകിടന്നിരുന്ന വാതിലിലൂടെ കറുത്ത ഒരു പിടക്കോഴി ഓടിവന്നു. പേടിച്ചുള്ള കരച്ചിലോടെ കലോഡാൻടിന്റെ അരികിലൂടെ ഓടിപ്പോയി.

കലോഡാൻട് വീടിനുള്ളിലേക്കു കടന്നു. ജാലകത്തിൽ മുട്ടി എത്തിനോക്കിയ മുറിയിലേക്കു ചെന്നു. മേശപ്പുറത്ത് ഭക്ഷണം വിളമ്പിവെക്കാനുള്ള ഒരുക്കം നടന്നിട്ടുണ്ട്. പക്ഷേ ആ സുന്ദരിയുടെ നിഴൽപോലും അവിടെ കണ്ടില്ല.

ഒരുപക്ഷേ അവൾ എവിടെയെങ്കിലും ഒളിച്ചിരിപ്പുണ്ടാകും, കലോഡാൻട് കരുതി. അവളെ തിരഞ്ഞു നടന്നു. ആ വീടിനു മൂന്നു മുറികളുണ്ട്. പക്ഷേ ജീവനുള്ള ഒരാളെയുമവിടെയെങ്ങും കണ്ടില്ല.

ശരി ഞാൻ അനുഗൃഹീതനാണ്. അവൻ ഈർഷ്യയോടെ മന്ത്രിച്ചു. അവൾ എവിടെപ്പോയി?

പെട്ടെന്നു വാതിൽ തുറക്കപ്പെട്ടു. ഒരു ജിപ്സി വൃദ്ധനും ഒരു ജിപ്സി വൃദ്ധയും അകത്തേക്കു കടന്നുവന്നു. അപരിചിതനെ കണ്ട് അമ്പരന്നു.

''ദൈവം നിങ്ങളെ അനുഗ്രഹിക്കട്ടെ.'' കലോഡാൻട് അവരെ അഭിവാദ്യം ചെയ്തു.

''നിന്നേയും ദൈവം അനുഗ്രഹിക്കട്ടെ. ഇവിടെ നീ എന്തു ചെയ്യുന്നു? നിന്നെ ഞങ്ങൾക്കു പരിചയമില്ലല്ലോ?''

''ഞാൻ ഒരു നീണ്ട യാത്രയിലാണ്. എനിക്കു വിശന്നിട്ടും ദാഹിച്ചിട്ടും വയ്യ. എന്തെങ്കിലും എനിക്കു കഴിക്കാൻ തരാൻ ദയവുണ്ടാകണം.'' കലോഡാൻട് പറഞ്ഞു.

''നിന്നെ സൽക്കരിക്കുന്നതിൽ ഞങ്ങൾക്കു സന്തോഷമേയുള്ളൂ. ഇരിക്കുക, ഞങ്ങൾക്കൊപ്പം ഉച്ചഭക്ഷണം കഴിക്കണം.'' ജിപ്സി വൃദ്ധ പറഞ്ഞു.

കലോഡാൻട് അവരോടു നന്ദി പറഞ്ഞു. അവരൊന്നിച്ചിരുന്നു ഭക്ഷണം കഴിച്ചു. ഭക്ഷണം വളരെ സ്വാദിഷ്ഠമായിരുന്നു. സമൃദ്ധിയായുണ്ട്. അല്പം കഴിഞ്ഞ് അവൻ ചോദിച്ചു. ''നിങ്ങൾക്കുവേണ്ടി ആരാണ് ആഹാരം തയ്യാറാക്കിയത്?''

വൃദ്ധർ അന്യോന്യം നോക്കി. അവരുടെ മുഖത്തൊരമ്പരപ്പുണ്ടായിരുന്നു. അവർ മറുപടി പറഞ്ഞില്ല. കലോഡാൻട് വീണ്ടും തന്റെ ചോദ്യമാവർത്തിച്ചു.

''നിങ്ങൾക്കു വളരെ നല്ല പരിചാരികയുണ്ടെന്ന് ഊഹിക്കുന്നു. അവളെവിടെ? അവളെ അടുത്തു വിളിച്ചാലും. ഇത്രയും സ്വാദിഷ്ഠമായ ഉച്ചഭക്ഷണത്തിന് എനിക്കവളോടു നന്ദി പറയണം.''

വീണ്ടും ആ വൃദ്ധദമ്പതികൾ സംഭ്രമത്തിലാണ്ടു. ഒടുവിൽ ജിപ്സി ത്തള്ള പറഞ്ഞു.

''ആരും കൂടെയില്ല. ഒറ്റയ്ക്കാണ്.''

''നിങ്ങളുടെ മകളുടെ സാന്നിധ്യത്തെ നിങ്ങളെന്തിനു നിഷേധിക്കുന്നു? ചിലപ്പോളത് നിങ്ങളുടെ പേരക്കുട്ടിയായിരിക്കുമോ. അവളെ ച്ചൊല്ലി നിങ്ങൾ പേടിക്കുന്നുണ്ടോ? ഞാനവളെ കടിക്കുകയൊന്നുമില്ല. ഞാനൊരു പിച്ചക്കാരനല്ല. എനിക്കവളെ ഇഷ്ടമാണ്. അവൾക്കു സമ്മതമെങ്കിൽ ഞാനവളെ കല്ല്യാണം കഴിക്കാം.'' കലോഡാൻട് പറഞ്ഞു.

''ഞങ്ങൾക്കു മക്കളില്ല. ഞങ്ങൾക്കൊരു പേരക്കുട്ടിയുമില്ല. നീയെന്തൊക്കെയാണ് പറയുന്നത്?'' ജിപ്സി വൃദ്ധൻ പറഞ്ഞു.

''പിന്നെ നിങ്ങൾക്കുള്ള ഉച്ചഭക്ഷണം തയ്യാറാക്കിയതാരാ? നിങ്ങൾ വീട്ടിലേക്കു വരുമ്പോൾ മേശപ്പുറത്ത് ഭക്ഷണം വിളമ്പിവെച്ചു കണ്ടു.'' കലോഡാൻട് ചോദിച്ചു.

''ശരി, അതാണോ?'' ജിപ്സിത്തള്ളയാണ് പറഞ്ഞത്.

''സത്യം പറയട്ടെ. ഞങ്ങൾക്കുള്ള ഭക്ഷണം തയ്യാറാക്കുന്നതാരാണെന്നു ഞങ്ങൾക്കറിയില്ല. ഒരാഴ്ചമുമ്പുതൊട്ടാണ് അതാരംഭിച്ചത്. പണികഴിഞ്ഞു വീട്ടിൽ ഞങ്ങൾ തിരിച്ചെത്തിയപ്പോൾ ഉച്ചയ്ക്കു മേശപ്പുറത്തു ഭക്ഷണം തയ്യാറാക്കി വിളമ്പിവെച്ചു കണ്ടു. ഞങ്ങൾ അത്ഭുതപ്പെട്ടു. പിറ്റേന്നും അതാവർത്തിച്ചു. ഇപ്പോൾ നിത്യേന അതുതന്നെ സംഭവിക്കുന്നു. ഞങ്ങളിപ്പോൾ ആ വിസ്മയവുമായി പൊരുത്തപ്പെട്ടുകഴിഞ്ഞു. ഇതിന്റെയൊക്കെ അർത്ഥം എന്തെന്ന് ഞങ്ങൾക്കൊരെത്തും പിടിയും കിട്ടുന്നില്ല.''

''അത് സത്യമല്ല! എന്തിനാണ് നിങ്ങളെന്നെ ചതിക്കാൻ നോക്കുന്നത്?'' കലോഡാൻട് ഉറക്കെ പറഞ്ഞു.

''നിന്നെ ഞങ്ങൾ ചതിക്കുകയല്ല. സത്യത്തിൽ ഞങ്ങൾ ഇവിടെ ഒറ്റയ്ക്കാണ് താമസം. ഞങ്ങൾ രണ്ടാൾമാത്രം. നിത്യേന ഞങ്ങൾക്കുള്ള ആഹാരം ആരാണ് കൊണ്ടുവരുന്നതെന്ന് ഞങ്ങൾക്കൊരു പിടിയുമില്ല. ചിലപ്പോൾ നമ്മുടെ ഏതെങ്കിലും മാലാഖമാരാകാം.'' ജിപ്സി പറഞ്ഞു.

''പക്ഷേ ഞാനവളെ ഈ കണ്ണുകൾകൊണ്ടു കണ്ടു. നിങ്ങളുടെ ആ മാലാഖയെ.'' വികാരവിക്ഷുബ്ധനായാണ് കലോഡാൻട് അത് പറഞ്ഞത്. വൃദ്ധജനങ്ങൾ അന്യോന്യം ജിജ്ഞാസയോടെ നോക്കി. ''നിങ്ങൾ അവളെ കണ്ടോ?'' ആ ചോദ്യം ഒരേസമയം ഒന്നിച്ചാണ് ജിപ്സികൾ ചോദിച്ചത്. ആ ചോദ്യം കലോഡാൻടിനെ ചിന്താക്കുഴപ്പത്തിലാഴ്ത്തി.

താൻ കണ്ട കാഴ്ചയെ അവനും വിശ്വാസമില്ലാതായി. ''പുറത്തുനിന്ന് ഞാൻ ഈ മുറിക്കുള്ളിലേക്കു നോക്കിയപ്പോൾ ഒരു പെൺകുട്ടിയെ കണ്ടതായി തോന്നി.'' ഉറപ്പില്ലാത്തതുപോലെ പറഞ്ഞു.

''അവൾ കാഴ്ചയിൽ എങ്ങനെ?'' വൃദ്ധ ചോദിച്ചു

''അവൾ അതിസുന്ദരിയായിരുന്നു. അവൾ ഒരു ജിപ്സി പെൺകുട്ടിയാണെന്നതിനു സംശയമില്ല.'' കലോഡാൻട് പറഞ്ഞു.

''അവൾ ഇപ്പോൾ എവിടെയുണ്ടാകും?''

''എനിക്കറിയില്ല. നിങ്ങൾ വരുന്നതിനുമുമ്പ് അവളെ ഇവിടെയെല്ലാം തിരഞ്ഞു. പക്ഷേ വീട്ടിനുള്ളിൽ ആരേയും കണ്ടില്ല.''

''നിങ്ങൾ തീർച്ചയായും സ്വപ്നം കണ്ടതാകണം. നിത്യേന ഇവിടെ വരുന്ന ഒരു പെൺകുട്ടിയെപ്പറ്റി ഞങ്ങൾക്കറിയില്ല. ഞങ്ങൾ ഉപേക്ഷിക്കപ്പെട്ട രണ്ടു പേരാണ്. ഓ, ഞാൻ നമ്മുടെ പിടക്കോഴിയെ തീറ്റാൻ

മറന്നു. ഞാൻ പോയി അതിനു വല്ലതും തിന്നാൻ കൊടുക്കട്ടെ.'' ദുഃഖത്തോടെ പറഞ്ഞ് വൃദ്ധ പെട്ടെന്നെഴുന്നേറ്റു.

അവർ എഴുന്നേറ്റുപോയപ്പോൾ വൃദ്ധനായ ജിപ്സി പറഞ്ഞു. ''ആ പിടക്കോഴിയുടെ കാര്യവും മഹാത്മമാശയാണ്. ഒരാഴ്ചമുമ്പാണ് അതിവിടേക്ക് എവിടുന്നോ വന്നത്. അതെവിടുത്തെ കോഴിയാണെന്നു ഞങ്ങൾക്കു പിടിയില്ല. അടുത്തുള്ള വീട്ടുകാരുടെ ആരുടേയുമല്ല. ഞങ്ങൾ എല്ലാവരോടും ചോദിച്ചു. ആരും അതിനെ അവകാശപ്പെടാതെ യായപ്പോൾ ഞങ്ങളതിനെ സ്വന്തമാക്കി. ഇതുവരെ അത് മുട്ടയിട്ടിട്ടില്ല. ഞങ്ങൾക്കിവിടെ ഭക്ഷണത്തിന് ഒട്ടും വിഷമമില്ല. അതിനാൽ ആ കോഴിയെ വളർത്താൻ വിഷമമില്ല. ഞങ്ങളതിനെ കൊന്നുതിന്നു മില്ല.''

കലോഡാൻട് ശ്രദ്ധിച്ചുകേട്ടു. അവൻ തന്റെ സാഹസികമായ യാത്രകളെപ്പറ്റി അവരെ പറഞ്ഞുകേൾപ്പിച്ചു. അവർക്കതിൽ വളരെ രസം തോന്നി.

''ഒട്ടേറെ കാലമായി ഇത്തരം വിചിത്രകഥകളൊന്നും ഞങ്ങൾ കേട്ടിട്ടില്ല.നിങ്ങൾ യാത്രയ്ക്കിടയിൽ ഞങ്ങളുടെ അടുത്തെത്തിയതിൽ ഞങ്ങൾക്ക് അത്യധികം സന്തോഷമുണ്ട്.'' വൃദ്ധനായ ജിപ്സി പറഞ്ഞു.

''ദയവായി ഇന്നിവിടെ കൂടണം. അത്താഴവും നമുക്കൊന്നി ച്ചാക്കാം. ഭക്ഷണത്തിനു ബുദ്ധിമുട്ടില്ല. നിങ്ങൾക്കിഷ്ടമെങ്കിൽ ഇന്നിവിടെ ഞങ്ങളോടൊത്തുകൂടുക. കൊച്ചുമുറിയിൽ നിങ്ങൾക്കു കിടക്ക വിരിക്കാം.'' ജിപ്സിത്തള്ളയാണ് അഭ്യർത്ഥിച്ചത്.

കലോഡാൻടിന് സന്തോഷമായി.

വൃദ്ധദമ്പതികൾ അടുത്തമുറിയിൽ കിടക്കാൻ പോയി, നിദ്രയി ലാണ്ടു. പക്ഷേ എത്ര ശ്രമിച്ചിട്ടും കലോഡാൻടിന് ഉറക്കം വന്നില്ല. പെട്ടെന്ന് അടുത്തുള്ള പള്ളിയിൽനിന്ന് പന്ത്രണ്ടുമണി അടിക്കുന്നതു കേട്ടു. അർദ്ധരാത്രി. പെട്ടെന്ന് അടുത്ത മുറിയിൽ എന്തോ ചലിക്കു ന്നതായി തോന്നി. അവൻ ശ്രദ്ധിച്ചു. ശ്വാസം അമർത്തിപ്പിടിച്ചു. ആ ശബ്ദം ആവർത്തിക്കപ്പെട്ടു. അവൻ എഴുന്നേറ്റു, വളരെ കരുതലോടെ. അടുത്ത മുറിയിലേക്കുള്ള വാതിൽ തുറന്നു. തുറന്നിട്ട ജാലകത്തി ലൂടെ ആ മുറിയിൽ നല്ല നിലാവെളിച്ചം. ആ വെളിച്ചത്തിൽ കലേ ാഡാൻട് ജനൽപ്പടിയിൽ ഒരു പിടക്കോഴി ഇരിക്കുന്നതു കണ്ടു. അത് അകത്തേക്കു പറന്നുചെന്നു. അത് നിലംതൊട്ട നിമിഷം അത് സ്വയം ഒന്നു കുലുങ്ങി. അതിന്റെ സ്ഥാനത്ത് അതിസുന്ദരിയായ ജിപ്സിപ്പെണ്ണ് പ്രത്യക്ഷയായി. വളരെ കാര്യശേഷിയോടെയാണ്

മുറിക്കുള്ളിൽ നടന്നത്. അവൾ മുറി വൃത്തിയാക്കി. വാതിലിന്റെ വിടവിലൂടെ കലോഡാൻട് അവളെ ശ്രദ്ധിച്ചു. ശ്വാസം വിടാൻ പോലും അവൻ പേടിച്ചു.

ആ പെൺകുട്ടി മേശ വൃത്തിയാക്കി. മുറി അടിച്ചുവാരി. പെട്ടെന്ന് അന്തരീക്ഷത്തിൽനിന്ന് മൂന്നുപേർക്കുള്ള അത്താഴം മേശപ്പുറത്തു വിളമ്പപ്പെട്ടു.

ഘടികാരം വീണ്ടും അടിച്ചു. ആ പെൺകുട്ടി നിലത്തുകിടന്നിരുന്ന കറുത്ത വസ്തുവിലേക്കു കുനിഞ്ഞു. അത് കോഴിത്തൂവലായിരുന്നു. അവളതു തൊട്ടതും അവളുടെ സ്ഥാനത്ത് ഒരു കറുത്ത പിടക്കോഴി പ്രത്യക്ഷപ്പെട്ടു. അത് ചിറകുകൾ വീണ്ടും വീണ്ടും അടിച്ചു ജാലകത്തിലൂടെ പുറത്തേക്കു പറന്നുപോയി.

അപ്പോൾ അത് ഇങ്ങനെയാണ്. കലോഡാൻട് പറഞ്ഞു. അവൻ ആ വാതിൽ അടച്ച്, തനിക്കു വിരിച്ചിട്ട കിടക്കയിൽ പോയി കിടന്നു.

പിറ്റേന്ന് രാവിലെ തന്റെ ആതിഥേയരോടു യാത്ര പറയുമ്പോൾ അവൻ ചോദിച്ചു. ‘‘നിങ്ങളുടെ ആ കറുത്ത പിടക്കോഴിയെ എനിക്കു തരുമോ? നല്ല പ്രതിഫലം തരാം.’’

‘‘എനിക്കു സാധ്യമല്ല മോനേ, ഒന്നാമത് അത് ഞങ്ങളുടേതല്ല. ആരെങ്കിലും വന്ന് അതിനെ അവകാശപ്പെടാനുമിടയുണ്ട്.’’ വൃദ്ധ നിഷേധാർത്ഥത്തിൽ തലയാട്ടി.

‘‘അതിനെ ആവശ്യപ്പെട്ട് ആരുംതന്നെ വരില്ല. എനിക്കു വിൽക്കുക. ഞാൻ നിങ്ങൾക്കു പത്തു സ്വർണ്ണനാണയങ്ങൾ തരാം.’’

‘‘ദൈവകാരുണ്യംതന്നെ.’’ ജിപ്സി അത്ഭുതാഹ്ലാദത്തോടെ ആർത്തുവിളിച്ചു. ‘‘ഒരു പിടക്കോഴിക്കു പത്തു സ്വർണ്ണനാണയങ്ങൾ? ഇത്തരമൊരു കാര്യം ആരു കേട്ടിട്ടുണ്ട്? അതും ഇന്നുവരെ മുട്ടയിടാത്ത ഒരു കോഴി...’’

‘‘പക്ഷേ എനിക്കതിനെ ഇഷ്ടപ്പെട്ടു. എന്റെ യാത്രയ്ക്കിടയിൽ അതിനെ കൊണ്ടുനടക്കാൻ ഞാൻ ആശിക്കുന്നു. അപ്പോൾ എനിക്ക് ഒട്ടും ഏകാന്തത അനുഭവപ്പെടില്ല. ദുഃഖവുമുണ്ടാകില്ല.’’ അവൻ മടിശ്ശീല വലിച്ചു പുറത്തെടുത്തു. അതിൽനിന്ന് പത്തു സ്വർണ്ണ നാണയങ്ങളെടുത്ത് മേശപ്പുറത്തുവെച്ചു.

വൃദ്ധ കറുത്ത ആപിടക്കോഴിയെ കൊണ്ടുവന്നു കൊടുത്തു. അത്ര വലിയ സംഖ്യ പ്രതിഫലമായി നൽകിയതിൽ വീണ്ടും വീണ്ടും നന്ദിപറഞ്ഞു. കലോഡാൻട് ആ കോഴിയെ കുതിരപ്പുറത്തു തന്റെ മുന്നിൽവെച്ചു വീട്ടിലേക്കു പോയി.

''ശരി, നിന്റെ വധുവെവിടെ?'' മകനെ സ്വാഗതം ചെയ്തുകൊണ്ട് അമ്മ ചോദിച്ചു. തനിച്ചാണ് മകൻ വന്നതെന്നറിഞ്ഞപ്പോൾ അവർ നീരസം കാട്ടി.

''അമ്മേ, എനിക്ക് ഈ പിടക്കോഴിയെ മാത്രമേ കിട്ടിയുള്ളൂ.'' കലോഡാൻട് പൊട്ടിച്ചിരിച്ചു.

''ഒരു പിടക്കോഴി. ശരി. അതും ഒരു കാര്യം തന്നെ. ഞാനതിനെ നിനക്ക് അത്താഴത്തിനു പാചകം ചെയ്തു തരാം.''

''അമ്മേ... ഈ പിടക്കോഴിയെ അമ്മ തൊട്ടുപോകരുത്. എനിക്കതിനെ എന്റെ മുറിയിൽ വളർത്തണം.''

അവൻ കോഴിയെ തന്റെ മുറിയിലേക്കു കൊണ്ടുപോയി. അതിന് അവിടെ കിടക്കാനുള്ള സൗകര്യങ്ങളൊരുക്കി.

അമ്മ ദേഷ്യത്തോടെ പറഞ്ഞു. ''അവനു ഭ്രാന്താണ്.''

''നിനക്ക് അത്താഴത്തിനു എന്താണ് വേണ്ടത്?'' അമ്മ ചോദിച്ചു.

''അമ്മ പാചകത്തിനൊന്നും ഒരുങ്ങണ്ട. അതിന്റെ ആവശ്യമില്ല.'' കലോഡാൻട് പറഞ്ഞു. അവൻ കോഴിക്കൂട് ഒരുക്കുന്നതിൽ മുഴുകി.

കോഴിക്കൂടിന്റെ പണികഴിഞ്ഞപ്പോൾ അവൻ കിടന്നു. പക്ഷേ ഉറങ്ങിയില്ല. അർദ്ധരാത്രിക്കു തൊട്ടുമുമ്പ് അവനുണർന്നു. അവൻ വീട്ടിനു പുറത്തിറങ്ങി. വീടിനുചുറ്റും നടന്നതല്ലാതെ അകത്തുവന്നില്ല. ഒരു വിടവിലൂടെ വീടിനുള്ളിൽ എന്തു നടക്കുന്നുവെന്നറിയാൻ ഒളിഞ്ഞുനോക്കി. എല്ലാം അവൻ പ്രതീക്ഷിച്ചതുതന്നെ.

മണി പന്ത്രണ്ടടിച്ചപ്പോൾ കോഴിക്കൂട്ടിൽനിന്ന് കറുത്ത പിടക്കോഴി പിടഞ്ഞെഴുന്നേറ്റു പുറത്തുവന്നു. അത് സ്വയം ഒന്നു കുടഞ്ഞപ്പോൾ ഒരു സുന്ദരിയായ ജിപ്സിയായി മാറി. അവൾ നിലത്ത് വിരിപ്പ് വിരിച്ചു. പെട്ടെന്ന് ആ വിരിപ്പിനുമീതെ ഭക്ഷണം വിളമ്പിയ പാത്രങ്ങൾ നിരത്തപ്പെട്ടു. കലോഡാൻട് വീടിനു ചുറ്റും തള്ളവിരലിൽ കുത്തിനടന്നു. ശബ്ദമുണ്ടാക്കാതെ അകത്തുകടന്നു. പിന്നിലൂടെ ആ പെൺകുട്ടിയുടെ അരികെ ചെന്നു. അവളെ വാരിപ്പുണർന്നു. കരവലയത്തിനുള്ളിൽ അവൾ പുളഞ്ഞു. രക്ഷപ്പെടാൻ പക്ഷേ കഴിഞ്ഞില്ല. കലോഡാൻട് അവളെ തന്നോടു ചേർത്തണച്ചുകൊണ്ടു അവളുടെ ചുണ്ടിൽ ചുംബിച്ചു. അവൾ പിന്നീട് കുതറിമാറാൻ ശ്രമിച്ചില്ല. ഒരു നിമിഷം പിന്നിട്ടപ്പോൾ അവൾ പറഞ്ഞു.

''പ്രിയപ്പെട്ടവനേ, എന്റെ സമയമായി. എന്നെ വിടുക. വീണ്ടും പിടക്കോഴിയുടെ രൂപത്തിലേക്കു മാറാൻ എന്നെ അനുവദിക്കുക.''

''ഘടികാരം ഒന്നടിക്കുന്നതിനു മുമ്പായി നിങ്ങൾ എന്നെ വിട്ടില്ലെങ്കിൽ...'' ദുഃഖസ്വരത്തിൽ അവൾ പറഞ്ഞു. ''ഞാൻ മരിച്ചു വീഴും.

ഒരു ദുഷ്ടനായ മാന്ത്രികനാണ് എന്നെ ഒരു പിടക്കോഴിയാക്കി മാറ്റിയത്. ഞാനയാളുടെ ഭാര്യയാകാൻ തയ്യാറായില്ല എന്നതു കൊണ്ടു മാത്രം. ഇരുപത്തിനാലു മണിക്കൂറിനുള്ളിൽ രണ്ടേരണ്ടു തവണ മാത്രം, പന്ത്രണ്ടടിക്കുമ്പോൾ മാത്രമേ എനിക്കു മനുഷ്യരൂപത്തിലേക്കു മാറാൻ അനുവാദമുള്ളൂ. അതും ഒരു മണിക്കൂർ മാത്രം.''

''തീർച്ചയായും ഈ ശാപത്തിൽനിന്ന് നിന്നെ വിമുക്തയാക്കാൻ ഒരു വഴിയുണ്ടാകണം. പറയൂ. നിന്നെ സ്വതന്ത്രയാക്കാൻ ഞാൻ എന്താണ് ചെയ്യേണ്ടത്?''

''ഒരേ ഒരു മാർഗ്ഗമേയുള്ളൂ, എന്നെ സ്വതന്ത്രയാക്കാൻ. കോഴി രൂപത്തിലായിരിക്കുമ്പോൾ ഒരാളെന്നെ കല്യാണം കഴിക്കണം.''

നെടുവീർപ്പോടെയാണ് അവൾ പറഞ്ഞത്. ''അതിനു തയ്യാറായ ഒരു മനുഷ്യനെ ഞാനിന്നുവരെ കണ്ടുമുട്ടിയിട്ടില്ല. അൾത്താരയ്ക്കു മുമ്പിൽ ആളുകളുടെ പരിഹാസത്തിനു പാത്രമായി അതിനു നിന്നു കൊടുക്കാൻ ആരാ തയ്യാറാവുക?''

''ഞാൻ തയ്യാറാണ്. ആളുകൾ എന്നെ പരിഹസിക്കുന്നത് ഞാൻ കണക്കാക്കില്ല. നിന്റെ പേരെന്താണ്?'' കലോഡാൻട് ചോദിച്ചു.

''ഞാൻ ടിൻഡിർ സിബില്ലോണ. ജിപ്സിരാജാവിന്റെ മകളാണ്. ചിലപ്പോൾ നീ എന്നെപ്പറ്റി കേട്ടുകാണും.''

''ഏകദേശം ഒരുകൊല്ലം മുമ്പ് നീ പെട്ടെന്ന് അപ്രത്യക്ഷയായ കഥ ഞാൻ കേട്ടിരുന്നു.''

''ഞാനും നിങ്ങളെപ്പറ്റി കേൾക്കാനിടയായിട്ടുണ്ട്. നിങ്ങൾ കലോഡാൻടല്ലേ? ഏഴുലോകങ്ങളും സഞ്ചരിച്ചിട്ടുള്ള ഒരേയൊരു മനുഷ്യൻ. പിന്നീട് ഒരു തൂവൽകൊണ്ട് ഒരു അതിഭീകരഡ്രാഗണെ കീഴ്പ്പെടുത്തിയവൻ. ആത്മാർത്ഥമായി നിങ്ങൾ എന്നെ മോചിപ്പിക്കാൻ ആശിക്കുന്നുണ്ടോ?''

''തീർച്ചയായും.''

ടിൻഡിർ സിബില്ലോണ ആഹ്ലാദംകൊണ്ടു തുടുതുടുത്തു. പെട്ടെന്നുതന്നെ അവൾ താഴോട്ടു കുനിഞ്ഞു നിലത്തു വീണു കിടക്കുന്ന കോഴിത്തൂവൽ കടന്നെടുത്തു. അവളുടെ സ്ഥാനത്ത് ഒരു കറുത്ത പിടക്കോഴി പ്രത്യക്ഷപ്പെട്ടു. അതേനിമിഷത്തിൽതന്നെ അടുത്തുള്ള പള്ളിയിലെ ഘടികാരം ഒന്നടിച്ചു.

പിറ്റേന്നുരാവിലെ കലോഡാൻട് ഉണർന്നപ്പോൾ അയാൾ ആ പിടക്കോഴിയെ നന്നായി തീറ്റി. തലേദിവസം രാത്രി ടിൻഡിർ സിബില്ലോണ കൊണ്ടുവന്നിരുന്ന ഭക്ഷണം കഴിച്ചു. എന്നിട്ട് ആ പിടക്കോഴിയെ ചുമലിൽ വെച്ചുകൊണ്ട് അമ്മയുടെ അടുത്തേക്കു ചെന്നു.

''അമ്മേ, ഞാൻ എന്റെ കല്യാണത്തിനു പട്ടണത്തിലേക്കു പോകുകയാണ്.'' അവൻ അമ്മയോടു പറഞ്ഞു. അമ്മ സന്തോഷത്താൽ കൈയടിച്ചു ചോദിച്ചു.

''നീ ആരെയാ കല്യാണം കഴിക്കാൻ പോകുന്നത്?''

''അമ്മയ്ക്കു കാണാം.'' നടക്കാൻ തുടങ്ങിയപ്പോൾ അവൻ ചിരിച്ചുകൊണ്ടു പറഞ്ഞു.

''അൽപ്പം നിൽക്കൂ. ഒരുനിമിഷം ഞാൻ നിനക്കു പ്രാതൽ തയ്യാറാക്കിത്തരാം.''

''ഞാൻ എന്റെ പ്രാതൽ കഴിച്ചു അമ്മേ. അമ്മയ്ക്കു വിശപ്പുണ്ടെങ്കിൽ എന്റെ മുറിയിലേക്കു ചെല്ലുക. അവിടെ ധാരാളം ഭക്ഷണം ശേഷിപ്പുണ്ട്.''

കുതിരയെ കെട്ടഴിച്ചു. തന്റെ മുമ്പിലായി ആ കറുത്ത പിടക്കോഴിയെ പിടിച്ചിരുത്തിക്കൊണ്ട് അവൻ പട്ടണത്തിലേക്ക് പോയി. വികാരിയെ കാണാൻ അകത്തുകടന്നു.

''ഇതാ ഒരു സ്വർണ്ണനാണയം. എന്റെ വിവാഹകർമ്മം നിർവ്വഹിച്ചു തരാമോ പ്രഭോ?''

വികാരി സ്വർണ്ണനാണയം കൈയിലെടുത്തു. അത് കള്ളനാണയമോ എന്നു കടിച്ചു പരിശോധിച്ചു. ജിപ്സിയാൽ വഞ്ചിക്കപ്പെടരുതല്ലോ. ''ശരി. എന്തുകൊണ്ടില്ല. വിവാഹകർമ്മം നിർവ്വഹിക്കാം. വധു എവിടെ?''

''എന്റെ വധു ഇതാ ഈ കറുത്ത പിടക്കോഴിയാണ്.''

''ഒരു പിടക്കോഴിയെയാണോ നിനക്കു കെട്ടേണ്ടത്? എന്റെ കുട്ടീ, നിന്റെ തലയ്ക്കു നല്ല വെളിവില്ലെന്നാണ് എനിക്കു തോന്നുന്നത്.''

''നിങ്ങൾ തയ്യാറില്ലെങ്കിൽ എനിക്ക് ആ സ്വർണ്ണനാണയം തിരിച്ചു തരണം.''

പാതിരി വേഗം ആ സ്വർണ്ണനാണയം പോക്കറ്റിലിട്ടുകൊണ്ടു പറഞ്ഞു.

''അത്ര എളുപ്പത്തിലതു സാധ്യമല്ല. ആദ്യം നിങ്ങളത് പരസ്യം ചെയ്യേണ്ടതുണ്ട്.''

''അതിന് എത്ര സമയം പിടിക്കും?''

''മൂന്നുദിവസം. നിങ്ങളുടെ പേരെന്താണ്? നിങ്ങളുടെ വധുവിന്റെ പേര്?''

''എന്റെ പേർ കലോഡാൻട്. എന്റെ വധുവിനെ വിളിക്കുന്നത് ടിൻഡിർ സിബില്ലോണ. പള്ളിമേടയിൽ കയറി പരസ്യം ചെയ്യുക.

മൂന്നു ദിവസം കഴിഞ്ഞാൽ ഞങ്ങൾ കല്യാണത്തിനു തയ്യാറായി വരുന്നതായിരിക്കും.'' കലോഡാൻട് സ്വന്തം വീട്ടിലേക്കു തിരിച്ചു പോയി.

വീട്ടിലെത്തിയപ്പോൾ അമ്മ അവനോടു ചോദിച്ചു. ''ആരാണ് നിന്റെ വധു? നിന്റെ കിടപ്പുമുറിയിൽ എങ്ങനെ ആ ഭക്ഷണം എത്തി?'' അതിനൊന്നും കലോഡാൻട് കൃത്യമായി മറുപടി പറഞ്ഞില്ല.

അന്ന് വൈകുന്നേരം വളരെ നേരത്തെ കിടക്കാൻ പോയി. പക്ഷേ അടുത്ത മുറിയിൽ കിടന്നിരുന്ന അമ്മയ്ക്ക് ഉറക്കം വന്നില്ല, ജിജ്ഞാസ കൊണ്ട്. അർദ്ധരാത്രി അടുത്തപ്പോൾ തന്റെ മകന്റെ മുറിയിൽ എന്തെല്ലാമോ നടക്കുന്നുണ്ടെന്നൊരു തോന്നലുണ്ടായി. ശബ്ദമുണ്ടാക്കാതെ അവരെഴുന്നേറ്റു. ആ വാതിലൽപ്പം അകറ്റി. അതേ നിമിഷത്തിൽതന്നെയാണ് അർദ്ധരാത്രിക്കുള്ള മണി പള്ളിയിൽ അടിച്ചത്. കലോഡാൻടിന്റെ അമ്മ എല്ലാം വ്യക്തമായി കണ്ടു. കോഴിക്കൂട്ടിൽ നിന്ന് കറുത്ത പിടക്കോഴി പുറത്തേക്കോടിവരുന്നു. നിന്നുകൊണ്ടു സ്വയം കുലുങ്ങിക്കൊണ്ട് അതിസുന്ദരിയായ പെൺകുട്ടിയായി മാറുന്നു. നിലം വൃത്തിയാക്കിയതും വിരിപ്പിൽ ഭക്ഷണം പ്രത്യക്ഷപ്പെടുന്നു. ഇരുവരും ഭക്ഷണം കഴിച്ചുകഴിഞ്ഞപ്പോൾ ആ പെൺകുട്ടി പറഞ്ഞു, ''കലോഡാൻട്. സമയമായി. എനിക്കു പിടക്കോഴിയായി മാറിയേ പറ്റൂ.''

''മൂന്നുദിവസം കഴിഞ്ഞാൽ നമുക്കു പിരിയേണ്ടി വരില്ല.'' യുവ ജിപ്സി മറുപടി പറഞ്ഞു. അവൾ ആലിംഗനത്തിൽനിന്നു വിമുക്തയായി നിലത്തേക്കു കുനിഞ്ഞു. പെട്ടെന്നവൾ അപ്രത്യക്ഷയായി. അവളുടെ സ്ഥാനത്ത് കറുത്ത ആ പിടക്കോഴി നിൽക്കുന്നു.

താൻ ഉണർന്നിരിക്കുകയാണോ അതോ സ്വപ്നം കാണുകയാണോ എന്നു തിരിച്ചറിയാൻ അവർക്കായില്ല. പിറ്റേന്ന് അവർ മകനു ചുറ്റും മുള്ളിന്മേൽ നടക്കുന്നതുപോലെയാണ് നടന്നത്. തലേന്ന് താൻ കണ്ട കാര്യങ്ങൾ പറയാൻ അവർ പേടിച്ചു. അവർക്കു സ്വയം നിയന്ത്രിക്കാനായില്ല. ചോദിച്ചു, ''മോനേ, നിന്റെ വധുവിന്റെ പേരെന്താണ്, എവിടുന്നു വരുന്നു?''

''ടിൻഡിർ സിബില്ലോണ. ജിപ്സി രാജാവിന്റെ മകളാണ്.''

''അവൾ എപ്പോഴാണ് വരുന്നത്, നാം ഒരു സദ്യ ഒരുക്കേണ്ടേ?''

''അതിനെപ്പറ്റിയൊന്നും അമ്മ വേവലാതിപ്പെടേണ്ട. എല്ലാം വേണ്ടപോലെ നടക്കും.'' ഇത്രയും പറഞ്ഞ് അവൻ പുറത്തേക്കു പോയി.

പക്ഷേ അന്നു സന്ധ്യയ്ക്കു ക്യാമ്പിലേക്ക് ഒരു ജിപ്സി കടന്നു വരാനിടയായി. അയാൾ പറഞ്ഞു: ''താൻ പട്ടണത്തിൽനിന്നൊരു

വാർത്ത കേട്ടു. ഈ ക്യാമ്പിലെ തലതിരിഞ്ഞ ഒരുത്തൻ ഒരു പിട ക്കോഴിയെ കല്യാണം കഴിക്കാൻ തീരുമാനിച്ചിരിക്കുകയാണെന്ന്. തന്റെ വധുവിനേയും കൈയിലെടുത്ത് ആ ചങ്ങാതി തലേന്ന് വികാരി യുടെ വീട്ടിൽ ചെന്നിരുന്നത്രെ. വിവാഹകർമ്മം നിർവ്വഹിച്ചു കൊടു ക്കണമെന്നു നിർബന്ധിച്ചുവത്രെ.''

ഇതുകേട്ട എല്ലാവരും പൊട്ടിച്ചിരിച്ചു. പക്ഷേ കലോഡാൻട് നെറ്റി ചുളിച്ചുകൊണ്ടു തന്റെ വീട്ടിലേക്കു തിരിച്ചുചെന്നു. നാണക്കേടോർത്ത് അമ്മ കരച്ചിലായി.

അടുത്ത ദിവസം സർവ്വരും അറിയാനിടയായി, പിടക്കോഴിയെ കല്യാണം കഴിക്കാൻ പോകുന്ന വ്യക്തി കലോഡാൻട് ആണ്. വീട്ടിൽ നിന്ന് പുറത്തുവരാൻ അമ്മയ്ക്ക് നാണക്കേടായി. ക്യാമ്പിൽ പക്ഷേ വരൻ ആളുകളുടെ കളിയാക്കലുകൾ കണക്കിലെടുത്തില്ല. ഒന്നും സംഭവിക്കാത്തപോലെയാണ് അഭിമാനപൂർവ്വം തല ഉയർത്തിപ്പിടിച്ച് അയാൾ ക്യാമ്പിൽ നടന്നത്.

അമ്മ പൊട്ടിക്കരഞ്ഞുകൊണ്ട് അവന്റെ അടുത്തുചെന്നു. കണ്ണു നീർ ചൊരിഞ്ഞ് മകനോടഭ്യർത്ഥിച്ചു.

''സത്യമാണോ മോനേ കലോഡാൻട്? ആളുകൾ പറയുന്നു; നീ ഒരു പിടക്കോഴിയെയാണ് കെട്ടാൻ പോകുന്നതെന്ന്?''

''അതേ, അതേ.''

''മോനേ എനിക്കറിയാം, നീ ഒരു കിറുക്കനല്ല. പക്ഷേ ആളു കൾക്ക് അതറിയില്ല. അതിനാൽ അവർ നിന്നെ പരിഹസിച്ചു ചിരിക്കും. ആ കോഴിയെയുംകൊണ്ട് ഒടുവിൽ അൾത്താരയിലേക്കു പോകു കയാണോ?''

''അതെ.''

അന്നു സന്ധ്യയ്ക്കു തന്റെ മകൻ കോഴിയുമായുള്ള വിവാഹത്തിനു തയ്യാറായി, അവൻ അൾത്താരയിലേക്കു കോഴിയുമായി നീങ്ങുന്ന നാണക്കേട് ഒഴിവാക്കാൻതന്നെ അവർ തീരുമാനിച്ചു, എങ്ങനെയും. അർദ്ധരാത്രി അടുക്കാറായി. നിശ്ശബ്ദയായി അവർ ഉണർന്നു. വളരെ കരുതലോടെ വാതിൽ തുറന്നു. ഉള്ളിലേക്കു നോക്കി.

അർദ്ധരാത്രി മണിയടിച്ചു. കറുത്ത പിടക്കോഴി കൂട്ടിൽനിന്നു പുറത്തുവന്ന് ഒരു ജിപ്സിപ്പെൺകുട്ടിയായി മാറി. കലോഡാൻടിന്റെ അമ്മയ്ക്കു നല്ല കാഴ്ചശക്തിയുണ്ട്. വാതിലിന്റെ തൊട്ടടുത്തു കറുത്ത എന്തോ ഒന്ന് കിടക്കുന്നത് അവർ വ്യക്തമായി കണ്ടു. അത് തൂവലോടുകൂടിയ കോഴിത്തോലായിരുന്നു. മകനും പെൺകുട്ടിയും

ആലിംഗനത്തിൽ മുഴുകിയപ്പോൾ അമ്മ കൈനീട്ടി വാതിലിന്റെ വിടവിലൂടെ ആ കോഴിത്തോൽ വലിച്ചെടുത്തു പുറത്തേക്കോടി.

ക്യാമ്പിന്റെ മദ്ധ്യത്തിൽ എരിഞ്ഞുകൊണ്ടിരുന്ന തീക്കുണ്ഡത്തിന്നടുത്തേക്കാണ് ഓടിയത്. അപ്പോഴും തീക്കുണ്ഡം ചെറുതായി കത്തിയിരുന്നു. ഏതാനും വിറകുകൊള്ളികളെടുത്ത് അവർ തീക്കുണ്ഡത്തിലിട്ടു. പെട്ടെന്ന് തീ ആളിക്കത്താൻ തുടങ്ങി. തീജ്വാലകൾ ഉയരാൻ തുടങ്ങി. അമ്മ ആ കോഴിത്തോൽ തീക്കുണ്ഡത്തിലേക്കിട്ടു. തൂവലുകൾ കത്തി മണക്കാൻ തുടങ്ങി. ആ നിമിഷത്തിൽ ടിൻഡിർ സിബില്ലോണ അത്യുച്ചത്തിൽ വേദനയോടെ കരഞ്ഞു.

''നിനക്കെന്തുപറ്റി?''

''എനിക്കു പൊള്ളുന്നു. എങ്ങനെയാണ് പൊള്ളലേൽക്കുന്നത്?'' കലോഡാൻട് നിലത്തേക്കു നോക്കി, ഏതാനും നിമിഷം. കോഴിത്തൂവൽ കിടന്നിടത്തു കാണുന്നില്ല. ''ആരോ അതു മോഷ്ടിച്ചിരിക്കുന്നു അതു തീയിലിട്ടിരിക്കുന്നു. അതെരിയുന്നതു ഞാനറിയുന്നു. അതു കത്തുന്ന പക്ഷം ഞാൻ മരിക്കും.'' ടിൻഡിർ ദീനമായി വിലപിച്ച് നിലത്തു വീണു. വേദനകൊണ്ടു പിടയാൻ തുടങ്ങി.

ഒരു ഭ്രാന്തനെന്നപോലെ കലോഡാൻട് പുറത്തേക്കോടി. ക്യാമ്പിലെ അഗ്നികുണ്ഡം എരിയുന്നത് അവൻ കണ്ടു. അതു രാത്രിയിൽ കെട്ടടങ്ങേണ്ടതായിരുന്നു. തീയുടെ വെളിച്ചത്തിൽ അവൻ അമ്മയെ തിരിച്ചറിഞ്ഞു. അവർ ഒരു വടികൊണ്ടു കുത്തി കോഴിത്തോൽ തീയിലേക്കു തള്ളിവിടാൻ ശ്രമിക്കുകയാണ്.

''നിങ്ങളെന്താണീ ചെയ്യുന്നത്?'' അവൻ അട്ടഹസിച്ചു. നഗ്നപാദനായി അവൻ തീക്കുണ്ഡത്തിലേക്ക് എടുത്തുചാടി തോൽ കടന്നെടുത്തു. അതു പുറത്തേക്കു തട്ടിമാറ്റി. അൽപ്പമേ കത്തിയിരുന്നുള്ളൂ. അതു കൈയിലെടുത്ത് അവൻ വീട്ടിലേക്കു തിരിച്ചു.

''ഇതാ നിന്റെ തോൽ.'' അവൻ വിളിച്ചുപറഞ്ഞു. ടിൻഡിർ ചാടി എഴുന്നേറ്റു കോഴിത്തോൽ കടന്നെടുത്തു. പൊടുന്നനെ അവളൊരു പിടക്കോഴിയായി മാറി. ക്ലക്ക് ക്ലക്ക് എന്നു കരഞ്ഞുകൊണ്ടു അത് കോഴിക്കൂട്ടിലേക്കു കടന്നു. ഏതാനും നിമിഷങ്ങൾ കഴിഞ്ഞപ്പോൾ ഘടികാരം ഒന്നടിച്ചു.

പിറ്റേന്നു കലോഡാൻട് അമ്മയോട് ഒരക്ഷരം മിണ്ടിയില്ല. അവരോട് അവന് അത്യധികം ദേഷ്യം തോന്നി. ഒരു നിമിഷംപോലും തന്റെ കൺവെട്ടത്തുനിന്നും കറുത്ത പിടക്കോഴിയെ അകറ്റിയില്ല. അവൻ പോകുന്നിടത്തെല്ലാം അവനതിനെ ചുമലിലേറ്റി. നട്ടുച്ചയ്ക്ക്, അവൾക്കു തന്റെ സ്വന്തം രൂപത്തിലേക്കു മാറാൻ കഴിയുന്ന ആ

സമയത്ത് അവൻ അതിനെ മുറിയിലടച്ചിട്ടു കൂട്ടിരുന്നു. ടിൻഡിർ ഒന്നിച്ചിരുന്നാണ് ഭക്ഷണം കഴിച്ചത്. അവളുടെ ശരീരസ്ഥിതിയെപ്പറ്റി അന്വേഷിച്ചു.

''അധികം മോശമല്ല. എന്റെ ശരീരത്തിന്റെ ഇടതുവശം അൽപ്പം പൊള്ളിയെന്നു മാത്രം.'' അവൾ തന്റെ ഇടതു കൈ ഉയർത്തി. കൈയുടെ ഉപരിഭാഗത്ത് വട്ടത്തിൽ ചുകന്ന മൂന്നു കല കണ്ടു. വളയണിഞ്ഞപോലെ. ഇടതുകാലിലും അതുപോലെയുള്ള പൊള്ളലുകൾ അവൻ കണ്ടു.

''അതൊന്നും സാരമാക്കേണ്ട. ദുഃഖിക്കരുത്. അതു കണ്ടാൽ നീ കാലിലും വളകളണിഞ്ഞിട്ടുണ്ടെന്നു തോന്നും; നീ എന്റെ ഭാര്യയായാൽ ഞാൻ നിനക്കു നല്ല സ്വർണ്ണംകൊണ്ടുള്ള ആറു വളകൾ ഉണ്ടാഷിത്തരുന്നതാണ്. അവകൊണ്ട് ഈ കലകൾ നിനക്കു മറയ്ക്കാനാകും.''

ടിൻഡിർ നന്ദി പറഞ്ഞു. കല്യാണം കഴിയുന്നതുവരെ തന്റെ കാര്യം പ്രത്യേകം ശ്രദ്ധിക്കണമെന്ന് അഭ്യർത്ഥിച്ചു.

കലോഡാൻടിന്റെ അമ്മ രണ്ടാമതൊരിക്കലും ആ കോഴിത്തോൽ എടുക്കാൻ ധൈര്യപ്പെട്ടില്ല. ദിവസം മുഴുവൻ തേങ്ങിത്തേങ്ങിക്കരഞ്ഞുകൊണ്ടു കഴിച്ചുകൂട്ടി. കലോഡാൻട് തന്നോട് ഇക്കാര്യമൊന്നും പറയാത്തതിൽ അവർ ദുഃഖിച്ചു.

മൂന്നുദിവസം കഴിഞ്ഞു. കലോഡാൻട് കോഴിക്കൂട് എടുത്തു കുതിരപ്പുറത്തു തന്റെ മുമ്പിൽ ഭദ്രമായി വെച്ചു. പട്ടണത്തിലേക്കു പോയി. ക്യാമ്പിലെ പകുതിയോളം പേർ അവന്റെ പിന്നാലെ ഓടുകയോ കൂടെ വരികയോ ചെയ്തു. കലോഡാൻട് ഒരു പിടക്കോഴിയെ കല്യാണം കഴിക്കുന്ന കാഴ്ച കാണാതിരിക്കാൻ അവർക്കായില്ല. അമ്മ മാത്രം വീട്ടിൽ ഒറ്റയ്ക്കിരുന്നു. വീടിന്റെ വാതിലടച്ചു. പുരോഹിതനോടൊത്തുള്ള വിവാഹകർമ്മങ്ങൾ നിർവ്വഹിക്കുന്നതിനു കലോഡാൻടിന് ഇഷ്ടംപോലെ സമയം കിട്ടി. പള്ളിയിൽ നിറയെ ജിപ്സികളും മറ്റുള്ളവരുമായിരുന്നു. വിവാഹത്തിനു സാക്ഷ്യം നിർവഹിക്കാൻ എത്തിയവരാണെല്ലാം. ആദ്യം പുരോഹിതൻ കർമ്മം വഹിക്കാൻ വിസമ്മതിക്കുകയുണ്ടായി. പക്ഷേ കലോഡാൻട് തന്റെ പോക്കറ്റിൽനിന്ന് മറ്റൊരു സ്വർണ്ണനാണയം പുറത്തെടുത്തപ്പോൾ അദ്ദേഹം തീരുമാനിച്ചു, ഈ ഭ്രാന്തനുമായി ഒത്തുപോകുക വിഷമമാണ്. അതിനേക്കാൾ നല്ലത് അയാളുടെ ആവശ്യങ്ങൾ അനുവദിച്ചു കൊടുക്കുകയാണ്. തന്റെ ഏറ്റവും ജീർണ്ണിച്ച പുരോഹിതവസ്ത്രമണിഞ്ഞാണ് അദ്ദേഹം പള്ളിയിലേക്കു ചെന്നത്.

കലോഡാൻട് അൾത്താരയിലേക്ക് കാലെടുത്തുവെച്ചു. കൂട്ടിൽ നിന്ന് കോഴിയെ പുറത്തെടുത്ത് തന്റെ അരികിൽവെച്ചു. പുരോഹിതൻ നീരസത്തോടെ ടിൻഡിർ സിബില്ലോണയെ സന്തോഷപൂർവ്വം സ്വീകരിക്കുമോ എന്നു ചോദിച്ചു. 'സ്വന്തം ഇഷ്ടപ്രകാരമാണോ അവന്റെ ഭാര്യയായത്? എന്നും അവളൊത്തു ജീവിക്കുമോ.'' ഉച്ചത്തിലായിരുന്നു അവന്റെ മറുപടി. ''സമ്മതമാണ്.''

അവന്റെ പിന്നിൽ നിന്നിരുന്നവർ ഒന്നായി പൊട്ടിച്ചിരിച്ചു. കർക്കശമായ ഒരു നോട്ടത്തിലൂടെ പുരോഹിതൻ അവരെ ശാസിച്ചു. തന്റെ വിചിത്രവധുവിനെ ഒരു നോക്കുകാണാൻ പിൻതിരിഞ്ഞപ്പോൾ കലോഡാൻട് വിസ്മയപ്പെട്ടു. പുരോഹിതന്റെ ചോദ്യങ്ങൾക്കു സമ്മതമാണ് എന്ന് കലോഡാൻട് ഉച്ചത്തിൽ മറുപടിപറഞ്ഞ ആ നിമിഷത്തിൽ അവിടെയുണ്ടായിരുന്ന കറുത്ത പിടക്കോഴി അപ്രത്യക്ഷമായി. അൾത്താരയ്ക്കു മുമ്പിലതു നിന്നിരുന്നിടത്ത് അതിസുന്ദരിയായ ഒരു പെൺകുട്ടി പ്രത്യക്ഷമായി. അതിമനോഹരമായ വിവാഹവസ്ത്രങ്ങളാണ് അവൾ ധരിച്ചിരുന്നത്. അത്ഭുതപരതന്ത്രനായി, സംസാരശേഷി നഷ്ടപ്പെട്ട പുരോഹിതൻ സമനില വീണ്ടെടുത്തപ്പോൾ അവളോടു ചോദിച്ചു. ''തന്റെ ഭർത്താവായി കലോഡാൻടിനെ സ്വീകരിക്കാൻ സമ്മതമാണോ?'' അവളും ഉറച്ചസ്വരത്തിലാണ് മറുപടി പറഞ്ഞത്. ''സമ്മതമാണ്.'' പുരോഹിതൻ അവരുടെ കരങ്ങൾ ബന്ധിപ്പിച്ച് അനുഗ്രഹിച്ചു.

കലോഡാൻട് നവവധുവിനെ ചുംബിച്ചുകൊണ്ട് അവൾക്കു നേരെ കൈനീട്ടി. അപ്പോൾ ടിൻഡിർ കലോഡാൻടിനോട് അൾത്താരയ്ക്കടുത്തു കിടക്കുന്ന കോഴിക്കൂടു കൈയിലെടുക്കാൻ പതുക്കെ മന്ത്രിച്ചു. അവൻ അതും കൈയിലെടുത്തു. അവർ പള്ളിയിൽനിന്നു പുറത്തുവന്നപ്പോൾ അവിടെ തിങ്ങിക്കൂടിയ ജനക്കൂട്ടത്തിനുമുമ്പിൽ മറ്റൊരത്ഭുതംകൂടി ഉണ്ടായി.

കോഴിക്കൂട് ടിൻഡിർ കൈയിൽ വാങ്ങി. അതു ദൂരെ വലിച്ചെറിഞ്ഞു. അത്ഭുതം. പള്ളിയുടെ പടിവാതിൽക്കൽ അതിമനോഹരമായ ഒരു രാജകീയവണ്ടി നിൽക്കുന്നതായി കണ്ടു. കലോഡാൻട് തന്റെ കുതിരയെ ആ വണ്ടിയിൽ പൂട്ടി. വധുവിനെ വാരിയെടുത്തു വണ്ടിയിലിരുത്തി. അവൻ വണ്ടി ഓടിച്ചുപോയി. കലോഡാൻടിനെ അഭിനന്ദിച്ചു കൊണ്ട് ആർപ്പുവിളികളോടെ ജിപ്സികൾ ആ വണ്ടിക്കു പിന്നാലെ ഓടി.

തന്റെ വീടിനു മുമ്പിലെത്തിയപ്പോൾ അവൻ വണ്ടി നിർത്തി. വാതിലിലൊന്നു മുട്ടി. ''അമ്മേ വാതിൽ തുറക്കൂ! ഇതാ എന്റെ വധുവിനെ കൊണ്ടുവന്നിരിക്കുന്നു!'' അവൻ വിളിച്ചുപറഞ്ഞു. കലോഡാൻടിന്റെ അമ്മ ജനാലയിലൂടെ ഒന്നെത്തിനോക്കി. രാജകീയമായ ആ വണ്ടിയിൽ ആ കറുത്ത പിടക്കോഴിക്കുപകരം അതിസുന്ദരിയായ

ഒരു പെൺകുട്ടിയെയാണ് അവർ കണ്ടത്. അത്യാഹ്ലാദത്താൽ അവർ ആർത്തുവിളിച്ചു. വാതിൽ തുറക്കാൻ ആവേശത്തോടെ ഓടിച്ചെന്നു.

ഒട്ടുംവൈകാതെ ഒരു ജിപ്സിക്കല്യാണവും നടത്തി. ലോകത്തിലുണ്ടായ ഏറ്റവും ഉജ്ജ്വലമായ വിവാഹമായിരുന്നു അത്. അതിനു മുമ്പോ പിമ്പോ അങ്ങനെ ഒരു വിവാഹാഘോഷം നടന്നിട്ടില്ല. ലോകത്തിന്റെ നാനാഭാഗത്തുനിന്നുള്ള ജിപ്സികൾ അതിൽ പങ്കുകൊള്ളാൻ വന്നു. ജിപ്സികളുടെ രാജാവും പങ്കെടുത്തു. ടിൻഡിറിന്റെ പിതാവായിരുന്നു ജിപ്സിരാജാവ്. അദ്ദേഹം കലോഡാൻടിനെ ആത്മാർത്ഥമായി അഭിനന്ദിച്ചു. തന്റെ മകളെ മാന്ത്രികവലയത്തിൽനിന്നു രക്ഷിച്ചതിനു പ്രത്യേകം നന്ദി പറഞ്ഞു. തന്റെ മകൾക്ക് കനത്ത സ്ത്രീധനം നൽകി. അതിനുശേഷം കലോഡാൻടും ടിൻഡിർ സിബില്ലോണയും വളരെക്കാലം സുഖമായി ജീവിച്ചു. ■

ചെന്നായ് രാജകുമാരി

ഒരിക്കലൊരിടത്ത് അതിസമ്പന്നനും വീരപരാക്രമിയുമായ ഒരു രാജാവുണ്ടായിരുന്നു. ഒരു മകളാണ് രാജാവിനുണ്ടായിരുന്നത്. ഭൂലോകസുന്ദരിയായ അവൾ ഒരു അത്ഭുതബാലികയായിരുന്നു. സംസാരിക്കുന്നതിൽ അവൾക്കൊട്ടും താത്പര്യമില്ല. കൊട്ടാരത്തിലെ മുറികളിലൂടെ ഉലാത്തിക്കൊണ്ടേയിരുന്ന സദാസമയം ഉറങ്ങുന്ന ഒരു പെൺകുട്ടി.

രാജാവ് തന്റെ രാജ്യത്തിലെ ഏറ്റവും പ്രഗത്ഭരായ ഭിഷഗ്വരന്മാരെ ചികിത്സാർത്ഥം വിളിപ്പിച്ചു. എന്നാൽ ഉറക്കത്തിൽനിന്നു രാജകുമാരിയെ ആർക്കുമുണർത്താൻ കഴിഞ്ഞില്ല.

ഒരു ദിവസം വൃദ്ധയായ ജിപ്സിത്തള്ള ഭിക്ഷ തേടി ആ കൊട്ടാരവാതിൽക്കലെത്തി. ഭക്ഷണവും പഴയ വസ്ത്രങ്ങളും തേടി. കാവൽക്കാരന്റെ ഭാര്യ നല്ല മനസ്സുള്ളവളായിരുന്നു. ആ പിച്ചക്കാരിത്തള്ള ആവശ്യപ്പെട്ടതെല്ലാം അവൾ നൽകി. ജിപ്സിത്തള്ള നന്ദിപറഞ്ഞു. പോകുമ്പോൾ ആ തള്ള ചോദിച്ചു: ''ഇവിടെ, നിങ്ങളുടെ രാജാവിന്റെ കൊട്ടാരത്തിൽ ഉറക്കത്തിലാണ്ടുപോയ ഒരു രാജകുമാരിയുണ്ടെന്നും ആർക്കും അവളെ ഉണർത്താൻ കഴിയുന്നില്ലെന്നും പറഞ്ഞുകേട്ടു. ശരിയാണോ? എന്റെ മകൾക്കോ നിങ്ങളുടെ മകൾക്കോ ഇങ്ങനെ സംഭവിക്കുന്നപക്ഷം എന്തുചെയ്യണമെന്നും എനിക്കറിയാം.''

''നിങ്ങളെന്താ ചെയ്യുക?'' കാവൽക്കാരന്റെ ഭാര്യ ചോദിച്ചു.

''ഞാൻ നേരെ ഷ്ടദ്യവെൻഗറോവിനെ ചെന്നുകാണും. ഞാനെന്തു ചെയ്യണമെന്ന് അദ്ദേഹത്തോടു ചോദിക്കും.''

''അല്ലാ, ആരാണീ ഷ്ടദ്യവെൻഗറോ! ഇങ്ങനെ പേരുള്ള ഒരാളെപ്പറ്റി ഞാൻ കേട്ടിട്ടേയില്ല.''

''ഷ്ടദ്യവെൻഗറോ ഒരു മനുഷ്യനല്ല. ഒരു മൃഗമാണ്. അവൻ താമസിക്കുന്നത് ഒരു വൻകാടിന്റെ ഉള്ളിലാണ്. കണ്ടുപിടിക്കുക അത്ര എളുപ്പമല്ല. അവനു നാലു കണ്ണുകളുണ്ട്. രണ്ടു കണ്ണ് മുമ്പിലും

രണ്ടു കണ്ണ് പിന്നിലും. അതുകൊണ്ടാണ് ഞങ്ങൾ ജിപ്സികൾ അവനെ ഷ്ടദ്യവെൻഗറോ എന്നു വിളിക്കുന്നത്. നിങ്ങളൊക്കെ അവനെ നാലുകണ്ണുള്ളവൻ എന്നേ അറിയൂ. അവനൊരിക്കലും ഉറങ്ങില്ല. അവനെല്ലാം അറിയുകയും ചെയ്യും. പക്ഷേ അവൻ ഭക്ഷണത്തിന് അത്യാർത്തിയുള്ളവനാണ്. രാജാവെനിക്കു രണ്ട് ഒന്നാന്തരം മുട്ടനാടിനേയും രണ്ടു പൂവൻകോഴിയേയും നൂറ്റിഇരുപത് മുട്ടകളും രണ്ടു പാട്ട വെണ്ണയും തരുമെങ്കിൽ ഞാൻ ആ നാലുകണ്ണുള്ളവനെ തേടിപ്പിടിച്ച് രാജകുമാരിക്ക് എന്താ കുഴപ്പം പറ്റിയതെന്ന് അന്വേഷിച്ചുഓവരാം.''

കാവൽക്കാരന്റെ ഭാര്യ രാജാവിനെ കാര്യങ്ങൾ അറിയിച്ചു. രാജാവ് പറഞ്ഞു: ''വളരെ നല്ലത്. അവൾ ചോദിക്കുന്നതെല്ലാം കൊടുക്കുക. ആ ജന്തുവിനെ കണ്ടുപിടിച്ചു ശുഭവാർത്ത അറിയിക്കുമ്പോൾ ഇരട്ടിസമ്മാനങ്ങൾ കൊടുക്കുന്നതായിരിക്കും എന്നു പ്രത്യേകം അവളോടു പറയുകയും ചെയ്യുക.''

ജിപ്സിത്തള്ള രണ്ടു മുട്ടനാടിനേയും രണ്ടു പൂവൻകോഴിയേയും നൂറ്റിഇരുപതുമുട്ടയും രണ്ടു പാട്ട വെണ്ണയും കൈപ്പറ്റി. പകുതി സ്വന്തം ആവശ്യത്തിനായി വീട്ടിലേക്കെടുത്തു കൊണ്ടു പോയി. മറ്റേപാതിയുമായി നാലുകണ്ണനെത്തേടി കാട്ടിലേക്കു യാത്രയായി. അവൾ അതിനെ കണ്ടെത്തുകയും ചെയ്തു. അവൾ കൊണ്ടുപോയ സമ്മാനങ്ങൾ അവനു മുന്നിൽ വെച്ചു. ഉറങ്ങുന്ന രാജകുമാരിയുടെ കാര്യത്തിൽ എന്താണിനി ചെയ്യേണ്ടതെന്നതിന് ഉപദേശം തേടുകയും ചെയ്തു.

നാലുകണ്ണൻ മുട്ടനാടിനെ നോക്കി, പൂവൻകോഴിയെ, അറുപതു കോഴിമുട്ട, ഒരു പാട്ട വെണ്ണ എന്നിവയെ നോക്കി പറഞ്ഞു.

''ശരി. ഞാൻ ഉപദേശം തരാം. എന്തിനു പറയാതിരിക്കണം. പക്ഷേ, ആദ്യം രാജാവ് എനിക്കു തരാൻ വേണ്ടി നിനക്കു തന്ന മറ്റേപാതി സാധനങ്ങൾ നീ എന്തുചെയ്തു?''

''എല്ലാം നിങ്ങൾ ഊഹിച്ചറിയുമെന്ന് എനിക്കറിയാം. ഞാൻ നിന്നെ ചതിച്ചതല്ല. വീട്ടിൽ എനിക്കു കുട്ടികളില്ലേ? നിന്നെപ്പോലെതന്നെ അവരും ആർത്തിപിടിച്ചവരാണ്. നിങ്ങൾക്കു രാജാവ് തന്നതെല്ലാം ഞാൻ കൊണ്ടുവന്നുതരുന്നതാണ്. രാജകുമാരിയുടെ കാര്യത്തിൽ എന്താണ് ചെയ്യേണ്ടതെന്ന് ഒന്നു പറഞ്ഞു തന്നാൽ മാത്രം മതി.''

''ശരി ശരി. വാക്കുതന്ന പോലെ നീ പ്രവർത്തിച്ചില്ലെങ്കിൽ ഇനിയൊരിക്കലും ഞാൻ ഉപദേശം തരില്ല. രാജകുമാരിയിൽ ഒരു ചെന്നായയുടെ ആത്മാവുണ്ട്. അതിനു മനുഷ്യമാംസവും രക്തവും വേണം.

അതു കിട്ടിയില്ലെങ്കിൽ അവൾ മരിക്കുകയേയുള്ളൂ. അവൾക്കും മറ്റുള്ളവർക്കും നല്ലത് അതാണ്. മറിച്ചാണ് രാജാവിന്റെ ആഗ്രഹ മെങ്കിൽ, എന്തുചെയ്തും അവളെ ജീവിപ്പിക്കണമെന്നാണെങ്കിൽ, കൊട്ടാരത്തിലെ പള്ളിവളപ്പിൽ അദ്ദേഹമവളെ ഒരു ശവപ്പെട്ടിയിൽ അടക്കം ചെയ്യണം. തന്റെ കാവൽക്കാരായ പട്ടാളക്കാരെ ഓരോ രുത്തരെയായി രാത്രികാവലിനു രാജാവ് ഏർപ്പാടാക്കുകയും വേണം. നേരം വെളുക്കുമ്പോൾ ആ പട്ടാളക്കാരൻ മരിച്ചിരിക്കും. പക്ഷേ രാജകുമാരി ജീവിച്ചിരിപ്പുണ്ടാവും. ഈ വിധത്തിലുള്ള ഭക്ഷണം രാജാവു നൽകുന്ന കാലംവരെ അവൾ ജീവിച്ചിരിക്കും.''

നന്ദിപറഞ്ഞു ജിപ്സിത്തള്ള കൊട്ടാരത്തിലേക്കു യാത്ര തിരിച്ചു. രാജാവിനെ കഥയെല്ലാം പറഞ്ഞുകേൾപ്പിച്ചു. രാജാവ് വളരെ അസ്വസ്ഥനായി. പക്ഷേ ഒടുവിൽ പറഞ്ഞു. ''എന്റെ രക്തത്തിനും മാംസത്തിനും പകരമായി പടയാളികൾ മരിക്കുന്നതുതന്നെ ഉത്തമം.''

അദ്ദേഹം രു ശവപ്പെട്ടി ഉടനെ പണികഴിപ്പിച്ചു. രാജകുമാരിയെ അതിൽ കിടത്തി കൊട്ടാരം പള്ളിവളപ്പിൽ കൊണ്ടുപോയി വെച്ചു.

തന്റെ അംഗരക്ഷകരായ പടയാളികളെ രാജാവ് വിളിച്ചു. നൂറോളം പേർ വരും. ''രാത്രി രാജകുമാരിക്കു കാവൽ നിൽക്കാൻ ഒരാൾ മുന്നോട്ടു വരണം. പാരിതോഷികമായി ഒരു നല്ല അത്താഴം തരും. പിറ്റേന്ന് ഒഴിവ് അനുവദിച്ചുകൊടുക്കും. വീട്ടിലേക്കു പോകാൻ അതു സൗകര്യപ്പെടുമല്ലോ?'' എല്ലാവരും അതിനു തയ്യാറായി മുന്നോട്ടു വന്നു. അവരിൽനിന്ന് തനിക്കിഷ്ടം കുറഞ്ഞ ഒരു പടയാളിയെയാണ് രാജാവ് കാവലിനു തെരഞ്ഞെടുത്തത്. മറ്റുള്ളവർക്കെല്ലാം അവനോട് അസൂയ തോന്നി. എല്ലാം പിറ്റേന്നു നേരം വെളുക്കുന്നതുവരെ മാത്രം. പിറ്റേന്നുരാവിലെ സ്വീകരിക്കാൻ പോയ മറ്റു പടയാളികൾ മരിച്ചു കിടക്കുന്ന കൂട്ടുകാരനെയാണ് കണ്ടത്. ഒരിടത്തും ഒരു രക്തപ്പാടും കണ്ടില്ല. അവർക്കത്ഭുതം തോന്നി.

അന്ന് സന്ധ്യയ്ക്ക് ആരും കാവൽ നിൽക്കാൻ സ്വയം തയ്യാറായി മുന്നോട്ടു വന്നില്ല. രാജാവിനുതന്നെ തെരഞ്ഞെടുക്കേണ്ടിവന്നു. തിര ഞ്ഞെടുക്കപ്പെട്ടവനു രാജകല്പന അനുസരിക്കാതെ നിവൃത്തി യില്ലല്ലോ?

പിറ്റേന്നു രാവിലെ അവനും മരിച്ചുകിടക്കുന്നതു കണ്ടപ്പോൾ രാജാവിനു മൂന്നാം ദിവസം കാവൽ നിൽക്കാൻ ആരോടും നിർബ ന്ധിക്കാൻ കഴിയാതായി. അതിനാൽ രാജാവ് അവരോടു നറുക്കിട്ടു കാര്യം തീരുമാനിക്കാൻ കല്പിച്ചു. ''നറുക്കാർക്കാണോ വീണത്, അവൻ പാറാവിനു പോയേ തീരൂ. അനുസരിച്ചില്ലെങ്കിൽ തലവെട്ടി

വീഴ്ത്തപ്പെടും.'' ഏഴുവർഷത്തെ പരിചയമുള്ള ഒരു പടയാളിക്കാണ് നറുക്കു വീണത്. അയാൾ പിരിഞ്ഞു നാട്ടിലേക്കുപോകാൻ തയ്യാറെടുത്തിരിക്കുകയുമായിരുന്നു. അയാൾ ഒരു ജിപ്സിയായിരുന്നു. അവന്റെ വീട്ടിൽ നാലു മക്കൾ അച്ഛന്റെ വരവും കാത്തിരിപ്പാണ്. അയാൾ അരോഗദൃഢഗാത്രനും സുഭഗനുമായതിനാലാണ് പട്ടാളത്തിലെടുത്തത്. അയാൾക്കു ഭാര്യയും മക്കളുമുണ്ടെന്ന കാര്യമൊന്നും ആരും കണക്കിലെടുത്തില്ലായിരുന്നു. രാജാവിന്റെ, തിരഞ്ഞെടുക്കുന്ന ഉദ്യോഗസ്ഥർ അത്തരം നിസ്സാരകാര്യങ്ങൾ കണക്കിലെടുക്കുകയുമില്ല.

പക്ഷേ അവിടെ അതു സംഭവിച്ചു. പട്ടാളത്തിലായിരുന്നപ്പോൾ ഏഴുവർഷവും അങ്ങേയറ്റം ആത്മാർത്ഥതയോടെയാണ് ജിപ്സി ജോലി ചെയ്തത്. പക്ഷേ വീട്ടിലേക്കു തിരിച്ചുപോകേണ്ട സമയം വന്നിരിക്കുന്നു. അപ്പോഴാണ് ഈ ദുരന്തം. ഉറങ്ങുന്ന രാജകുമാരിക്കു രാത്രി കാവൽ നിൽക്കാൻ അയാൾതന്നെ പോകണമെന്നാണ് രാജകല്പന. അയാൾ പൊട്ടിക്കരഞ്ഞു. തനിക്കു പകരം മറ്റാരെയങ്കിലും അയയ്ക്കാൻ അയാൾ വീണ്ടും വീണ്ടും അഭ്യർത്ഥിച്ചു. താൻ സർവ്വീസിൽനിന്നു പിരിയാറായിരിക്കുന്നു എന്ന കാര്യവും ബോധിപ്പിച്ചു. പക്ഷേ ആരുംതന്നെ ആ പടയാളിക്കു പകരം ത്യാഗം ചെയ്യാൻ മുന്നോട്ടുവന്നില്ല.

അന്നു സന്ധ്യയ്ക്ക് അയാൾക്കു രാജകീയമായ ഒരു അത്താഴം ലഭിച്ചു. പക്ഷേ പിറ്റേന്നു രാവിലെ മുൻഗാമികളെപ്പോലെ താൻ മരിച്ചിരിക്കുമെന്ന ചിന്തയാൽ ഒട്ടും വിശപ്പുണ്ടായില്ല. ഭക്ഷണത്തിനു സ്വാദും തോന്നിയില്ല. സൂര്യൻ അസ്തമിച്ചതിനുശേഷമേ അയാൾ പള്ളിവളപ്പിലേക്കു പോകേണ്ടതുള്ളൂ. അപ്പോഴും വെളിച്ചമുണ്ടായിരുന്നു. ദുഃഖിതനായി അയാൾ കൊട്ടാരവളപ്പിൽ അങ്ങോട്ടുമിങ്ങോട്ടും നടന്നു. തന്റെ വിധിയോർത്ത് അത്യധികം ദുഃഖിച്ചു. പെട്ടെന്ന് അയാൾക്കെതിരെ മുഖത്തോടുമുഖമായി ഒരു ജിപ്സിത്തള്ള പ്രത്യക്ഷപ്പെട്ടു. രാജകുമാരിയിലുള്ളത് ഒരു ചെന്നായയുടെ ആത്മാവാണെന്നു രാജാവിനോടറിയിച്ച അതേ ജിപ്സിത്തള്ളതന്നെ. വൈകുന്നേരം അവൾ കൊട്ടാരത്തിലേക്കു വന്നത് തനിക്കുള്ള പ്രതിഫലം കൈപ്പറ്റാനാണ്. ഒറ്റയടിക്കു കൊണ്ടുപോകാൻ പറ്റാത്തതായിരുന്നതിനാൽ പകുതിയേ കൊണ്ടുപോയിരുന്നുള്ളൂ.

''മുത്തശ്ശീ വന്ദനം,'' തൊണ്ടയിടറിക്കൊണ്ടു പടയാളി അഭിവാദ്യം ചെയ്തു.

''വന്ദനം മോനേ,'' ഈ പട്ടാളക്കാരൻ തന്നെപ്പോലെതന്നെ ഒരു ജിപ്സിയാണെന്ന് അവർ മനസ്സിലാക്കിയിരുന്നു.

''നീ എന്തിനാ ഇത്ര ദുഃഖിച്ചിരിക്കുന്നത്? ആരെങ്കിലും കുടുംബത്തിൽ മരിച്ചോ? അതോ മറ്റെന്തെങ്കിലും?''

''ആരും മരണപ്പെട്ടിട്ടില്ല. പക്ഷേ നാളെ രാവിലെയാകുമ്പോഴേക്കും ഞാൻ മരിക്കും.''

''നിന്നെ കണ്ടിട്ട് നീ നാളെ ചാകേണ്ടവനാണെന്നു തോന്നുന്നില്ല. യുവാവേ നിങ്ങളുടെ ആരോഗ്യമനുസരിച്ചു നിങ്ങൾ നൂറുവർഷം കൂടി ജീവിച്ചിരിക്കേണ്ടതുണ്ട്.''

അപ്പോൾ, അന്നു രാത്രി പള്ളിവളപ്പിൽ ശവപ്പെട്ടിയിൽ ഉറങ്ങിക്കിടക്കുന്ന രാജകുമാരിക്കു കാവലിരിക്കാൻ കൽപ്പിക്കപ്പെട്ട കഥ പറഞ്ഞു. അങ്ങനെ തനിക്കുമുമ്പ് കാവലിനു പോയിട്ടുള്ളവർക്കു സംഭവിച്ച ദുരന്തത്തെപ്പറ്റിയും പറഞ്ഞു കേൾപ്പിച്ചു. ജിപ്സിത്തള്ളയ്ക്ക് എല്ലാം മനസ്സിലായി. ആ യുവാവിനെപ്പറ്റി ചിന്തിച്ചപ്പോൾ അവർക്ക് അത്യധികം ദുഃഖം തോന്നി.

''എത്ര മണിക്കാണ് ജോലിക്കു പോകേണ്ടത്?''

''സൂര്യനസ്തമിച്ചാലുടൻ.''

''ഓ, ഇനിയും സമയമുണ്ട്. പള്ളിയിലേക്കു പോവുക. നിങ്ങൾക്കു യാതൊരു അപകടവും സംഭവിക്കില്ല. അവിടെ നീ എന്നെ കാത്തിരിക്കണം. അർദ്ധരാത്രിക്കു തൊട്ടുമുമ്പ് ഞാൻ നിന്റെയടുത്തു വരും. നിന്റെ മരണം ഒഴിവാക്കാൻ നീ എന്തു ചെയ്യണമെന്ന് ഞാനപ്പോൾ പറഞ്ഞുതരാം.''

പടയാളിക്കു സന്തോഷമായി. വീണ്ടും വീണ്ടും നന്ദി പറഞ്ഞു.

ജിപ്സിത്തള്ള തിരക്കിട്ടു വീട്ടിലേക്കു മടങ്ങി. രാജാവ് തന്ന പാരിതോഷികത്തിൽനിന്ന് ഒരു മുട്ടനാട്, ഒരു കോഴി, അറുപത് കോഴിമുട്ട, ഒരു പാട്ട വെണ്ണ എന്നിവയുമായി നാലുകണ്ണുള്ളവന്റെ അടുത്തേക്കു കുതിച്ചു.

''സത്യം ചെയ്തതു ഞാനിതാ കൊണ്ടുവന്നിരിക്കുന്നു. ഇനി ഒരു കാര്യത്തിൽകൂടി എനിക്കുപദേശം തരണം. ഇന്നു രാത്രി ചെന്നായ് രാജകുമാരിക്കു കാവൽ നിൽക്കേണ്ട ആ പടയാളിയുടെ ജീവൻ രക്ഷിക്കാൻ എന്താണ് ചെയ്യേണ്ടത്? വളരെ നല്ലവനാണ് എന്റെ സുഹൃത്തായ ആ പടയാളി. ഇന്നു രാത്രി ചെന്നായ്‌രാജകുമാരിക്കു കാവൽ നിൽക്കാൻ നിയോഗിക്കപ്പെട്ടിരിക്കുകയാണ്.''

''ഇതു നിസ്സാരകാര്യം. അർദ്ധരാത്രിക്കു തൊട്ടുമുമ്പ് അയാൾ ബലിപീഠത്തിനു പിന്നിൽ ഒളിച്ചിരിക്കണം. അർദ്ധരാത്രിയാകുമ്പോൾ ആ രാജകുമാരി ഞെട്ടിയുണരും. പക്ഷേ ആരെയും അടുത്തു കാണുന്നില്ലെന്നു കണ്ടാൽ അവൾ ഉടനെതന്നെ വീണ്ടും ശവപ്പെട്ടിയിൽ

കിടന്ന് ഉറക്കമാവും. അപ്പോൾ നിന്റെ സുഹൃത്തിനു പുറത്തുവന്നു നേരം വെളുക്കുന്നതുവരെ സന്തോഷപൂർവ്വം കാത്തിരിക്കാം.''

ജിപ്സിത്തള്ള നാലുകണ്ണനോടു നന്ദി പറഞ്ഞു വീണ്ടും പള്ളിയിലേക്കു കുതിച്ചു. അവിടെ എത്തുമ്പോൾ അർദ്ധരാത്രിയായിട്ടില്ല. അവൾ ജാലകത്തിൽ മുട്ടിയപ്പോൾ പടയാളി ജാലകം തുറന്നു. ''ശരിയായോ?''

തന്നോടു ആ നാലുകണ്ണുള്ളവൻ പറഞ്ഞതെല്ലാം ജിപ്സിത്തള്ള പടയാളിയെ അറിയിച്ചു. എവിടെയാണ് ഒളിച്ചിരിക്കേണ്ടതെന്ന് ഉപദേശിച്ചശേഷം ജിപ്സിത്തള്ള വീട്ടിലേക്കു മടങ്ങി. ജിപ്സി ബലിപീഠത്തിനു പിന്നിലൊളിച്ചു. അർദ്ധരാത്രിയായപ്പോൾ ശവപ്പെട്ടിയുടെ മൂടി തുറക്കപ്പെട്ടു. രാജകുമാരി എഴുന്നേറ്റിരുന്നു. പക്ഷേ അടുത്താരേയും കണ്ടില്ല.

''ഇന്നു രാത്രിയിലെ എന്റെ അത്താഴമെവിടെ? അച്ഛൻ എന്റെ കാര്യം മറന്നോ?'' അവൾ അതിരോഷത്തോടെ ചോദിച്ചു. ദേഷ്യത്തോടെ അവൾ ശവപ്പെട്ടിയുടെ മൂടി അടച്ചു. അവൾ ശവപ്പെട്ടിയിൽ അപ്രത്യക്ഷയായി.

ബലിപീഠത്തിനു പിന്നിൽ ഒളിച്ചിരുന്ന പടയാളി അല്പനേരം കൂടി അവിടെ നിന്നു. എല്ലാം ശാന്തം. അയാൾ പുറത്തു കടന്നു. ബലിപീഠത്തിനു മുന്നിൽ വിരിച്ചിട്ടുള്ള പരവതാനിയിൽ കിടന്നു ശാന്തമായി ഉറങ്ങി. രാവിലെ മറ്റു സഹപ്രവർത്തകർ വന്നു പള്ളിവാതിൽ തുറന്നപ്പോൾ അവൻ ജീവനോടെ സുഖമായിരിക്കുന്നതാണ് കണ്ടത്.

അവർ ഓടിച്ചെന്ന് രാജാവിനോടു വിവരം പറഞ്ഞു. രാജാവും വിസ്മയപ്പെട്ടു. രാജാവ് ആ പടയാളിയെ അടുത്തുവിളിച്ചു ചോദിച്ചു. ''പറയൂ, ഇന്നലെ രാത്രി എന്താണ് സംഭവിച്ചത്? സത്യം എന്നോടു പറഞ്ഞാൽ നിനക്കു ഞാനൊരു സഞ്ചി നിറയെ സ്വർണ്ണനാണയങ്ങൾ തരാം.''

ജിപ്സി രാജാവിനോടു നടന്നതെല്ലാം പറഞ്ഞു. ഒന്നു മാത്രം പറഞ്ഞില്ല. ആ ജിപ്സിത്തള്ളയാണ് തന്നോടു ബലിപീഠത്തിനു പിന്നിലൊളിച്ചിരിക്കാൻ ഉപദേശിച്ചതെന്ന്. താൻ അതു ചിന്തിച്ചു ചെയ്തതാണെന്നാണ് ജിപ്സി രാജാവിനോടു വീരസ്യം പറഞ്ഞത്.

രാജാവ് പറഞ്ഞപോലെതന്നെ ഒരു സഞ്ചി സ്വർണ്ണനാണയം അയാൾക്കു കൊടുത്തു. പക്ഷേ അന്നു രാത്രിയും അയാൾതന്നെ രാജകുമാരിക്കു കാവലിരിക്കണമെന്നു കല്പിക്കുകയും ചെയ്തു. ജിപ്സി ആകെ അങ്കലാപ്പിലായി.

''ഏതാനും ദിവസം കൂടിയേയുള്ളൂ. എന്റെ സർവ്വീസ് പൂർത്തിയാകാൻ. അങ്ങു കല്പിച്ചപോലെ രാത്രി കാവൽ നിന്ന എന്നെ പോകാനനുവദിക്കുമെന്നാണ് പ്രതീക്ഷിച്ചത്. ദയവായി എന്നെ വീട്ടിലേക്കു പോകാനനുവദിക്കണം പ്രഭോ.''

''ഇല്ല, ഒരു രാത്രികൂടി നീ അവൾക്കു കാവലിരിക്കണം.'' ഇത്രയും പറഞ്ഞ് അദ്ദേഹം പള്ളിയിലേക്കു നടന്നു. അദ്ദേഹം അതിന്റെ മൂടി തുറന്നു. ഒരു കഷണം കടലാസ്സിൽ എന്തെല്ലാമോ കുത്തിക്കുറിച്ചു. ആ കടലാസ് രാജകുമാരിയുടെ വസ്ത്രത്തിൽ, മാറിൽ തുന്നിവെച്ചു. ഇതാണ് എഴുതിയത്, ''ഞാൻ നിന്നെ മറന്നതല്ല. അടുത്ത തവണ നീ ബലിപീഠത്തിനു പിന്നിൽ നോക്കുക. അവിടെ നീ കാണും, എന്തെങ്കിലും.''

വീണ്ടും കാവലിനു പോകേണ്ടിവന്നതിൽ ജിപ്സി പടയാളിക്കു വല്ലാതെ ഭീതിയായി. പക്ഷേ എന്താണ് രാജാവ് ചെയ്തതെന്ന് അറിയാത്തതിനാൽ പേടി തോന്നിയില്ല, ആദ്യത്തെ തവണ പേടിച്ച പോലെ. ഇനിയും തനിക്ക് വീട്ടിൽ പോകാനായില്ലല്ലോ എന്ന സങ്കടമാണയാൾക്ക്. അന്ന് ഉച്ചയ്ക്ക് അയാൾക്ക് സുഖമായുറങ്ങാൻ സമയം നൽകി. പക്ഷേ ഉറങ്ങുന്നതിനുപകരം അയാൾ കോട്ടയ്ക്കു ചുറ്റും ഉലാത്തുകയാണ് ചെയ്തത്. അപ്പോൾ വീണ്ടും ആ ജിപ്സിത്തള്ളയെ കണ്ടുമുട്ടി.

''എല്ലാം ശരിയായല്ലോ അല്ലേ? നീ എപ്പോഴാ വീട്ടിലേക്കു പോകുന്നത്?''

''ചിലപ്പോൾ മറ്റന്നാൾ. ഒരു രാത്രി കൂടി ഞാൻ രാജകുമാരിക്കു കാവലിരിക്കണമെന്നു രാജാവ് കല്പിച്ചിരിക്കുന്നു.''

''എന്തോ പന്തികേട് തോന്നുന്നു. രാത്രി പള്ളിയിൽവെച്ചുണ്ടായ സംഭവങ്ങളെപ്പറ്റിയൊന്നും രാജാവിനോടു പറഞ്ഞിട്ടില്ലല്ലോ?''

''പറഞ്ഞു. അദ്ദേഹം എന്നോടു ചോദിച്ചു. അങ്ങനെ ഞാൻ പറയാനിടയായി.''

''ഓ, എടാ വിഡ്ഢി. നീ എന്തിനാ അതൊക്കെ അദ്ദേഹത്തോടു പറയാൻ പോയത്?''

''അദ്ദേഹം എനിക്കു ധാരാളം പണം തന്നു.''

''എങ്കിലതിൽ പകുതി എനിക്കു താ.'' ജിപ്സിത്തള്ള പറഞ്ഞു. ''ഒരിക്കൽകൂടി രക്ഷപ്പെടുത്താനുള്ള വഴി ഞാൻ പറഞ്ഞുതരാം. ജിപ്സിപടയാളി തനിക്കു രാജാവിൽനിന്നു കിട്ടിയതിൽ പാതി ജിപ്സിത്തള്ളയ്ക്കു കൊടുത്തു. അവർ പടയാളിയോടു പറഞ്ഞു.

''പള്ളിയിൽ പോയി എന്നെ കാത്തിരിക്കുക.''

ആ സ്ത്രീ ഒരു മുട്ടനാട്, ഒരു പൂവൻകോഴി, അറുപത് കോഴിമുട്ട, ഒരു പാട്ട വെണ്ണ എന്നിവയുമായി നാലുകണ്ണുള്ളവനെ കാണാൻ തിരക്കിട്ടോടി.

''ഇന്നു രാത്രിയും എന്റെ സുഹൃത്തിന് രക്ഷപ്പെടാനുള്ള വഴി എനിക്കുപദേശിക്കണം. അവൻ ഒരു പമ്പരവിഡ്ഢിയാണ്. അവൻ രാജാവിനോട് എല്ലാം തുറന്നുപറഞ്ഞു. ഇന്നുരാത്രിയും അയാൾതന്നെ അവിടെ കാവലിനു നിയോഗിക്കപ്പെട്ടിരിക്കുന്നു. ഇതയാളെ കുടുക്കാൻ രാജാവ് ഒരു കെണി ഒരുക്കിയതാണെന്ന് എനിക്കു തോന്നുന്നു.''

''നീ പറഞ്ഞതു ശരിയാണ്. രാജാവിന് അവനെ ഏതുവിധേനയും കുടുക്കണമെന്നുണ്ട്. ഒരു കാര്യം ചെയ്യുക. അർദ്ധരാത്രിക്കു മുമ്പായി നിന്റെ സുഹൃത്തിനോട് സങ്കീർത്തി*യിൽ കടന്നൊളിച്ചിരിക്കാൻ പറയുക. ഒരപകടവും സംഭവിക്കില്ല.''

തള്ള നാലുകണ്ണുള്ളവനോടു നന്ദിപറഞ്ഞ് പള്ളിയിലേക്കു കുതിച്ചു. എങ്ങനെ ഒളിച്ചിരിക്കണമെന്നു തള്ള പടയാളിയെ ഉപദേശിച്ചു. ''എല്ലാം നല്ലതിനാണെന്നു കരുതുക. രാവിലെ രാജാവ് എത്രതന്നെ സമ്മർദ്ദം ചെലുത്തിയാലും പ്രലോഭിപ്പിച്ചാലും രാത്രി പള്ളിയിൽ നടന്ന കാര്യങ്ങൾ പറയരുത്.''

പറഞ്ഞ പോലെയെല്ലാം ചെയ്യാമെന്നു പടയാളി ഏറ്റു. വായ് മൂടിക്കെട്ടാമെന്നും വാക്കുകൊടുത്തു.

അർദ്ധരാത്രി അടുക്കാറായപ്പോൾ പടയാളി സങ്കീർത്തിയിൽ കടന്നുകൂടി ഒളിച്ചിരിപ്പായി. ഒരു വിടവിലൂടെ എന്താണ് നടക്കുന്നതെന്നറിയാൻ ഒളിഞ്ഞുനോക്കി. കൃത്യം പന്ത്രണ്ടടിച്ചപ്പോൾ ശവപ്പെട്ടിയുടെ വാതിൽ തള്ളിത്തുറക്കപ്പെട്ടു. രാജകുമാരി എഴുന്നേറ്റിരുന്നു. ചുറ്റും രാജകുമാരി കണ്ണോടിച്ചു. സമീപം ആരെയും കണ്ടില്ല. അവൾ പൊട്ടിത്തെറിച്ചു. തന്റെ അച്ഛൻ തന്നെ വീണ്ടും മറന്നിരിക്കുന്നു. ആ നിമിഷത്തിൽത്തന്നെ തന്റെ മാറിൽ തുന്നിപ്പിടിപ്പിച്ചിട്ടുള്ള കടലാസ് കഷണം അവൾ കാണാനിടയായി. അതു വായിച്ചു തീർന്നപ്പോൾ അവൾ ശവപ്പെട്ടിയിൽനിന്ന് ചാടി പുറത്തിറങ്ങി. നേരെ ബലിപീഠത്തിന്റെ പിന്നിലേക്കാണ് ഓടിച്ചെന്നുനോക്കിയത്. പുതിയ ഒളിസങ്കേതത്തിലിരുന്ന് എല്ലാം കാണുന്ന പടയാളി കിടുകിടാ വിറയ്ക്കാൻ തുടങ്ങി. രാജകുമാരി ബലിപീഠത്തിനു പിന്നിൽ ആരെയും കണ്ടില്ല. അവൾ നിരാശയായി വീണ്ടും ശവപ്പെട്ടിയിൽ കയറിക്കിടന്നു മൂടി

* പള്ളിയിൽ തിരുവസ്ത്രങ്ങളും ആരാധനയ്ക്കും പൂജയ്ക്കുമുള്ള സാധനങ്ങളും സൂക്ഷിക്കാൻ ഉപയോഗിക്കുന്ന മുറി.

വലിച്ചടച്ചു, അതിയായ കോപത്തോടെ. നേരം വെളുക്കാൻ കാത്ത് പടയാളി സന്തോഷത്തിലാറാടി.

സഹപ്രവർത്തകർ രാജാവിന്റെ അടുത്തുചെന്നു രണ്ടാംതവണയും ജിപ്സി പടയാളി സുരക്ഷിതനായി കാണപ്പെട്ട വിവരം ബോധിപ്പിച്ചു. രാജാവ് പടയാളിയെ വീണ്ടും വിളിപ്പിച്ചു. തലേന്നുരാത്രി പള്ളിയിൽ എന്താണ് നടന്നതെന്ന് വിശദമായി പറഞ്ഞാൽ അയാൾ പറയുന്ന തെന്തും നൽകാമെന്ന് പ്രതിജ്ഞ ചെയ്തു. പടയാളി മൂകനും ചെകിട നുമായി അഭിനയിച്ചതേയുള്ളൂ. ഒടുവിൽ രാജാവു പറഞ്ഞു. ''എന്നോട് സത്യം തുറന്നുപറഞ്ഞാൽ ഞാൻ നിനക്ക് ഒരു ചാക്കു സ്വർണ്ണ നാണയങ്ങൾ തരാം.''

'ഒരുചാക്ക് നിറയെ സ്വർണ്ണനാണയങ്ങൾ.' പടയാളി ആത്മഗതം ചെയ്തു. അതുകൊണ്ട് എനിക്കു മനോഹരമായ വീടു പണിയാം. എന്റെ മക്കൾക്ക് ഉന്നതവിദ്യാഭ്യാസം ചെയ്യാം. സമൂഹത്തിൽ മാന്യതയും ലഭിക്കും. അയാൾ ഒരുനിമിഷം ചിന്തയിലാണ്ടു. അയാൾ ചിന്തിച്ചു. രണ്ടുതവണ ജിപ്സിത്തള്ള തനിക്ക് ഉപദേശം തന്ന സ്ഥിതിക്കു മൂന്നാമതൊരിക്കൽക്കൂടി ഉപദേശം തരാൻ വിഷമം കാണില്ല. ധാരാളം പണം കൈയിലുണ്ടാകുകയാൽ അവളുടെ അദ്ധ്വാന ത്തിനുവേണ്ട പ്രതിഫലം കൊടുക്കാനും പറ്റും. തലേന്നു രാത്രി നടന്ന സംഭവങ്ങളെല്ലാം ജിപ്സി രാജാവിനോടു വിശദമായി പറഞ്ഞു. ഉടനെതന്നെ രാജാവ് ഒരു ചാക്ക് സ്വർണ്ണനാണയങ്ങൾ വരുത്തി പടയാളിക്കു നൽകി. മാത്രമല്ല, അന്നു രാത്രികൂടി അയാൾ കാവൽ നിൽക്കണമെന്നും കൽപ്പനയായി. ഒരു രാത്രികൂടി. ഇത് അവസാ നത്തെ രാത്രി. രാജാവ് സത്യം ചെയ്തു. ''ഇന്നു രാത്രിയും നീ രക്ഷപ്പെട്ടാൽ നിനക്കു വീട്ടിലേക്കു തിരിച്ചുപോയി സുഖമായി കഴിയാം.''

പടയാളി സ്ഥലംവിട്ട ആ നിമിഷംതന്നെ രാജാവ് പള്ളിയിലേക്കു കുതിച്ചുചെന്നു. ഒരു ചെറിയ കുറിപ്പ് മകൾക്കായി ശവപ്പെട്ടിയിൽ നിക്ഷേപിച്ചു. താൻ മകളെ മറന്നില്ലെന്നും പടയാളി പള്ളിയിൽ രണ്ടു ദിവസവും ഉണ്ടായിരുന്നെന്നും കുറിപ്പിലെഴുതിയിരുന്നു. ആളെ കണ്ടെത്തുന്നതുവരെ പള്ളിക്കുള്ളിലെല്ലായിടത്തും തിരയുകതന്നെ വേണമെന്നും നിർദ്ദേശിച്ചിരുന്നു. അതിലൂടെ രാജാവ് ചിന്തിച്ചു, 'മകൾക്കു ഭക്ഷണം കൊടുക്കാം. പിന്നെ ഒരു ചാക്ക് സ്വർണ്ണനാണയ ങ്ങളും ലാഭിക്കാം.'

മൂന്നാംദിവസവും കാവൽ നിൽക്കേണ്ടിവന്നപ്പോൾ പടയാളിക്ക് ഒട്ടും സന്തോഷം തോന്നിയില്ല. തനിക്കു ലഭിച്ച ഒരു ചാക്ക് സ്വർണ്ണ നാണയം പടയാളി സുരക്ഷിതമായ ഒരിടത്തു സൂക്ഷിച്ചുവെച്ചു. പക്ഷേ

വരുന്ന രാത്രിയെപ്പറ്റിയുളവായ ഭീതി സ്വർണ്ണനാണയങ്ങൾ ലഭിച്ചതിലുള്ള സന്തോഷത്തെ കെടുത്തി. അന്നു രാത്രി താനെവിടെ സുരക്ഷിതനായി ഒളിക്കണമെന്ന ഉപദേശം ആ വൃദ്ധയിൽനിന്നു ലഭിച്ചില്ലെങ്കിൽ എല്ലാം വിഫലംതന്നെ. അയാൾ ദുഃഖം തോന്നി. ഉച്ചയായപ്പോൾ അയാൾ ഗ്രാമത്തിലേക്ക് അവരെ തേടി യാത്രയായി. അവരെ സന്തോഷിപ്പിക്കാൻ അയാൾ തന്റെ കീശകളിൽ നിറയെ സ്വർണ്ണനാണയങ്ങൾ നിറച്ചിരുന്നു.

താൻ രണ്ടാമതും എല്ലാ കാര്യങ്ങളും രാജാവിനെ അറിയിച്ച കാര്യം പറഞ്ഞപ്പോൾ അവർക്കു കലികയറി.

''ഇത്തരം ഒരു പടുവിഡ്ഢിയായ നീ എന്റെ അടുത്ത് ഉപദേശം തേടി വരാതിരിക്കുന്നതാണ് നല്ലത്.'' പക്ഷേ തന്റെ മേശപ്പുറത്ത് ഒരു കൂമ്പാരം സ്വർണ്ണനാണയങ്ങൾ വെട്ടിത്തിളങ്ങുന്നതു കണ്ടപ്പോൾ അവളുടെ ഹൃദയം തണുത്തു. ഒരിക്കൽക്കൂടി താൻ അയാൾക്കു വേണ്ട ഉപദേശം നൽകാമെന്നു വാക്കുകൊടുത്തു. പക്ഷേ ഒരു കാര്യം പ്രത്യേകം പറഞ്ഞു. ''ഇത് അവസാനത്തെ ഉപദേശമായിരിക്കും. സന്ധ്യയ്ക്കു തള്ള പള്ളിയിൽ ചെല്ലും. അവൻ എവിടെയാണ് ഒളിച്ചിരിക്കേണ്ടതെന്നറിയിക്കും.''

പടയാളി തിരിച്ചുപോയപ്പോൾ ജിപ്സിത്തള്ള തന്റെ തൂവാലയിൽ നാലുകണ്ണുള്ളവനെ തൃപ്തിപ്പെടുത്തുന്ന സമ്മാനങ്ങൾ പൊതിഞ്ഞെടുത്തു കാട്ടിലേക്കു യാത്രയായി.

''എന്താ നീ വീണ്ടും? ഇപ്പോൾ നിനക്കെന്താണ് വേണ്ടത്?''

ആദ്യം ജിപ്സിത്തള്ള താൻ കൊണ്ടുവന്ന സമ്മാനം സമർപ്പിച്ചു. പിന്നീട് തന്റെ അഭ്യർത്ഥന അറിയിച്ചു. നാലുകണ്ണുള്ളവൻ കൈ നീട്ടി.

''ഇത്തവണ പ്രശ്നം ഗുരുതരമാണ്. ഇന്ന് രാജകുമാരി വിശപ്പു കൊണ്ടു ഭ്രാന്തു പിടിച്ചിരിക്കുകയാവും. അവൾ പള്ളി അരിച്ചു പെറുക്കിയാകും പരിശോധിക്കുക, നിന്റെ സുഹൃത്തിനെ പിടികൂടാൻ. മനുഷ്യരക്തവും മാംസവും ഭക്ഷിക്കാൻ കിട്ടിയില്ലെങ്കിൽ ഇന്നവൾ മരിക്കും. പട്ടാളക്കാരനു കണ്ണുവെട്ടിച്ചു രക്ഷപ്പെടാൻ ഒരു മാർഗ്ഗമേയുള്ളൂ. അർദ്ധരാത്രിക്കുമുമ്പ് അയാൾ ശവപ്പെട്ടിയുടെ പിന്നിൽ അതായത് തലയുടെ ഭാഗത്തു പതുങ്ങി നിൽക്കണം. ആ ചെന്നായ് പ്പെണ്ണ് എഴുന്നേൽക്കുമ്പോൾ അയാൾ ശവപ്പെട്ടിയിൽ ചാടിക്കയറി മരിച്ചപോലെ അഭിനയിക്കണം. കണ്ണുകൾ തുറക്കാതെയും ശരീരം ചലിക്കാതെയുമിരിക്കുമ്പോൾ ചെന്നായ് രാജകുമാരി അയാളെ ഉപദ്രവിക്കില്ല. പ്രത്യേകം സൂക്ഷിക്കുക; കണ്ണുകൾ തുറക്കുകയോ ശരീരം

ചലിക്കാനിടവരികയോ ചെയ്യുന്നപക്ഷം രാജകുമാരി അയാളെ പിച്ചിച്ചീന്തി കഷണം കഷണമാക്കും.''

ജിപ്സിത്തള്ള നാലുകണ്ണനോടു നന്ദിപറഞ്ഞു പള്ളിയിലേക്കു പോയി. പട്ടാളക്കാരൻ അവിടെ പാറാവിന് എത്തിയിരുന്നു. അയാൾ ചെയ്യേണ്ട കാര്യങ്ങളെപ്പറ്റി വിശദീകരിച്ചു. പടയാളി അവരോട് നന്ദി പറഞ്ഞു. അക്ഷരംപ്രതി അനുസരിക്കുമെന്നു വാക്കു നൽകി.

അയാൾ പറഞ്ഞതു നടപ്പിലാക്കുകയും ചെയ്തു. അർദ്ധരാത്രിയടുത്തപ്പോൾ അയാൾ ശവപ്പെട്ടിയുടെ തലഭാഗത്തു നിൽപ്പായി. ഘടികാരം പന്ത്രണ്ടടിച്ചപ്പോൾ ശവപ്പെട്ടിയുടെ മൂടി താഴോട്ടു പതിച്ചു. പടയാളി തിരക്കിട്ട് അതുകൊണ്ടു ശരീരം മറച്ചു. രാജകുമാരി ശവപ്പെട്ടിയിലുണ്ടായിരുന്ന അച്ഛന്റെ കുറിപ്പ് സശ്രദ്ധം വായിച്ചു. ചാടി പുറത്തുവന്ന അവൾ പള്ളിയുടെ മുക്കും മൂലയുമെല്ലാം സശ്രദ്ധം പരിശോധിച്ചു. സർവ്വ ദിക്കിലും പരിശോധന നടത്തി. ബലിപീഠത്തിനു പിന്നിൽ തിരഞ്ഞു. ഒന്നും കാണാത്തതിനാൽ സങ്കീർത്തിയിലേക്ക് ഓടിച്ചെന്നു. പള്ളിമേടയിലേക്കും തിരക്കിട്ടു ചെന്നുനോക്കി. ഗായകവൃന്ദം ഇരിക്കുന്നിടത്തു സൂക്ഷിച്ചുനോക്കി. ഒരു മൂലയിൽനിന്നും മറ്റൊരിടത്തേക്കു രാജകുമാരി നീങ്ങുന്നതിനിടയിൽ ജിപ്സിപ്പടയാളി പതുക്കെ ആ ശവപ്പെട്ടിക്കുള്ളിൽ കടന്നു കിടന്നു. കണ്ണുകൾ അടച്ചു. കൈകൾ അനക്കിയില്ല.

ഒടുവിൽ അത്യുച്ചത്തിൽ നിലവിളിച്ചുകൊണ്ടു രാജകുമാരി ശവപ്പെട്ടിയുടെ അടുത്തേക്കു തിരിച്ചുചെന്നു. താൻ അന്വേഷിച്ചുനടന്നവൻ ശവമായിക്കിടക്കുന്നതു കണ്ടപ്പോൾ അവൾ പൊട്ടിക്കരഞ്ഞു. പടയാളിയോടു കണ്ണുകൾ തുറക്കാൻ യാചിച്ചു. എഴുന്നേൽക്കാനും ആവശ്യപ്പെട്ടു. പക്ഷേ അയാൾ കണ്ണിന്റെ ഒരു ഇമപോലും തുറന്നില്ല.

''പട്ടാളക്കാരാ ഒന്നെന്നെ നോക്കിയാലും.'' ഏറ്റവും വശീകരണസ്വരത്തിൽ അവൾ അയാളെ പ്രലോഭിപ്പിച്ചു.

''ഒന്നെന്നെ നോക്കിയാലും. ഞാൻ എത്രമാത്രം സുന്ദരിയാണെന്ന് ഒരു നോക്കുകണ്ടാലും. നിങ്ങൾ എഴുന്നേറ്റാൽ എന്റെ ജീവൻ നിങ്ങൾ രക്ഷിക്കും. ഞാൻ നിങ്ങളുടെ നല്ല ഭാര്യയായി ജീവിക്കാം.''

രാജകുമാരി സുന്ദരിതന്നെയോ എന്നറിയാൻ ഉൽക്കടമായ ആഗ്രഹം പട്ടാളക്കാരനുണ്ടായെങ്കിലും അയാൾ കണ്ണു തുറന്നില്ല. വിരലൊന്നു ചലിപ്പിക്കുക പോലുമുണ്ടായില്ല.

പെട്ടെന്ന് ഗോപുരത്തിലെ ഘടികാരം ഒന്നടിച്ചു. അർദ്ധരാത്രി കഴിഞ്ഞുള്ള ആദ്യത്തെ അടിയായിരുന്നു. ഹൃദയഭേദകമാംവിധം ഉച്ചത്തിൽ നിലവിളിച്ചുകൊണ്ടു രാജകുമാരി നിലത്തു കുഴഞ്ഞുവീണു.

പട്ടാളക്കാരൻ ഒരു നിമിഷം കാത്തുനിന്നു. എല്ലാം ശാന്തം. മറ്റൊന്നും സംഭവിക്കുന്നില്ല. അതിനാലയാൾ ശവപ്പെട്ടിയിൽനിന്നും പുറത്തുവന്നു. അയാൾ രാജകുമാരിയെ ഒന്നുനോക്കി. രാജകുമാരി ചലനമറ്റു കിടക്കുന്നു. അയാൾ അവളെ വാരിയെടുത്ത് ആ ശവപ്പെട്ടിയിൽ കിടത്തി. അതിന്റെ മൂടി അടച്ചു. ഇനി ഒരിക്കലും അവൾക്കു തന്നെ ദ്രോഹിക്കാനാവില്ലെന്നുറപ്പായി. അതിനാൽ ബലിപീഠത്തിനു മുമ്പിൽ വിരിച്ചിട്ടിട്ടുള്ള പരവതാനിയിൽ നീണ്ടുനിവർന്നു കിടന്നു. ഉറക്കം പെട്ടെന്നു ബാധിച്ചു.

പിറ്റേന്നു രാവിലെ പട്ടാളക്കാർ വന്നു വാതിൽ തുറന്നപ്പോൾ ജിപ്സി ജീവനോടെ ഇരിക്കുന്നതാണ് കണ്ടത്. അവർ ഓടിച്ചെന്നു രാജാവിനോടു വിവരം പറഞ്ഞു. രാജാവിനു തന്നെ വിളിക്കാനുള്ള സമയമൊന്നും കാവൽക്കാരൻ കൊടുത്തില്ല. ഒരു മുയലിന്റെ വേഗതയിൽ അയാൾ പള്ളിയിൽനിന്നും പറപറന്നു. തന്റെ നിധി സൂക്ഷിച്ചുവെച്ച സ്ഥലത്തേക്കാണ് പോയത്. സ്വർണ്ണനാണയങ്ങൾ നിറച്ച ചാക്ക് പുറത്തേറ്റി അയാൾ തിരക്കിട്ടു യാത്രയായി. മടക്കത്തിനിടയിൽ ആ വൃദ്ധയായ ജിപ്സിയുടെ വീട്ടിൽച്ചെന്നു. തന്നെ ആപത്തുകളിൽ കൂടെനിന്നു സഹായിച്ച ജിപ്സിത്തള്ളയ്ക്ക് അയാൾ കൈയയച്ചു സഹായങ്ങൾ നൽകി. പിന്നീട് ജിപ്സി തന്റെ യാത്ര വേഗത്തിലാക്കാൻ ഒരൊന്നാന്തരം കുതിരയെ വിലയ്ക്കുവാങ്ങി. തന്റെ ഭാര്യയേയും മക്കളേയും കാണാനുള്ള തിടുക്കത്തിൽ വീട്ടിലേക്കു യാത്രയായി. നീണ്ട ഏഴുവർഷങ്ങളോളമായിരുന്നു അയാൾ അവരെ കണ്ടിട്ട്.

■

സൂത്രക്കാരനായ ജിപ്സി

ഒരിക്കൽ രണ്ടു രാജാക്കന്മാരുണ്ടായിരുന്നു. ഇരുവരും തമ്മിൽ രമ്യതയിലായിരുന്നില്ല. ദുർബലനായ രാജാവ് കൂടുതൽ ശക്തനായ രാജാവിന് താഴെപ്പറയുന്ന ഒരു സന്ദേശം അയച്ചു:

''എന്തിന് നമ്മുടെ പ്രജകൾ അന്യോന്യം പോരാടി മരിക്കണം? രക്തച്ചൊരിച്ചിൽ കൂടാതെ നമ്മൾ തമ്മിലുള്ള പ്രശ്നങ്ങൾ പരിഹരിച്ചുകൂടെ? പ്രജകൾ ഒരു കാര്യം ഏറ്റവും കാര്യക്ഷമതയോടെയും വേഗത്തിലും ചെയ്തുതീർക്കുന്ന വിഭാഗത്തെ ജേതാക്കളായി നമുക്കു തീരുമാനിക്കാം.''

ശക്തനായ രാജാവിന് ഈ നിർദ്ദേശം സ്വീകാര്യമായി. എപ്പോഴെല്ലാം താൻ യുദ്ധം ചെയ്തിട്ടുണ്ടോ അപ്പോഴെല്ലാം തനിക്ക് ഒട്ടേറെ പടയാളികൾ നഷ്ടപ്പെട്ടിട്ടുണ്ട്.

ആയിടെയാണ് കോട്ടയിൽ ഒരു ജെസിബാബ എത്തിപ്പെട്ടത്. അമാനുഷിക ശക്തികളുള്ള ജിപ്സിപ്പെണ്ണിനെയാണ് ജെസിബാബ എന്നു വിളിക്കുന്നത്. കൊട്ടാരത്തിലുണ്ടെന്നു പറഞ്ഞ ജെസിബാബ നാട്ടിലെ ഏറ്റവും വലിയ കൗശലക്കാരിയും അതിസമർത്ഥയും. രാജാവിന്റെ ഉപദേശകയുമാണ്. ഒരു ദിവസം അവളെ അടുത്തു വിളിച്ചു രാജാവു പറഞ്ഞു: ''യുദ്ധത്തിലൂടെയല്ലാതെ നമ്മുടെ അയൽ രാജാവിനെ എങ്ങനെ തോൽപ്പിക്കാം. നമ്മുടെ ജനങ്ങൾക്കുവേണ്ടി നീ എന്തെങ്കിലും വഴി കണ്ടെത്തണം. നമ്മുടെ അയൽരാജാവിന്റെ പ്രജകൾക്ക് അത് അസാദ്ധ്യവുമാകണം. ആ രാജാവിന്റെ പ്രജകളേക്കാൾ നമ്മുടെ പ്രജകൾ കാര്യങ്ങൾ നന്നായി നിർവ്വഹിക്കുന്ന പക്ഷം നാം യുദ്ധം കൂടാതെതന്നെ അവരെ തോൽപ്പിച്ചതായി കണക്കാക്കപ്പെടും.''

ജെസിബാബ പറഞ്ഞു: ''അങ്ങയുടെ രാജ്യത്ത് ഒട്ടേറെ ജിപ്സികളുണ്ടല്ലോ. ജിപ്സികളിൽ ഒന്നാന്തരം കരുവാന്മാരുണ്ട്. അവരോട്

ഒരു ഇരുമ്പുരഥം നിർമ്മിക്കാൻ കല്പിക്കണം. അതു കരുത്തുറ്റതാകണമെന്നു മാത്രമല്ല അനായാസം ചലിക്കുന്നതും അതിവേഗത്തിൽ ഓടുന്നതുമായിരിക്കണം. അങ്ങയുടെ അയൽരാജാവിനോടും ഇതുതന്നെ ചെയ്യാൻ പറയണം. എന്നിട്ട് ഒരു പന്തയം വെയ്ക്കണം. ലക്ഷ്യത്തിലേക്ക് ആരുടെ രഥമാണോ ആദ്യമെത്തുന്നത്, അവരെ ജേതാക്കളായി കണക്കാക്കണം.''

ആ ആശയം രാജാവിന് ഇഷ്ടപ്പെട്ടു. രാജാവ് ജെസിബാബയ്ക്കു പാരിതോഷികം നൽകി. അയൽരാജാവിനു സന്ദേശവാഹകനെ അയച്ചു. ഒരു ഇരുമ്പുരഥം നിർമ്മിക്കാനാണുപദേശിച്ചത്. പിന്നീട് തന്റെ നാട്ടിലെ എല്ലാ കരുവാന്മാരേയും വിളിച്ചുകൂട്ടി. അവരിലാർക്കെങ്കിലും പാറപോലെ ഉറപ്പുള്ളതും അതിവേഗതയുള്ളതും ചലനാത്മകതയുള്ളതുമായ ഒരു ഇരുമ്പുരഥമുണ്ടാക്കുന്നവന് തക്കതായ പ്രതിഫലം നൽകുന്നതായിരിക്കും എന്നവരെ അറിയിച്ചു.

അയൽരാജാവും തന്റെ രാജ്യത്തിലെ കരുവാന്മാരോട് അതേ ആവശ്യമുന്നയിച്ചു. ആ കരുവാന്മാരിൽ ഒരാളുടെ പണിക്കാരൻ ഒരു ജിപ്സിയായിരുന്നു. അവനെ എപ്പോഴും വിളിച്ചിരുന്നത് 'നീ ജിപ്സി' എന്നാണ്. അവന്റെ കൈകൾ വിരുതുറ്റവനും സമർത്ഥനുമായിരുന്നു. എഴുതാനും വായിക്കാനും അറിയില്ല. ഏറ്റവും വിഷമം പിടിച്ച പണികളൊക്കെ കരുവാൻ ആ ബാലനെ വിശ്വസിച്ചേൽപ്പിച്ചു. പതിനെട്ടു വയസ്സാവുമ്പോഴേക്കും അവനെല്ലാം പണിയും അറിയുമെന്നായി. അവൻ തന്റെ യജമാനനെ കവച്ചുവെക്കുമെങ്കിലും യജമാനൻ കൂലി കൊടുത്തിരുന്നില്ല. പരിശീലനം പൂർത്തിയാക്കിയപ്പോൾ സാക്ഷ്യപത്രം കൊടുക്കാനും യജമാനൻ മടിച്ചു. തന്റെ സ്ഥാപനത്തിൽ നിന്ന് അവൻ പോകാനിടയായാൽ അതു നികത്താനാവാത്ത നഷ്ടമാണെന്ന് അയാൾക്കറിയാം. തന്നോടു പറയാതെ അവൻ നാടുവിടുമോ എന്നും അയാൾ ഭയപ്പെട്ടു.

രാജാവിന്റെ കൽപ്പനയെപ്പറ്റി കേട്ട കരുവാൻ തന്റെ ഭാര്യയോട് ഇറച്ചിക്കറിയുണ്ടാക്കാൻ ആവശ്യപ്പെട്ടു. പരിശീലനത്തിനായി വന്ന ബാലനോടു പറഞ്ഞു: ''ഈ ഇറച്ചിക്കറി നീ തന്നെ കഴിക്കുക. അങ്ങേയറ്റം ചലനാത്മകവും അതിവേഗതയും പാറപോലെ കരുത്തുള്ളതുമായ ഒരു ഇരുമ്പുരഥം നീ നിർമ്മിക്കണം. നിനക്കതു സാധിക്കില്ലേ?''

''എന്തുകൊണ്ടില്ല?'' ജിപ്സി മറുപടി പറഞ്ഞു. അവിടെവെച്ച് അപ്പോൾതന്നെ ആ ജിപ്സി ഇറച്ചിക്കറി അതിവേഗം കഴിച്ചുതീർത്തു. കരുവാനോടു റൊട്ടി വാങ്ങി അതുകൊണ്ടു പാത്രത്തിന്റെ അടിയിലുള്ള കറി തുടച്ചെടുത്തു. അതു കഴുകി വൃത്തിയാക്കേണ്ട ആവശ്യമില്ല.

''യജമാനനേ, നിത്യേന നല്ല ഭക്ഷണം തരുമെങ്കിൽ, ഇരുമ്പുരഥം ഞാനുണ്ടാക്കാം. എന്റെ കഴിവുകളെപ്പറ്റി അങ്ങേയ്ക്ക് ഒന്നും അറിയില്ല.''

''ശരി, ശരി. നിത്യവും നീ ഇഷ്ടംപോലെ ഭക്ഷിച്ചോളൂ. നിനക്കു ഞാൻ വിലപിടിപ്പുള്ള വസ്ത്രങ്ങളും ഷൂസും വാങ്ങിത്തരുന്നതാണ്.''

''ഈ രഥം അങ്ങയ്ക്ക് എന്തിനുവേണ്ടിയുള്ളതാണ്?''

''നിന്നെ ഒന്നു പരീക്ഷിക്കാനാണ്. പരിശീലനം പൂർത്തിയാക്കിയതിനുള്ള സാക്ഷ്യപത്രം തരണമല്ലോ.'' സന്തുഷ്ടനായ ജിപ്സി ജോലിയിൽ മുഴുകി, ആത്മാർപ്പണത്തോടെ. ഉച്ചയ്ക്കും രാത്രിയും ഭക്ഷണം കഴിച്ചു. അതിനിടയിലുള്ള സമയം പണിയിൽ മുഴുകി. ആലയിലുടനീളം തീപ്പൊരികൾ ചിതറിക്കൊണ്ടിരുന്നു. ജോലിയിൽ മുഴുകിയിരിക്കെ ചൂളം വിളിച്ചുകൊണ്ടിരുന്നു. പാട്ടുകൾ പാടി. അവൻ പണിചെയ്യുന്നതു കാണുന്നതുതന്നെ ഒരു കൗതുകമാണ്.

ഒടുവിൽ രഥത്തിന്റെ പണിപൂർത്തിയായി. യജമാനൻ പരിശോധിച്ചപ്പോൾ അതിനു തുല്യമായി ഒരു രഥം ആർക്കും നിർമ്മിക്കാൻ കഴിയില്ലെന്ന് വിശ്വാസമായി. രഥത്തിന്റെ ചട്ടക്കൂട് നേരിയ തകിടുകൊണ്ടാണ് പണിതിട്ടുള്ളത്. അതിൽ ഒരു കുമിളയോ ഒരു പൊട്ടലോ ഇല്ല. പന്ത്രണ്ടു കുതിരകളെ പൂട്ടാവുന്ന അതിന്റെ തണ്ടിനു നല്ല ഉറപ്പും വഴക്കവുമുണ്ട്. ചക്രങ്ങൾ അച്ചുതണ്ടിൽ ഒട്ടും കുലുക്കമില്ലാതെ അതിശീഘ്രം കറങ്ങിക്കൊണ്ടിരുന്നു.

കരുവാൻ തന്റെ ശോഷിച്ച കുതിരയെ രഥത്തിൽ പൂട്ടി. അത് നിഷ്പ്രയാസം രഥത്തെ വലിച്ചുനീങ്ങി. അതിവേഗത്തിൽ അത് ഓടി കൊട്ടാരത്തിലെത്തി. വേറെ ചില കരുവാന്മാരുണ്ടാക്കിയ രഥങ്ങളും എത്തിച്ചേർന്നിട്ടുണ്ട്. പക്ഷേ അവയൊന്നുംതന്നെ ജിപ്സി ഉണ്ടാക്കിയ രഥത്തെപ്പോലെ ഉറപ്പുള്ളതോ വേഗതയുള്ളതോ ആയിരുന്നില്ല. രാജാവ് കരുവാനു ഒരു കനത്ത സംഖ്യ പ്രതിഫലമായി നൽകി. അയാൾ അതുകൊണ്ടു നഗരത്തിൽനിന്ന് തനിക്കും ഭാര്യക്കും വേണ്ടി വിലപിടിച്ച പല വസ്തുക്കളും വാങ്ങി. തന്റെ സഹായിയായ ജിപ്സിക്ക് വാഗ്ദാനം ചെയ്ത വസ്ത്രങ്ങളും ഷൂസും അയാൾ വാങ്ങിയത്, പഴയവസ്തുക്കൾ വിൽക്കുന്ന കടയിൽ നിന്നാണ്. എങ്കിലും അവ കിട്ടിയപ്പോൾ ജിപ്സിക്ക് സന്തോഷമായി. കാരണം, അവൻ ധരിച്ചിരുന്ന വസ്ത്രങ്ങൾ പഴയതാണ്. പിന്നെ ജീവിതത്തിൽ അവൻ ഷൂസ് ധരിച്ചിട്ടില്ല. അവൻ യജമാനനോട് നന്ദിപറഞ്ഞു. തനിക്കുള്ള സർട്ടിഫിക്കറ്റ് തരാനാവശ്യപ്പെട്ടു.

''എന്താ ഇത്ര തിരക്ക്, നിനക്കിവിടെ സുഖമല്ലേ?''

''എനിക്കിവിടം വിട്ടുപോകണമെന്നില്ല. പക്ഷേ അങ്ങ് പട്ടണത്തിൽ കൊണ്ടുപോയി വിറ്റ രഥത്തിന്റെ പണികഴിഞ്ഞാൽ എന്റെ പരിശീലന സർട്ടിഫിക്കറ്റ് തരാമെന്ന് പ്രതിജ്ഞ ചെയ്തിരുന്നു.''

''ഞാനത് എഴുതിത്തരില്ലെന്ന് ആരാ പറഞ്ഞത്? ഇത്ര തിരക്കിട്ടു തരേണ്ട ആവശ്യമില്ലെന്ന് എനിക്കു തോന്നുന്നു. ഒന്നുരണ്ടു ദിവസം കൂടി നീ കാക്കണം. അതിനു സമയമുണ്ട്.''

ജിപ്സി ദുഃഖത്തോടെ നെടുവീർപ്പിട്ടുകൊണ്ടു തന്റെ പണികളിൽ മുഴുകി. അധികനാൾ കഴിഞ്ഞില്ല. ഒരു ദിവസം ഒരപരിചിതൻ ആലയിൽ വരാനിടയായി. അയാളുടെ കുതിരയ്ക്കു ലാടമടിക്കാൻ വന്നതാണ്. ജിപ്സി പണിയിൽ മുഴുകിയപ്പോൾ ആ അപരിചിതൻ പട്ടണത്തിൽനിന്നുള്ള പുതിയ വാർത്തകൾ പറഞ്ഞുകേൾപ്പിച്ചു.

''എന്റെ കുട്ടീ, നിന്റെ യജമാനൻ ആള് ചില്ലറക്കാരനല്ല. അയാൾ നമ്മുടെ രാജാവിനുവേണ്ടി ഒരു രഥം ഉണ്ടാക്കിക്കൊടുത്തിട്ടുണ്ട്. അത് ഒരുനോക്കു കാണാൻ എവിടുന്നൊക്കെയാണെന്നോ ആളുകൾ വരുന്നത്! ആ രഥം തീർച്ചയായും നമ്മുടെ രാജ്യത്തെ യുദ്ധത്തിൽ വിജയിപ്പിക്കും, ഒരസാധാരണ രഥം തന്നെ.''

''എന്തു യുദ്ധം?'' അവൻ ആലയിൽനിന്ന് പുറത്തുവരാറില്ല. കണ്ടമാനം ജോലിയുള്ളതിനാൽ ലോകത്ത് എന്തു നടക്കുന്നു എന്നൊന്നും അവനറിയില്ല. അപ്പോൾ അപരിചിതൻ ജിപ്സിയോട്, രണ്ടു രാജാക്കന്മാർ ഒന്നിച്ചെടുത്ത തീരുമാനത്തെപ്പറ്റി പറഞ്ഞു. കൂട്ടത്തിലേറ്റവും മുന്തിയതായ തന്റെ രഥം രാജാവ് വിലയ്ക്കുവാങ്ങി എന്ന സത്യം ജിപ്സിക്കു മനസ്സിലായി. അപരിചിതൻ ഒരു കാര്യം കൂടി അവനെ അറിയിച്ചു. ''രാജാവിനു തന്റെ പന്ത്രണ്ട് ഒന്നാന്തരം വെള്ളക്കുതിരകളെ ആ രഥത്തിൽ പൂട്ടി എതിർരാജാവിനോടു മത്സരിക്കണമെന്ന് അതിയായ ആഗ്രഹമുണ്ട്. പന്തയം ഇരുരാജ്യങ്ങളുടേയും അതിർത്തിയിൽവെച്ചാണ് നടക്കുക. രണ്ടു രാജകീയ രഥങ്ങളും അതിർത്തിരേഖയിലേക്കു തുല്യദൂരത്തുനിന്ന് പുറപ്പെടും. അതിർത്തിരേഖയുടെ അപ്പുറത്തുനിന്നും ഇപ്പുറത്തുനിന്നും ഏതു രഥമാണോ ലക്ഷ്യത്തിൽ ആദ്യമെത്തുന്നത് ആ രഥത്തിനാണ് വേഗത കൂടിയതെന്ന് പ്രഖ്യാപിക്കപ്പെടും. അതിർത്തിയിൽവെച്ച് ഇരുരഥങ്ങളും തീർച്ചയായും അന്യോന്യം കൂട്ടിമുട്ടും. കൂട്ടിമുട്ടലിനെ അതിജീവിക്കാനിടവരുന്ന രഥം കൂടുതൽ കരുത്തുള്ളതായി വിധിക്കപ്പെടും. രണ്ടു മത്സരങ്ങളിലും ജയിക്കുന്ന രഥത്തിന്റെ ഉടമയായിരിക്കും ജേതാവായി പ്രഖ്യാപിക്കപ്പെടുക.''

അപരിചിതൻ സ്ഥലംവിട്ടു. ജിപ്സി പണിനിർത്തി. തന്റെ യജമാനൻ വാങ്ങിത്തന്ന വസ്ത്രങ്ങൾ ധരിച്ചു. പാദുകവും ധരിച്ചു.

തിരക്കിട്ടു നഗരത്തിലേക്കു യാത്രയായി. തന്റെ യജമാനൻ തന്നെക്കൊണ്ട് ആ രഥം നിർമ്മിച്ചതെന്തിനെന്ന് ഇപ്പോഴവനു മനസ്സിലായി. അടുത്ത നാളുകളിൽ തന്നെ എന്തുകൊണ്ടു മേൽത്തരം ഭക്ഷണം തീറ്റിച്ചുവെന്നും അവനു മനസ്സിലായി. രാജാവ് തന്റെ യജമാനനു വിലപിടിച്ച സമ്മാനങ്ങൾ നൽകിയിട്ടുണ്ട്. എന്നിട്ടും നഗരത്തിലെ രണ്ടാംതരം സാധനങ്ങൾ വിൽക്കുന്ന കടയിൽനിന്നാണ് തനിക്കുള്ള വസ്ത്രങ്ങളും പാദുകവും വാങ്ങിയത്. എന്നോ പരിശീലനം പൂർത്തിയാക്കിയ തനിക്കിതുവരേയും പറയുകയല്ലാതെ തനിക്കാവശ്യമായ സർട്ടിഫിക്കറ്റ് തന്നിട്ടില്ല.

ജിപ്സി നേരിട്ട് കോട്ടയിലേക്കു ചെന്നു. അതിന്റെ മുന്നിലുള്ള അതിവിശാലമായ മൈതാനത്തു ജനങ്ങൾ തിങ്ങിനിൽക്കുന്നു. എല്ലാവരും അത്യത്ഭുതത്തോടെ ആ രഥത്തെ നോക്കിക്കാണുകയാണ്. എല്ലാവരും ആ രഥം നിർമ്മിച്ച ആളെ വാഴ്ത്തുന്നത് കേട്ടു. താൻ നിർമ്മിച്ച രഥം തിരിച്ചറിഞ്ഞു. ആ ആൾക്കൂട്ടത്തിനിടയിൽ മറഞ്ഞു. ആളുകൾ ആ രഥത്തെപ്പറ്റി വാഴ്ത്തുന്നതു നേരിട്ടു കേൾക്കാൻവേണ്ടി.

‘‘ഈ യുദ്ധത്തിൽ ഈ രഥംകൊണ്ടു നാം തന്നെയാണ് ജയിക്കുക. ഇത്ര സുന്ദരമായ ഒരു രഥം ജീവിതത്തിൽ ഞാൻ കണ്ടിട്ടില്ല.’’ ഒരാൾ പറഞ്ഞു.

‘‘പിന്നെ നമ്മുടെ രാജാവിന്റെ വെള്ളക്കുതിരകൾ നല്ല വേഗതയുള്ളവയാണ്. ഞാൻ നിങ്ങളോടു പന്തയംവെക്കുന്നു. ഈ രഥം കൊണ്ട് നമ്മുടെ രാജാവുതന്നെ യുദ്ധത്തിൽ ജയിക്കും.’’ മറ്റൊരാൾ പറഞ്ഞു.

‘‘ഞാൻ അവയെ വീണ്ടും ലാടമടിക്കുകയാണെങ്കിൽ അവ എങ്ങനെ ഓടും?’’

‘‘നീ ആരാണ്?’’ രാജാവിന്റെ അശ്വപാലകർ ചോദിച്ചു.

‘‘ഈ രഥം നിർമ്മിച്ച കരുവാന്റെ സഹായിയാണ് ഞാൻ.’’ ജിപ്സി മറുപടി പറഞ്ഞു. അതുകേട്ട് ആളുകൾ അവനു ചുറ്റും കൂടി. അവർ അവനെ പ്രശംസകൾ കൊണ്ടുമൂടി.

‘‘ഈ രഥത്തിന് രാജാവ് നിങ്ങൾക്കെന്തു പ്രതിഫലം നൽകി?’’ ആരോ ഒരാൾ ചോദിച്ചു.

‘‘എനിക്കൊന്നും കിട്ടിയില്ല. എല്ലാം യജമാനൻ തന്നെ എടുത്തു. എനിക്ക് ഈ പഴയ വസ്ത്രങ്ങളും പാദുകവും മാത്രം തന്നു.’’ ജിപ്സി പറഞ്ഞു,

‘‘എന്റെകൂടെ വരിക. ഞാൻ നിങ്ങളെ രാജാവിന്റെ അടുത്തേക്കു കൊണ്ടുപോകാം.’’ അശ്വപാലകൻ പറഞ്ഞു. അയാൾ ജിപ്സിയെ കൈപിടിച്ചു രാജാവിന്റെ അടുത്തേക്കു കൊണ്ടുപോയി. ‘‘പ്രഭോ,

ഇയാളാണ് ഈ രഥം നിർമ്മിച്ചതെന്ന് അവകാശപ്പെടുന്നു. ഇയാളുടെ യജമാനനിൽനിന്നാണത്രേ അങ്ങ് ഈ രഥം വാങ്ങിയത്. ഇയാൾക്കു രഥത്തിന്റെ പേരിൽ ഒന്നും കിട്ടിയില്ലെന്ന് ആവലാതിപ്പെടുന്നു, പ്രഭോ.'' അശ്വപാലകൻ രാജാവിനോടു പറഞ്ഞു. രാജാവ് അവന്റെ കൈകൾ പരിശോധിച്ചു. ''നീ ഒരൊന്നാന്തരം കരുവാൻതന്നെ. നീ പറയുന്നത് സത്യമെങ്കിൽ, പണിയെടുത്തതിനു തക്ക കൂലി യജമാനൻ നിനക്കു തന്നിട്ടില്ലെങ്കിൽ കാര്യം ഞാൻ കോടതിയിലെത്തിക്കാം.'' രാജാവ് പറഞ്ഞു.

''കോടതിയിലേക്കൊന്നും എനിക്കു പോകണ്ട പ്രഭോ, അങ്ങയുടെ വെള്ളക്കുതിരകൾ ഈ രഥത്തോടൊത്ത് ഒരു പന്തയത്തിൽ പങ്കെടുക്കാൻ പോകുന്നതായി കേട്ടു. അങ്ങ് അനുവദിക്കുന്നപക്ഷം ഞാനങ്ങയുടെ വെള്ളക്കുതിരകളെ ലാടമണിയിക്കാം. അതോടെ അവ കാറ്റിനെപ്പോലെ പറക്കും.''

''ശരി അങ്ങനെതന്നെ, നീ ചെയ്യാൻ പോകുന്ന ജോലിക്കുള്ള പ്രതിഫലം ഇതാ.'' രാജാവ് സമ്മതിച്ചു. രാജാവ് അവനുനേരെ സ്വർണ്ണനാണയങ്ങൾ നിറച്ച സഞ്ചി നീട്ടിക്കൊണ്ടു പറഞ്ഞു. ജീവിതത്തിലൊരിക്കൽപോലും ഇത്രയും പണം ഒന്നിച്ചു കണ്ടിട്ടില്ല. അവന് സന്തോഷായി.

''രാജകീയസമ്മാനം തന്ന പ്രഭോ, അങ്ങയോട് ഒരു കാര്യം ഉണർത്തിക്കാൻ ഞാനാശിക്കുന്നു. അങ്ങയുടെ കുതിരകൾ പായുന്ന പാതയിൽ ഉടനീളം ഒരു ഇരുമ്പിന്റെ പരവതാനി വിരിക്കാൻ കൽപ്പനയുണ്ടാകണം. ഉറപ്പുതരുന്നു, അങ്ങയുടെ രഥംതന്നെയാണ് ഓടി ആദ്യം ലക്ഷ്യത്തിലെത്തുക.''

''ഇത് മോശമായ ഒരു കാര്യമല്ല.''

''പന്തയത്തിന് ഇനി താമസമില്ല. ഇത്ര ചുരുങ്ങിയ സമയത്തിനു മുമ്പായി അവർക്കതു നിർമ്മിക്കാനാകും. അങ്ങ് അനുവദിക്കുകയാണെങ്കിൽ ആത്മാർത്ഥമായി പണിയെടുത്ത് അതിവേഗത്തിൽ അത് അവരെക്കൊണ്ടു നിർമ്മിക്കാൻ ഞാൻതന്നെ മുൻകൈയെടുക്കാം.''

''നിങ്ങൾ വിരുതൻതന്നെ. നീ ആഗ്രഹിക്കുന്നപക്ഷം നിനക്കെന്നോടൊത്തു കൊട്ടാരത്തിൽ താമസിക്കാം, എന്റെ ഒരു ഉപദേശകനായി.'' രാജാവ് സമ്മതം മൂളി.

ജിപ്സി കൊട്ടാരത്തിൽ താമസമായി, രാജാവിന്റെ പ്രധാന ഉപദേശകനായി. രാജ്യത്തിലെ ഏറ്റവും പ്രമുഖനായ കരുവാനെന്ന ബഹുമതിയും രാജാവ് നൽകി. കൊട്ടാരത്തിൽ ജിപ്സിക്കു വളരെ സുഖം. അവൻ തന്റെ കർത്തവ്യങ്ങൾ ഭംഗിയായി നിർവ്വഹിച്ചു. പന്തയത്തിനുള്ള കുതിരകളുടെ കാര്യം അവൻ പ്രത്യേകം ശ്രദ്ധിച്ചു.

പാതയിൽ വിരിക്കേണ്ട ഇരുമ്പുപരവതാനിയുടെ നിർമ്മാണ പുരോഗതിയിലും ജാഗ്രത കാട്ടി. രാജ്യത്തിന്റെ നാനാഭാഗത്തു നിന്നെത്തിയ കരുവാന്മാർ നിശ്ചിതസമയത്തിനുള്ളിൽ പരവതാനി തീർക്കേണ്ട ജോലിയിൽ രാവും പകലും മുഴുകി. അവരിലൊരാൾ നമ്മുടെ ജിപ്സിയുടെ യജമാനനുമായിരുന്നു. അയാൾ പണിയിൽ മോശക്കാരനായിരുന്നു. പിന്നെ വളരെ സാവകാശക്കാരനുമായിരുന്നു. തന്റെ പഴയ, പരിശീലനം നേടാൻ വന്ന ജിപ്സിപ്പയ്യനാണ് തങ്ങളുടെ ഇൻസ്പെക്ടറായി വന്ന ആൾ എന്ന സത്യം കരുവാൻ അറിഞ്ഞില്ല. ജോലിയിലെ വീഴ്ചകൾക്കു ജിപ്സി അയാളെ ഒട്ടും ദയയില്ലാതെ ശകാരിക്കാൻ മടിച്ചില്ല.

ഒരു ദിവസം രാജാവിന്റെ ഉപദേശകൻ കുതിരലായത്തിൽ ചെന്നപ്പോൾ അവിടെവച്ചു രാജകുമാരിയെ കാണാനിട വന്നു. രാജകുമാരി അയാളെ ശ്രദ്ധിക്കാനിട വരികയും ജിപ്സി അവരെ പ്രീതിപ്പെടുത്തുകയും ചെയ്തു. അവൾ അതിവേഗം ജിപ്സിയുടെ കാര്യങ്ങൾ മനസ്സിലാക്കാനിടയായി. ജിപ്സി തന്റെ കാര്യങ്ങൾ വിശദമായി വിവരിച്ചുകൊടുത്തു.

''ആരാണ് നിങ്ങൾ?''

''എന്ത്? നിങ്ങൾക്കെന്നെ മനസ്സിലായില്ലെന്നോ? രാജകുമാരിയാണ് ഞാൻ. വല്ലപ്പോഴും എന്നെ സന്ദർശിക്കാൻ വരണം.'' തീർച്ചയായും താൻ സന്ദർശിക്കാമെന്നു ജിപ്സി വാക്കുകൊടുത്തു.

പന്തയം നടത്തേണ്ട ദിവസം അടുത്തു. രാജ്യത്തിന്റെ അതിർത്തിയിൽവെച്ച് ഇരുരാജ്യങ്ങളുടേയും രാജാക്കന്മാരും ഉപദേശകന്മാരും ഒത്തുകൂടി. എല്ലാ പരിവാരങ്ങളും സന്നിഹിതരായി. രാജാക്കന്മാർ അന്യോന്യം ഉദാസീനമായി ഹസ്തദാനം ചെയ്തു. ഉടൻ പുറം തിരിഞ്ഞു. കാഹളം മുഴക്കുന്നവർ അടയാളം നൽകുകയും മത്സരം ആരംഭിക്കുകയും ചെയ്തു.

കുതിരകളെ നയിക്കാൻ തന്നെത്തന്നെ അനുവദിക്കണമെന്നു ജിപ്സി രാജാവിനോട് അഭ്യർത്ഥിച്ചിരുന്നു. താൻ പരിചരിച്ച രാജാവിന്റെ വെള്ളക്കുതിരകൾ ഒന്നാന്തരം ഓട്ടക്കാർതന്നെ. പക്ഷേ ശത്രുരാജാവിന്റെ കറുത്ത കുതിരകളും ഒട്ടും മോശമില്ല. എതിരാളിയുടെ രഥവും മേൽത്തരംതന്നെ. ഇരുമ്പു പരവതാനിയില്ലായിരുന്നെങ്കിൽ ആ കറുത്ത കുതിരകൾതന്നെ പന്തയത്തിൽ ജയിക്കുമായിരുന്നു. പന്തയം തുടങ്ങുന്നതിനു തൊട്ടുമുമ്പായി ജെസിബാബ അവയ്ക്കു പച്ചമരുന്നുകൾ ചേർത്ത ഓട്ട്സ് കുടിക്കാൻ കൊടുത്തിരുന്നു. അതിന്റെ ശക്തിയാലാണ് അവ വന്യമായി കുതിച്ചത്. പക്ഷേ, ആ രഥത്തിന്റെ ചക്രങ്ങൾക്കു സാധാരണ നിലത്തിലെന്നപോലെ ആ ഇരുമ്പു

പരവതാനിയിൽ മുന്നേറാൻ കഴിഞ്ഞില്ല. മാത്രമല്ല, ജിപ്സി ഒരൊന്നാന്തരം സാരഥി കൂടിയായിരുന്നു. അവൻ ഓടിച്ച വെള്ളക്കുതിരകൾ ആ ഇരുമ്പുപരവതാനിയിലൂടെ ഒരു കാറ്റുപോലെ പറന്നു.

രാജാവിന്റെ അടുത്തുനിന്നിരുന്ന ജെസിബാബയ്ക്ക് ആ ഇരുമ്പു പരവതാനി കണ്ടപ്പോൾ അതിയായ ദേഷ്യം വന്നു. അതവൾ ഒട്ടും പ്രതീക്ഷിച്ചതല്ല. പക്ഷേ ഒന്നും ചെയ്യാനാകില്ല. ആ വെളുത്തതും കറുത്തതുമായ കുതിരകൾ അന്യോന്യം എതിരായി കുതിച്ചു മുന്നേറി. വെളുത്ത കുതിരകൾ ആദ്യം ലക്ഷ്യത്തിലെത്തിച്ചേരുമെന്നുറപ്പായി. രണ്ടു രഥങ്ങളും അന്യോന്യം കൂട്ടിമുട്ടി ഇടിമുഴക്കം സൃഷ്ടിച്ചു. അതിവേഗത്തിലടുത്തു. വെള്ളക്കുതിരകൾ ആദ്യം അതിർത്തിരേഖ മുറിച്ചുകടന്നു. ഒരു രഥത്തിന്റെ നീളത്തിൽ ഒപ്പം ആ കറുത്ത കുതിരകളും എത്തി. ആ രണ്ടു രഥങ്ങളും കൂട്ടിമുട്ടുന്നതിനുമുമ്പായി ജിപ്സി ചാടി നിലത്തിറങ്ങി. അടുത്തനിമിഷം ഭയങ്കരമായ ഒരു ഇടിനാദമുയർന്നു. ഇരുരഥങ്ങളും അന്യോന്യം കൂട്ടിമുട്ടി വട്ടം കറങ്ങുകയും തെറിച്ചുപോവുകയും ചെയ്തു. മത്സരം നിയന്ത്രിച്ച ജഡ്ജിമാർ രഥങ്ങളുടെ അവശിഷ്ടങ്ങൾ പരിശോധിച്ചപ്പോൾ അതിശക്തനായ രാജാവിന്റെ രഥത്തിന്റെ തണ്ട് ഒടിഞ്ഞതായും ഒരു ചക്രം തെറിച്ചുപോയതായും കണ്ടെത്തി. മറുവശത്ത് രണ്ടാമത്തെ രഥത്തിനു കാര്യമായ പരുക്കൊന്നും കണ്ടെത്താനായില്ല. ആദ്യം അതിർത്തിയിൽ എത്തിച്ചേർന്നതും അതായിരുന്നു. അതിനാൽ പന്തയത്തിൽ വെള്ളക്കുതിരകൾ ജയിച്ചതായി പ്രഖ്യാപിക്കപ്പെട്ടു.

അങ്ങനെ ദുർബലനായ രാജാവ് ജേതാവായി. ശത്രു രോഷാകുലനായി. പറഞ്ഞ വാക്കല്ലേ. ഒന്നും മറിച്ചു പറയാനും വയ്യ. ജേതാവും തോൽപ്പിക്കപ്പെട്ടവനും താന്താങ്ങളുടെ രാജ്യത്തിലേക്കു തിരിച്ചുപോയി. യുദ്ധത്തിൽ പരാജിതനായ, കരുത്തനായ രാജാവിനു കോപം ഒട്ടും അടക്കാനായില്ല. തനിക്കു മോശമായ ഉപദേശം നൽകിയതിനു ജെസിബാബയ്ക്കു ചാട്ടവാറടി ശിക്ഷ നൽകുമെന്നു ഭീഷണിപ്പെടുത്തുകയും ചെയ്തു.

''ഇങ്ങനെ ധൃതിപ്പെടരുത്. ഇത്തവണ വിചാരിച്ചപോലെ നടന്നില്ല. എങ്കിലും ഞാനൊരു വഴി കണ്ടെത്തും. തീർച്ച പ്രഭോ.'' ബാബ പറഞ്ഞു.

അതിനുശേഷം വൈകാതെ മൂന്നു ദൂതന്മാർ യുദ്ധത്തിൽ ജേതാവായ രാജാവിന്റെ കൊട്ടാരത്തിലെത്തി. മൂന്നുപേരും കൈയിൽ ഓരോ ചില്ല പിടിച്ചിരുന്നു.

''ഞങ്ങളുടെ യജമാനൻ അങ്ങേയ്ക്കു സമ്മാനമായി കൊടുത്തയച്ചതാണ് ഈ ചില്ലകൾ. ഒരു സന്ദേശം കൂടിയുണ്ട്. വൃക്ഷത്തിൽ

നിന്ന് ആദ്യവും രണ്ടാമതും മൂന്നാമതും മുറിച്ച ചില്ലകൾ ഏതെല്ലാമെന്ന് അങ്ങ് ഊഹിച്ചുപറയണം. ശരിക്ക് ഊഹിക്കാനായില്ലെങ്കിൽ ഞങ്ങളുടെ രാജാവ് അങ്ങയോടു യുദ്ധം പ്രഖ്യാപിക്കുന്നതായിരിക്കും.'' ദൂതന്മാർ പറഞ്ഞു.

രാജാവ് പരിഭ്രാന്തനായി. മൂന്നു ചില്ലകളും ഒരുപോലെതന്നെ. ഓരോന്നും മുറിച്ചത് എപ്പോഴെന്ന് എങ്ങനെ ഊഹിച്ചു പറയാനൊക്കും. ഒരു നിമിഷം കാക്കാനാവശ്യപ്പെട്ട് അദ്ദേഹം തന്റെ ഉപദേശകനെ വിളിപ്പിച്ചു.

രാജാവ് കാര്യം പറഞ്ഞുകഴിഞ്ഞപ്പോൾ ജിപ്സി പറഞ്ഞു. ''എന്തിനു പേടിക്കുന്നു? കാര്യം വളരെ എളുപ്പം. എന്നോടൊപ്പം അങ്ങ് തോട്ടത്തിലേക്കു വരുക. എങ്ങനെ കണ്ടുപിടിക്കാമെന്നു ഞാൻ കാണിച്ചു തരാം.''

തോട്ടത്തിൽ സ്വർണ്ണമത്സ്യങ്ങളുള്ള ഒരു കുളമുണ്ടായിരുന്നു. രാജാവിന്റെ ഉപദേശകനായ ജിപ്സി ആ മൂന്നു ചില്ലകളും വെള്ളത്തിലേക്കെറിഞ്ഞു. ഒന്ന് വളരെ വേഗം മുങ്ങിപ്പോയി. രണ്ടാമത്തേത് പതുക്കെ പതുക്കെ മുങ്ങി കുളത്തിന്റെ അടിത്തട്ടിലെത്തി. മൂന്നാമത്തേത് വെള്ളത്തിനു മുകളിൽ തങ്ങിനിന്നു.

''പെട്ടെന്ന് താണുപോയ ചില്ലയാണ് ആദ്യം വെട്ടിയെടുത്തത്.'' ജിപ്സി പറഞ്ഞു. ''ഉണങ്ങിയ വിറക് പച്ചവിറകിനേക്കാൾ വേഗത്തിൽ വെള്ളത്തിൽ താഴ്ന്നുപോകും. അതുപോലെ സാവധാനത്തിൽ മുങ്ങിപ്പോയ ചില്ല രണ്ടാമത് മുറിച്ചതാണ്. വെള്ളത്തിൽ പൊങ്ങിക്കിടന്നത് അവസാനവും.'' അയാൾ ചില്ലകൾ വലിച്ചെടുത്തു. തന്റെ കത്തി കൊണ്ട് അതിൽ അടയാളപ്പെടുത്തി. രാജാവ് നേരെ ദൂതന്മാരുടെ അടുത്തേക്കുചെന്നു. ചില്ലകൾ ദൂതന്മാർക്കുതന്നെ ഉത്തരത്തോടൊപ്പം തിരിച്ചുനൽകി.

തന്റെ ശത്രുവായ രാജാവ് ശരിയായി ഉത്തരം ഊഹിച്ചു എന്നു കണ്ടപ്പോൾ രാജാവിനു കോപം ആളിക്കത്തി. രാജാവ് ജെസി ബാബയെ വിളിപ്പിച്ചു. അവളോടു രാജാവ് തട്ടിക്കയറി:

''എന്റെ അയൽക്കാരനായ രാജാവ് നിന്നെപ്പോലെതന്നെ അതിബുദ്ധിമാനാണ്. നിന്റെ കടങ്കഥ അവൻ ഊഹിച്ച് ഉത്തരം കണ്ടെത്തി.''

''അതദ്ദേഹം ചിന്തിച്ചു കണ്ടെത്തിയതല്ല. ഈ ലോകത്ത് ഇങ്ങനെ ശരിയായ ഉത്തരം കണ്ടെത്താൻ തലച്ചോറുള്ള രാജാക്കന്മാരില്ല. അദ്ദേഹത്തിന് ഉപദേശകനായി ആരോ ഉണ്ട്. ഞാൻ മറ്റൊരു വിഷമം പിടിച്ച ചോദ്യം അദ്ദേഹത്തോട് ഉന്നയിക്കാം. വളരെ വിഷമം പിടിച്ചത്. ഇതെങ്ങനെ കൈകാര്യം ചെയ്യുന്നുവെന്നു നമുക്കു നോക്കാം.'' ജെസിബാബ ആശ്വസിപ്പിച്ചു.

അധികം വൈകാതെ വീണ്ടും ദൂതന്മാരെ അവിടേക്കയച്ചു. കറുത്തുറ്റ മൂന്നു കുതിരകളുമായാണ് മൂന്നു ദൂതന്മാർ ശത്രുരാജ്യത്തിലേക്ക് പോയത്. അവർ രാജാവിനോട് ഉണർത്തിച്ചു.

''പ്രഭോ, ഞങ്ങളുടെ രാജാവിൽനിന്ന് ഒരു സന്ദേശമുണ്ട്. ഈ മൂന്നു കുതിരകളിൽ ഏറ്റവും പ്രായമേറിയതും ഏറ്റവും ഇളയതും അവയ്ക്കിടയിലുള്ളതുമായ കുതിരകളെ തിരിച്ചറിഞ്ഞു പറയണം. ശരിയായി ഊഹിച്ചില്ലെങ്കിൽ അങ്ങയോടു യുദ്ധം പ്രഖ്യാപിക്കുമെന്നറിയിക്കാൻ ഏൽപ്പിച്ചിട്ടുണ്ട്.''

മൂന്നു കുതിരകളും ഒരുപോലെതന്നെ. ദുർബലനായ രാജാവ് എന്തു ചെയ്യണമെന്നറിയാതെ പരിഭ്രാന്തിയിലായി. ദൂതന്മാരോടു കാത്തുനിൽക്കാനാവശ്യപ്പെട്ടുകൊണ്ട് രാജാവ് തന്റെ ഉപദേശകനെ തേടിപ്പോയി.

''പ്രഭോ, കണ്ടുപിടിക്കുക വളരെ എളുപ്പം.'' ചിരിച്ചുകൊണ്ടാണ് ജിപ്സി പറഞ്ഞത്. അയാൾ പരിചാരകരോട് ഒരുപിടി ഓട്സും ഒരുപിടി മോശമായ ചോളവും ഒരുപിടി ബാർലിയും കൊണ്ടുവരാൻ കൽപ്പിച്ചു. നിലത്ത് മൂന്നു കൂമ്പാരമായി അവ വെച്ചുകൊണ്ടു ജിപ്സി പറഞ്ഞു. ''ഇനി കുതിരകളെ അഴിച്ചുവിടാം. അവർക്കിഷ്ടപ്പെട്ടത് അവരെടുക്കട്ടെ.''

അവയിൽ ഒരു കുതിര നേരെ ഓട്സിന്റെ അടുത്തേക്ക് ഓടിച്ചെന്നു. രണ്ടാമത്തേത് ഓടിച്ചെന്നതു മോശപ്പെട്ട ചോളത്തിന്റെ കൂമ്പാരത്തിനടുത്തേക്കാണ്. മൂന്നാമത്തെ കുതിര ബാർലിയാണ് ചവച്ചത്.

രാജാവിന്റെ ഉപദേശകൻ പറഞ്ഞു, ''ഓട്സ് തിരഞ്ഞെടുത്ത കുതിരയാണ് ഏറ്റവും സമർത്ഥ. അതിനാലതാണ് മൂത്തത്. മോശപ്പെട്ട ചോളം തിരഞ്ഞെടുത്ത കുതിര നടുവിലത്തേത്. ബാർലിയെ തിരഞ്ഞെടുത്ത വിഡ്ഢിക്കുതിരയാണ് ഏറ്റവും ഇളയത്.'' അയാൾ കുതിരകളെ യഥാക്രമം അടയാളപ്പെടുത്തിക്കൊടുക്കുകയും ചെയ്തു. അയൽരാജ്യത്തുനിന്നു വന്ന ദൂതന്മാരെ തിരിച്ചയയ്ക്കുകയും ചെയ്തു.

അയൽരാജാവ് വീണ്ടും തന്റെ കടങ്കഥയെ സമർത്ഥമായി കൈകാര്യം ചെയ്തു എന്നറിഞ്ഞ ജെസിബാബയ്ക്കു കോപം അടക്കാനായില്ല. അവൾ രാജാവിനോടു പറഞ്ഞു.

''അങ്ങയുടെ ശത്രുവിനു കുതിരകളെപ്പറ്റി എന്നേക്കാൾ കൂടുതലറിവുള്ള ഒരു ഉപദേശകൻ ഉണ്ടെന്നു തീർച്ച. തീർച്ചയായും അവനൊരു ജിപ്സിതന്നെ. അതാരാണെന്നു ഞാൻതന്നെ നേരിട്ടുപോയി രാജാവിനെ സന്ദർശിച്ചു കണ്ടുപിടിക്കും.''

പഴയ വസ്ത്രങ്ങൾ വിൽക്കുന്നവളുടെ വേഷത്തിൽ ജെസിബാബ അയൽരാജ്യത്തിലേക്കു പോയി, അവിടുത്തെ രാജാവിനെ നേരിട്ടു കാണാൻ. അവൾ രാജാവിനെ മുഖംകാണിച്ച് ഭാവി പറയാമെന്നു പറഞ്ഞു. സൂചന കിട്ടാൻ അവൾ വെമ്പി. രാജാവ് അവൾക്കു നേരെ തന്റെ ഇടതുകൈയാണ് നീട്ടിയത്. ബാബ നെറ്റി ചുളിച്ച് നീരസം കാട്ടിക്കൊണ്ടു പറഞ്ഞു. ''മഹാരാജാവേ സൂക്ഷിക്കണം. അങ്ങയുടെ അടുത്ത പരിസരത്തായി അങ്ങയേക്കാൾ സമർത്ഥനായ ഒരാളുണ്ട്. അയാൾ സിംഹാസനം കരസ്ഥമാക്കാൻ ഏതുസമയത്തും അങ്ങയെ അപായപ്പെടുത്താൻ ശ്രമിക്കാനിടയുണ്ട്. അങ്ങ് ഉടനെതന്നെ അവനെ ആട്ടിയോടിക്കണം. അല്ലെങ്കിൽ അങ്ങേയ്ക്കു കനത്ത നാശം സംഭവിക്കും.''

ഇതുകേട്ട് രാജാവ് ഞെട്ടി. ജെസിബാബ തിരിച്ചുപോയപ്പോൾ രാജാവ് ചിന്തയിലാണ്ടു. തന്റെ നാശത്തിനു ശ്രമിക്കുന്നവനാരാ യിരിക്കും? തീർച്ചയായും അത് തന്റെ ഉപദേശകനായ ജിപ്സിയായി രിക്കും. ഇപ്പോൾ തന്റെ സമീപം എപ്പോഴുമുള്ളത് അവനാണ്. അവൻ തന്നേക്കാൾ അതിസമർത്ഥനുമാണ്. അതിനാലാണല്ലോ അവനെ ഉപദേശകനായി നിയമിച്ചത്. രാജാവ് പെട്ടെന്ന് ആ ജിപ്സിയെ പിടികൂടി ജയിലിലിടയ്ക്കാൻ കൽപ്പിച്ചു. അവന്റെ കൗശലത്തിൽ ഭീതിപൂണ്ട രാജാവ് ജിപ്സിയെ തടവിലിട്ട ഗോപുരത്തിനുചുറ്റും ഒരു കനത്ത മതിൽ കെട്ടാൻ കൽപ്പണിക്കാരോട് ആജ്ഞാപിക്കു കയും ചെയ്തു. ഒരിക്കലും തടവുപുള്ളിക്കു രക്ഷപ്പെടാൻ കഴിയരുത്, അവനെത്ര സമർത്ഥനാണെങ്കിലും.

കൽപ്പണിക്കാർ മതിൽ കെട്ടിപ്പടുക്കുന്നതു തന്റെ ജാലകത്തി ലൂടെ രാജകുമാരി കാണാനിട വന്നു. എന്തിനാണ് മതിൽ കെട്ടുന്ന തെന്ന് അവളന്വേഷിച്ചു

''ഞങ്ങൾ നമ്മുടെ രാജാവിന്റെ ഒന്നാം ഉപദേശകനെ ഉള്ളിലാക്കി മതിൽ കെട്ടുകയാണ്. രാജകൽപ്പനയാണ്.''

''യുദ്ധത്തിൽ നമ്മെ ജയിപ്പിച്ച ആ ഇരുമ്പുരഥം നിർമ്മിച്ചയാളെ യാണോ ഉദ്ദേശിക്കുന്നത്?''

''അതെ അയാളെത്തന്നെ.''

''എന്തിനാണ് അച്ഛൻ അയാളെ തടവിലാക്കി മതിൽ കെട്ടുന്നത്?''.

''രാജാവിപ്പോൾ ഇറക്കിയ കൽപ്പനയനുസരിച്ചാണ്.''

''ആപത്തിൽപ്പെട്ടപ്പോഴെല്ലാം വേണ്ട ഉപദേശങ്ങൾ നൽകി രക്ഷിച്ച ആ യുവാവിനെ നശിപ്പിക്കാൻ രാജാവ് തുനിയുന്നതെന്തിന്?''

''അതു ഞങ്ങൾക്കറിയില്ല.''

തന്റെ ഏറ്റവുമടുത്തു നിന്നിരുന്ന പരിചാരകനോടു രാജകുമാരി പറഞ്ഞു.

''ഇവിടെ വരൂ. ആ ഗോപുരത്തിന്റെ ഏറ്റവും താഴെയുള്ള ജാലകത്തിനടുത്തുള്ള മതിലിൽ ഒരു ഇഷ്ടിക ഉറപ്പിക്കാതെ നോക്കണം. അത് പുറത്തെടുക്കാനാകണം. നീ അത് സാധിപ്പിച്ചുതന്നാൽ ഞാനെന്റെ ഈ സ്വർണ്ണമോതിരം നിനക്കു തരുന്നതായിരിക്കും.''

വലിയ രത്നക്കല്ലു പതിച്ച തന്റെ സുന്ദരമായ മോതിരം അവൾ അയാളെ കാണിച്ചു. ആവശ്യം താൻ നിർവ്വഹിച്ചു കൊടുക്കാമെന്ന് രാജകുമാരിക്കു വാക്കു കൊടുക്കുകയും ചെയ്തു.

ജിപ്സിയുടെ തടവറയ്ക്കുചുറ്റുമുള്ള മതിലിന്റെ പണികഴിഞ്ഞു. പക്ഷേ എത്ര ആലോചിച്ചിട്ടും ഈ മതിൽ കെട്ടുന്നതിന്റെ ആവശ്യം കൽപ്പണിക്കാരനു പിടികിട്ടിയില്ല. രാജാവിന് ആ യുവാവിനോട് ഇത്ര കടുത്ത കോപം ഉണ്ടാകാനെന്തു കാരണം? ഇന്നുവരെ അയാൾ രാജാവിനു നൽകിയിട്ടുള്ളത് രാജാവിന്റെ നന്മയ്ക്കുള്ള ഉപദേശങ്ങളാണ്.

പെട്ടെന്നു ഉരസുന്ന ശബ്ദം കേൾക്കുന്നതായി ജിപ്സിക്കു തോന്നി. ശബ്ദം കേട്ട ദിക്കിലേക്കു അവൻ നോക്കി; തടവറയുടെ താഴെയുള്ള ജാലകത്തിനടുത്തുള്ള മതിൽക്കെട്ടിലേക്കും. അവിടെ അയാൾ കണ്ടതെന്താണ്? മതിലിൽ ഒരു ദ്വാരം. ഗോപുരത്തിൽ നിന്ന് ഒരാൾ തന്നെ സൂക്ഷിച്ചുനോക്കുകയും ചെയ്യുന്നു. തുടർന്ന് അവൻ ഒരു ശബ്ദം കേട്ടു. ആ ശബ്ദം തനിക്കു സുപരിചിതവുമാണ്.

''ഇതു ഞാനാണ്, രാജകുമാരി. ഞാൻ നിങ്ങൾക്ക് അല്പം ഭക്ഷണം കൊണ്ടുവന്നിട്ടുണ്ട്.''

സന്തോഷം തോന്നിയ ജിപ്സി നേരെ മതിലിൽ ഇഷ്ടിക നീക്കപ്പെട്ട സ്ഥലത്തേക്കു കുതിച്ചുചെന്നു. ദ്വാരത്തിലൂടെ രാജകുമാരി അവന് ഒരു പ്ലേറ്റിൽ പൊരിച്ച താറാവിറച്ചിയാണ് കൊടുത്തത്. നന്നായി പാകം ചെയ്ത താറാവിറച്ചി. ജിപ്സി ആർത്തിയോടെയാണ് അതു തിന്നുതീർത്തത്. രാജകുമാരി ആ കാഴ്ച കൗതുകത്തോടെ കണ്ടുനിന്നു. ഭക്ഷിച്ചുകഴിഞ്ഞപ്പോൾ അവൾ പറഞ്ഞു. ''ഞാനാണ് മതിലിൽ ഈ വിള്ളൽ ഉണ്ടാക്കിച്ചത്. ഞാൻ നിത്യേന നിന്റെയടുത്തു നിനക്കുള്ള ഭക്ഷണവുമായി വരുന്നതായിരിക്കും.''

''ഭവതിയുടെ ദയയ്ക്കു നന്ദി. പക്ഷേ എന്നോടിതു പറയൂ. എന്തിനാണ് രാജാവ് ഇത്ര ക്രൂരമായി ശിക്ഷിക്കുന്നത്? ഞാനൊരു കുറ്റവും ചെയ്തിട്ടില്ല. പറയൂ, ചെയ്തിട്ടുണ്ടോ?''

''അധികപക്ഷവും ആരോ നിങ്ങൾക്കെതിരായി എന്റെ അച്ഛനോട് ഏഷണി പറഞ്ഞിട്ടുണ്ടാകണം. ഞാനത് അന്വേഷിച്ചു കണ്ടുപിടിക്കും. അച്ഛനെ ഇതിൽനിന്നു പിന്തിരിപ്പിക്കാൻ എന്നാലാവതു ചെയ്യും. എന്തു കാര്യവും എളുപ്പം വിശ്വസിക്കുന്ന കൂട്ടത്തിലാണ് എന്റെ അച്ഛൻ. അദ്ദേഹത്തിനു നിന്നോടു വെറുപ്പു തോന്നാൻ എന്താണു കാരണമെന്ന് എനിക്കറിയില്ല. എന്തായാലും ഞാൻ കാര്യം നേടുന്നതു വരെ നീ ഇവിടെ പിടിച്ചു നിൽക്കണം.''

ഇതിനകം ജെസിബാബ നാട്ടിലേക്കു തിരിച്ചെത്തിക്കഴിഞ്ഞിരുന്നു. അവൾ രാജാവിനോടു പറഞ്ഞു.

''പ്രഭോ, ഞാനവിടെ പോയി വേണ്ടതെല്ലാം ചെയ്തിട്ടാണ് വരുന്നത്. അങ്ങയുടെ അയൽക്കാരനായ രാജാവിനു ബുദ്ധിപൂർവ്വം ഉപദേശം നൽകുന്നവനെ നിരായുധനാക്കാനും പുറന്തള്ളാനും വേണ്ടതൊക്കെ ഞാൻ ചെയ്തിട്ടുണ്ട്. ഞാൻ അങ്ങയുടെ ശത്രുവിന് ഒരു പണിതരാം. ആ പ്രശ്നം പരിഹരിക്കാൻ അദ്ദേഹത്തിനാവില്ല. തീർച്ച.''

അല്പനാൾ കഴിഞ്ഞു. അച്ചിലിട്ടു വാർത്തപോലെയുള്ള പന്ത്രണ്ടു യുവാക്കൾ അയൽക്കാരനായ രാജാവിന്റെ കൊട്ടാരത്തിൽ സന്ദർശകരായെത്തി. എല്ലാവരും വർണ്ണശബളമായ വിലപിടിച്ച വസ്ത്രങ്ങളാണ് ധരിച്ചിട്ടുള്ളത്. അവരിലൊരാൾ പറഞ്ഞു.

''ഞങ്ങൾക്കിടയിൽ ഒരു രാജകുമാരനുണ്ട്. രാജാവിന്റെ ഏകമകൻ. ഞങ്ങളിൽ അതാരാണെന്ന് അങ്ങ് ഊഹിച്ചു കണ്ടുപിടിക്കണം. അങ്ങ് അതിൽ പരാജയപ്പെടുന്നപക്ഷം ഞങ്ങളുടെ യജമാനൻ അങ്ങയോടു യുദ്ധം പ്രഖ്യാപിക്കും.''

ഇക്കാര്യത്തിൽ തക്ക ഉപദേശം നൽകുന്നവനു ആവശ്യപ്പെടുന്നതെന്തും നൽകാൻ രാജാവ് തയ്യാറാണ്. ഇക്കൂട്ടത്തിൽനിന്ന് അദ്ദേഹം എങ്ങനെ യഥാർത്ഥരാജകുമാരനെ കണ്ടുപിടിക്കാനാണ്? ആ രാജകുമാരനെ കണ്ടിട്ടുപോലുമില്ല. പന്ത്രണ്ടുപേരും അച്ചിലിട്ടു വാർത്തപോലെയാണുള്ളത്. ഉത്തരം തരാൻ തനിക്ക് ഒരു ദിവസത്തെ സമയം തരണമെന്നു രാജാവ് ആവശ്യപ്പെട്ടു. യുവാക്കൾ സമ്മതിച്ചു. ആ യുവാക്കളോടു തന്റെ അതിഥികളാവാൻ രാജാവ് അഭ്യർത്ഥിച്ചു. രാജാവ് രാജകുമാരിയുടെ അടുത്തേക്കാണ് പോയത്. തങ്ങളകപ്പെട്ട അപകടത്തെപ്പറ്റി രാജാവ് വിവരിച്ചുകൊടുത്തു.

എല്ലാം ശ്രദ്ധയോടെ കേട്ടശേഷം രാജകുമാരി പറഞ്ഞു. ''ഇത് അത്യധികം കുഴപ്പംപിടിച്ച കാര്യംതന്നെ. അങ്ങേയ്ക്കു എപ്പോഴും ബുദ്ധിപൂർവ്വം ഉപദേശങ്ങൾ നൽകിവന്ന യുവാവിനെ അങ്ങ് തടവിലിട്ടിരിക്കുകയല്ലേ? ഒരുപക്ഷേ വീണ്ടും അവൻ അങ്ങേയ്ക്കു വേണ്ട ഉപദേശം തന്നേക്കാം.''

''എന്നെ കൊല്ലാൻ അവൻ ശ്രമിച്ചിരുന്നു എന്നു ഞാൻ കേട്ടു.'' നെടുവീർപ്പോടെ രാജാവ് പറഞ്ഞു.

''ആരാണങ്ങയോട് അതു പറഞ്ഞത്?'' രാജകുമാരി ചോദിച്ചു.

''നടന്നു വിൽപ്പന നടത്തുന്ന ഒരു തള്ള. എന്നെ ചുറ്റിപ്പറ്റി എനിക്കു വേണ്ട ഉപദേശങ്ങൾ തരുന്ന ഒരു യുവാവിനെ ആട്ടിയകറ്റിയില്ലെങ്കിൽ വൈകാതെ ഞാൻ കൊല്ലപ്പെടുമെന്നാണ് ആ തള്ള എന്റെ കൈ നോക്കി പ്രവചിച്ചത്.''

''ശരി, ഏതായാലും ഞാനിതു വിശ്വസിക്കുന്നില്ല. അങ്ങേയ്ക്കെതിരെ യുദ്ധഭീഷണി മുഴക്കുന്ന ആ രാജാവ് അങ്ങയുടെ വിശ്വസ്ത സേവകനെ അങ്ങയിൽനിന്ന് ആട്ടിയകറ്റാൻ ഒരുക്കിയ ഒരു തന്ത്രം മാത്രമാണെന്നാണ് എനിക്കു തോന്നുന്നത്.''

''എനിക്കങ്ങനെ തോന്നിയിട്ടില്ല.'' രാജാവ് അട്ടഹസിച്ചു. ''എന്റെ മോൾ എന്നേക്കാൾ കാര്യപ്രാപ്തിയുള്ളവളാണെന്ന് എനിക്ക് തോന്നുന്നു.''

''എന്നേയും അങ്ങ് തടവിലിടുമോ?'' തമാശയായി രാജകുമാരി ചോദിച്ചു. ''അങ്ങയോടടുത്തു പെരുമാറുന്ന അങ്ങയേക്കാൾ പ്രാപ്തിയുള്ളവരെയെല്ലാം അങ്ങ് തന്നിൽനിന്ന് ആട്ടിയകറ്റിയാൽ കൊട്ടാരത്തിൽ അങ്ങ് തനിച്ചേ ഉണ്ടാവൂ.''

ഇതു രാജാവിനെ ചിന്തിപ്പിച്ചു. ഒരുനിമിഷം ചിന്തയിലാണ്ടശേഷം അദ്ദേഹം തുടർന്നു, ''ഒരുപക്ഷേ ഒട്ടും ചിന്തിക്കാതെ ഞാൻ പ്രവർത്തിച്ചു പോയതാകാം. ഇനി ഞാനെന്തു ചെയ്യും? മതിൽ തള്ളിത്താഴത്തിട്ടാലോ? ഒരുപക്ഷേ ആ പാവം ഇതിനകം പട്ടിണി കിടന്നു ചത്തിട്ടുണ്ടാകും.''

''ഒരുപക്ഷേ ഇല്ലെങ്കിലോ? നമുക്ക് ഒന്ന് ശ്രമിച്ചാലോ?''

ആ ഗോപുരത്തിനു ചുറ്റും കെട്ടിപ്പടുത്ത മതിൽക്കെട്ട് തകർക്കാൻ രാജാവ് ആജ്ഞ നൽകി. തടവുകാരനെ ജീവനോടെ പിടികൂടി സേവകർ തന്റെ മുമ്പിലെത്തിച്ചപ്പോൾ രാജാവ് വിസ്മയപ്പെട്ടു. എല്ലും തൊലിയുമായി ക്ഷീണിച്ചവശനായല്ല, മറിച്ച് അരോഗദൃഢഗാത്രനായി ത്തന്നെയാണ് അവൻ പ്രത്യക്ഷപ്പെട്ടത്.

''എനിക്കു മാപ്പുതരൂ. ഞാൻ നിന്നെ അകാരണമായി തടവിലിട്ടതിൽ അതിയായി ഖേദിക്കുന്നു. ഞാൻ തക്ക നഷ്ടപരിഹാരം നൽകുന്നതായിരിക്കും. പകരം നീയെനിക്ക് ഒരു കാര്യത്തിൽ മാത്രം തക്ക ഉപദേശം നൽകണം.''

പിന്നീട് രാജാവ് തന്നെ സന്ദർശിക്കാൻ വന്ന പന്ത്രണ്ടു യുവാക്കളുടെ കഥ വിവരിച്ചുപറഞ്ഞു. ജിപ്സി ഒരുനിമിഷം അഗാധചിന്തയിലാണ്ടു. തുടർന്നു പറഞ്ഞു.

''പ്രഭോ, ആ യുവാക്കളെ അങ്ങ് അത്താഴത്തിനു ക്ഷണിക്കാനുള്ള ഏർപ്പാടുചെയ്യുക. പാത്രത്തിൽ വിലപിടിച്ച സ്പൂണിനു പകരം ടിന്നുകൊണ്ടുള്ള സ്പൂൺ വെച്ചാൽ മതി. അവർ പ്രതിഷേധിച്ചാൽ അങ്ങ് പറയണം, താൻ ദരിദ്രനാണ്; അങ്ങയുടെ പക്കലുണ്ടായിരുന്ന വെള്ളിയെല്ലാം ആ ഇരുമ്പുരഥം ഉണ്ടാക്കുന്നതിലേക്കു ചിലവായെന്ന്. ടിൻ സ്പൂണുകൊണ്ടു ഭക്ഷണം കഴിക്കാൻ മടിപിടിച്ച് ഒരു യുവാവ് ഇരിക്കുന്നത് അങ്ങ് കാണാനിടയാകും. യഥാർത്ഥ രാജകുമാരൻ അതായിരിക്കും. പക്ഷേ ഒരു കാര്യം, ആ യുവാവിനെ മറ്റുള്ളവരോടൊപ്പം നാട്ടിലേക്കു മടങ്ങിപ്പോകാൻ സമ്മതിക്കരുത്. പകരം അങ്ങ് എന്നെ ചെയ്തതുപോലെ ആ ഗോപുരത്തിൽ തടവിലിടണം.''

''അയൽരാജാവിന്റെ ആകെക്കൂടിയുള്ള സന്തതിയാണ് ആ രാജകുമാരൻ. നീ പറയുന്നതുപോലെ ഞാനതു ചെയ്താൽ ആ രാജാവിനു പൂർവ്വാധികം കോപം ഉണ്ടാകുമെന്നു മാത്രമല്ല, എന്നോട് ഉടനെത്തന്നെ യുദ്ധം പ്രഖ്യാപിക്കുകയും ചെയ്യും.''

''ഇതിനകം ഒട്ടേറെത്തവണ അങ്ങോര് അങ്ങയെ ഭീഷണിപ്പെടുത്തിയിട്ടില്ലേ? അതിനുപകരം അങ്ങ് ഇപ്പോൾ ഒന്നുചെറുതായി ഭീഷണിപ്പെടുത്തുന്നതിൽ ഒരു തെറ്റുമില്ല. ആ രാജകുമാരൻ രാജാവിന്റെ ഏകസന്തതിയാകയാൽ അതിന്റെ പേരിൽ ഒരു യുദ്ധം പ്രഖ്യാപിക്കാൻ അദ്ദേഹം തയ്യാറാകില്ല. തന്റെ പിന്തുടർച്ചാവകാശി ഗോപുരത്തിൽ തടവുകാരനായി പട്ടിണികിടന്നു മരിക്കുന്നതു കാണാൻ അദ്ദേഹം ഇഷ്ടപ്പെടുകയുമില്ല. ആ രാജാവ് അങ്ങയോടു യുദ്ധം പ്രഖ്യാപിച്ചാൽ അതാണ് സംഭവിക്കുക. ഒരു മനുഷ്യൻ പട്ടിണികിടന്നു ചാകാനെടുക്കുന്നതിനേക്കാൾ അധികം സമയം ഒരു യുദ്ധത്തിനുള്ള തയ്യാറെടുപ്പിനു വേണ്ടിവരും. അങ്ങ് ദൂതൻവഴി ഒരു സന്ദേശമയയ്ക്കുക. 'ശത്രുരാജാവിന്റെ ഉപദേശകയായ ആ സ്ത്രീയെ പകരംതരുന്ന നിമിഷത്തിൽതന്നെ രാജകുമാരനെ തിരിച്ചുതരുന്നതായിരിക്കും.' അങ്ങേയ്ക്കെതിരെ ശത്രുരാജാവിനെക്കൊണ്ടു നടത്തിച്ച എല്ലാ കുതന്ത്രങ്ങളും അവൾ മെനഞ്ഞെടുത്തതാണ്. അവൾ തന്നെയാണ് അങ്ങയോട് എന്നെ തടവിലാക്കാനും ഉപദേശിച്ചത്.''

''നിനക്കെങ്ങനെ ഇതെല്ലാം അറിയാൻ കഴിഞ്ഞു?''

''എന്നെ തടവിലിട്ടപ്പോൾ തടവുമുറിയുടെ ജാലകത്തിനടുത്തു പറന്നു കളിച്ചിരുന്ന ഒരു കിളിയാണ് എന്നോടു പറഞ്ഞത്.'' ജിപ്സി ചിരിച്ചുകൊണ്ടാണ് പറഞ്ഞത്. തീർച്ചയായും അതൊരു കൊച്ചുകിളിയായിരുന്നില്ല. അതു രാജകുമാരിതന്നെയായിരുന്നു. എല്ലാം ഇരുവരും കൂടി ചിന്തിച്ചെടുത്തതാണ്.

രാജാവ് ജിപ്സി പറഞ്ഞപോലെ കാര്യങ്ങൾ നടത്തി. ആ പന്ത്രണ്ടു യുവാക്കളെ അത്താഴത്തിനു ക്ഷണിച്ചു. വിലപിടിച്ച സ്പൂണിനു പകരം ടിന്നുകൊണ്ടുള്ള സ്പൂണാണ് പ്ലേറ്റിൽ വെച്ചത്.

''ഇതെന്താ?'' വെറുപ്പോടെ അതിഥികൾ ഒച്ചവെച്ചു. ''ഈ സ്പൂൺ കൊണ്ടാണോ ഞങ്ങൾ കഴിക്കേണ്ടത്? ഞങ്ങൾക്കെന്താ വിലപിടിച്ച മേൽത്തരം സ്പൂണുകൾ ഒരുക്കാതിരുന്നത്?''

''കാരണം എന്റെ കൈയിൽ പണമില്ല. ഞാൻ വളരെ ദരിദ്ര നായാണ് കഴിയുന്നത്. എല്ലാറ്റിനും കാരണം നിങ്ങളുടെ യജമാനൻ തന്നെ. എപ്പോഴും എന്നോടു യുദ്ധം പ്രഖ്യാപിച്ചു ഭീഷണിപ്പെടുത്തി ക്കൊണ്ടിരുന്നു. ഒരു സ്ഥിരം സേനയെ നിർത്തുക ഭാരിച്ച ചില വുള്ള കാര്യമാണ്. അതിനാൽ കിട്ടിയത് നിങ്ങൾ ഭക്ഷിച്ചാലും. രാജാവായ ഞാനും ഈ സ്പൂൺ കൊണ്ടാണ് കഴിക്കുന്നത്.''

അതിഥികൾ മുറുമുറുത്തു. കുശിനിക്കാരൻ ഭക്ഷണം കൊണ്ടുവന്ന പ്പോൾ ഉയർന്ന മണം ആ യുവാക്കളെ കൊതിപിടിപ്പിച്ചു. അവർക്കു നിയന്ത്രിക്കാനായില്ല. ഓരോരുത്തരായി തങ്ങളുടെ സ്പൂൺ കൈയി ലെടുത്തു തീറ്റ തുടങ്ങി. അവരിലൊരാൾ മാത്രം തിന്നാതെ നീരസ ത്തോടെ ഇരിക്കുന്നതു രാജാവിന്റെ ശ്രദ്ധയിൽപെട്ടു. അയാൾ തന്റെ മുമ്പിൽ വിളമ്പിയ ഭക്ഷണം തൊട്ടില്ല. സ്പൂൺ കൈയിലെടുത്തുമില്ല.

അപ്പോൾ രാജാവ് ചാടി എഴുന്നേറ്റ് ദേഷ്യത്തോടെ പറഞ്ഞു. ''എന്നാലാവുംവിധം ഏറ്റവും നല്ല ഭക്ഷണമാണ് ഞാൻ നിങ്ങൾക്കു വിളമ്പിയത്. നീ അത് തള്ളിക്കളയുന്നോ? നീ എന്നെ ധിക്കരിച്ചിരിക്കു കയാണ്. നീയായിരിക്കണം രാജകുമാരൻ. നിന്നെ ഞാൻ തടവി ലാക്കാൻ കൽപ്പിക്കുന്നു. എന്നെ ധിക്കരിച്ചതിനുള്ള ശിക്ഷയാണ്. മറ്റുള്ളവർക്കെല്ലാം നാട്ടിലേക്കു തിരിച്ചുപോകാം. രാജാവിനെ വിവരം അറിയിക്കുകയും വേണം. പറയുക, ഗോപുരത്തിൽ കിടന്നു പട്ടിണി കിടന്നു തടവുകാരനായി അങ്ങയുടെ മകൻ മരിക്കാതിരിക്കണമെങ്കിൽ അദ്ദേഹം അദ്ദേഹത്തിന്റെ വൃദ്ധയായ ഉപദേശകയെ ഇങ്ങോട്ടേക്കയച്ചു തരണം. ഇല്ലാത്തപക്ഷം ഒരു കാരണവശാലും ഞാൻ രാജകുമാരനെ കൈമാറുകയില്ല.''

ആ പതിനൊന്നു ചെറുപ്പക്കാരും ഏകസ്വരത്തിൽ വിവരമറിയി ച്ചപ്പോൾ അയൽരാജാവിന്റെ കോപം ആളിക്കത്തി. അദ്ദേഹം ജെസി ബാബയെ ചാട്ടവാറുകൊണ്ടടിപ്പിച്ചു. അതിനുശേഷം അവളെ ഒരു കുതിരയോടു ചേർത്തുകെട്ടി അയൽരാജാവിന്റെ അടുത്തേക്കയച്ചു. പുറമെ, ഒത്തുതീർപ്പിലെത്തിയതിലുള്ള സന്തോഷസമ്മാനമായി ഒരു രഥം നിറയെ സ്വർണ്ണവും വിലപിടിച്ച രത്നക്കല്ലുകളും കൊടുത്തയച്ചു. അയൽരാജാവിനുള്ള തന്റെ സന്ദേശത്തിൽ അദ്ദേഹം ഒരു കാര്യം

വ്യക്തമാക്കി. ''ഇനിയൊരിക്കലും താൻ ആ രാജ്യത്തിനെതിരെ യുദ്ധം പ്രഖ്യാപിക്കില്ല. തന്റെ മരണംവരെ ആ രാജ്യവുമായി സമാധാന ത്തിലും സൗഹൃദത്തിലുമായി കഴിച്ചുകൂട്ടുന്നതായിരിക്കും.'' ഒരു കാര്യം രാജാവ് വീണ്ടും വീണ്ടും യാചിച്ചു: തന്റെ മകനെ തടവറയിൽ നിന്ന് മോചിപ്പിക്കണം.

അയൽരാജാവിന് അത്യധികം സന്തോഷമായി. തന്റെ ശത്രു രാജ്യത്തിൽനിന്നുള്ള സന്ദേശവും സമ്മാനങ്ങളും ലഭിച്ചപ്പോൾ അദ്ദേഹം തടവറയിൽനിന്ന് രാജകുമാരനെ മോചിപ്പിച്ചു. ഒരൊന്നാന്തരം സദ്യയും നൽകി. ശത്രുരാജാവ് തന്നോട് അങ്ങേയറ്റം സ്നേഹ പൂർവ്വം പെരുമാറുന്നതു കണ്ട് രാജകുമാരൻ വിസ്മയിച്ചു. എല്ലാം വിശദമായി കേട്ടറിഞ്ഞപ്പോൾ രാജകുമാരൻ തുറന്നു സമ്മതിച്ചു. തന്റെ പിതാവ് ഒട്ടും നന്നായല്ല പെരുമാറിയത്. അയൽരാജാവിന്റെ നിലപാടായിരുന്നു ശരി. രാജകുമാരൻ തന്റെ അയൽരാജാവിനോടു സത്യം ചെയ്തു. താൻ സിംഹാസനാരോഹണം ചെയ്താൽ ഒരിക്കലും യുദ്ധം പ്രഖ്യാപിക്കുകയില്ല. അയൽരാജാവിനോടു മാത്രമല്ല, മറ്റാരോടും തന്നെ.

തുടർന്നു രാജാവ് ജെസിബാബയെ ആ ഗോപുരത്തിൽ തടവി ലിട്ടു. മതിൽ വീണ്ടും പണിയിച്ചു. രാജാവിന്റെ ജിപ്സിയായ ഉപ ദേശകൻ രാജകുമാരിയെ കല്യാണം കഴിച്ചു. വൃദ്ധനായ രാജാവ് മരിച്ചപ്പോൾ ജിപ്സി അയാളുടെ പിൻഗാമിയായി രാജാവുമായി.

അയാൾ ബുദ്ധിപൂർവ്വമാണ് രാജ്യം ഭരിച്ചത്. അയൽരാജാവുമായി അയാൾ സമാധാനവും സൗഹൃദവും പുലർത്തി. അവർ അന്യോന്യം സൗഹൃദസന്ദർശനങ്ങൾ നടത്തി. തങ്ങളുടെ പൂർവ്വികർ അന്യോന്യം പടവെട്ടി ഇരുരാജ്യങ്ങളിലും നാശനഷ്ടങ്ങൾ വരുത്തിയ വിഡ്ഢി ത്തത്തെപ്പറ്റി സംസാരത്തിൽ ഓർമ്മിക്കുമായിരുന്നു. ഇരുരാജ്യങ്ങളി ലെയും ജനങ്ങൾ സംതൃപ്തരായി കഴിഞ്ഞുകൂടി. ■

കരുത്തനായ ജെപാസ്

മൂന്ന് ആൺമക്കളുള്ള ഒരു ജിപ്സി കരുവാനുണ്ടായിരുന്നു. മൂത്ത രണ്ടുപേർ അതിസുന്ദരന്മാരും കഴിവുറ്റവരുമായിരുന്നു. പക്ഷേ മൂന്നാമത്തവന്റെ ശരീരത്തിന്റെ വലതുഭാഗം ആകെ തളർന്ന് വലതുകാലും വലതുകൈയും ശേഷിയില്ലാത്തതായിരുന്നു. മുഖത്തിന്റെ വലതുവശം വികൃതമായിരുന്നു. ഇടതുവശത്തുനിന്നു സുന്ദരനായും ആരോഗ്യവാനായും വലതുവശത്തുനിന്നു കാണുമ്പോൾ മുടന്തനായും. അതുകൊണ്ടാണ് അവനെ ജെപാസ്മർ എന്നു വിളിച്ചത്. ജിപ്സി ഭാഷയിൽ അതിന്റെ അർത്ഥം അർദ്ധമനുഷ്യൻ.

തന്റെ വൈരൂപ്യത്തെയോർത്ത് കൊച്ചുജെപാസിന് അസന്തുഷ്ടിയുണ്ടായിരുന്നു. ചെറുപ്പംമുതലേ അവൻ എല്ലാവരിൽനിന്നും അകന്നുനിന്നു. അവനു സുഹൃത്തുക്കളില്ലായിരുന്നു. അവന്റെ സഹോദരന്മാർ പോലും അകന്നു നിന്നു. ഭക്ഷണം കഴിച്ചു. ഉറങ്ങി. മറ്റു കുട്ടികളെപ്പോലെ വളർന്നുവന്നു. പക്ഷേ ഒരു പ്രത്യേകതയുണ്ടായിരുന്നു. അവന് ഒരിക്കലും അസുഖം വന്നില്ല. ഒരിക്കൽ അവന്റെ ജ്യേഷ്ഠന്മാർക്ക് അഞ്ചാംപനി പിടിപെട്ടപ്പോൾ ഒരേ കിടക്കയിൽ ജ്യേഷ്ഠന്മാരൊന്നിച്ചു കിടന്നിട്ടും അവനു രോഗം പകർന്നില്ല. അവന്റെ അമ്മ പറയുമായിരുന്നു, മുടന്തും ശാരീരികവൈകല്യവും ഒഴിച്ചാൽ അവൻ ഒരു കുതിരയെപ്പോലെ കരുത്തനാണെന്ന്.

മൂത്ത സഹോദരന് ഇരുപതുവയസ്സായപ്പോഴാണ് അതുണ്ടായത്. ഭൂലോകസുന്ദരിയായി വാഴ്ത്തപ്പെട്ടിരുന്ന രാജകുമാരിയുടെ വിവാഹം നടത്താൻ തീരുമാനിച്ചതായി രാജാവ് വിളംബരപ്പെടുത്തി. തന്റെ മകളെ ഏറ്റവും കരുത്തനായ ജിപ്സിയുവാവിനു വിവാഹം ചെയ്തു കൊടുക്കുമെന്നായിരുന്നു വിളംബരം. അതിശക്തനാകണം. ഓരോരുത്തരേയും താൻ പരീക്ഷിക്കുന്നതായിരിക്കുമെന്നും രാജാവ് അറിയിച്ചു. ഏറ്റവും ഒടുവിൽ ജേതാവാകുന്നവൻ എലിസബത്തിന്റെ കരം പിടിക്കും.

''അച്ഛാ, ഇത് എനിക്കുള്ളതുതന്നെ. നോക്കിക്കോളൂ. ഞാൻ ചെറുപ്പമാണ്. അതികരുത്തനുമാണ്. ഞാൻ രാജകുമാരിയെ നേടിയെടുക്കാൻ പോകുന്നു.'' സഹോദരന്മാരിൽ മൂത്തവൻ വീമ്പു പറഞ്ഞു.

''നിനക്കതിനുള്ള യോഗ്യതയുണ്ടെന്നെനിക്കു തോന്നുന്നില്ല. നിന്നേക്കാൾ എനിക്ക് ഒരു വയസ്സു കുറയും. നിന്നേക്കാൾ എനിക്കു കരുത്തുകൂടും.'' ഇളയ സഹോദരൻ എതിർത്തു.

''അതു ശരിയല്ല.''

''അതു തന്നെ. നിങ്ങൾ വാദിക്കാൻ നിൽക്കണ്ട. അതു നിങ്ങളിൽ ആർക്കാണ് കൂടുതലുച്ചത്തിൽ സംസാരിക്കാനും ബഹളം കൂട്ടാനും കഴിയുക എന്നേ തെളിയിക്കുകയുള്ളൂ. അതിനേക്കാൾ നല്ലത് നിങ്ങളിൽ ആർക്കാണ് കൂടുതൽ കരുത്തെന്നു മത്സരത്തിൽ പങ്കെടുത്തു തെളിയിക്കുന്നതാണ്. എന്റെ ആലയിലേക്കു നിങ്ങൾ വരുക. അവിടെയുള്ള അടകല്ല് ആരാണോ പൊക്കിയെടുത്തു ചുമലിൽ വെയ്ക്കുന്നത്, അവനാണ് കൂടുതൽ ശക്തൻ. അവനു മാത്രമേ കൊട്ടാരത്തിൽ പോയി രാജകുമാരിക്കുവേണ്ടി മത്സരത്തിൽ പങ്കെടുക്കാൻ അർഹതയുള്ളൂ.'' അച്ഛൻ ഇടപെട്ടു.

യുവാക്കൾ സമ്മതിച്ചു. ആലയിലേക്കു ചെന്നു. ഇതെല്ലാം കേട്ടും ശ്രദ്ധിച്ചും ജെപാസ് അവർക്കു പിന്നാലെ ചെന്നു. അവനു ജിജ്ഞാസയായിരുന്നു. തന്റെ സഹോദരന്മാരിൽ കൂടുതൽ ശക്തനായവനാരായിരിക്കും?

മൂത്തവൻ തന്റെ കൈകൾകൊണ്ട് ആ അടകല്ല് പൊക്കിയെടുക്കാൻ ശ്രമിച്ചു. അൽപ്പം മാത്രം ഉയർത്തി കൈവിട്ടു.

''കഷ്ടം. നിനക്ക് അതൊന്നു പൊന്തിക്കാൻപോലും പറ്റിയില്ല.'' ഇളയ സഹോദരൻ പരിഹാസപൂർവ്വം പറഞ്ഞു. അവനും സാധിച്ചില്ല.

''അച്ഛാ! ഞാനൊന്നു ശ്രമിച്ചുനോക്കട്ടെ.'' ജെപാസ് അൽപ്പം മടിച്ചുകൊണ്ടു ചോദിച്ചു.

''നിനക്ക് ആ അടകല്ല് പൊക്കിനോക്കണമല്ലേ? നിനക്ക് ഒരു കൈയല്ലേ ഉള്ളൂ.'' കളിയാക്കിക്കൊണ്ടാണ് മൂത്ത സഹോദരൻ ചോദിച്ചത്.

''എന്തിന്? ഞങ്ങൾക്ക് കഴിയാത്തതു ചെയ്യാൻ നിനക്കാകുമെന്നു തെളിയിക്കാനാണോ?'' ഇളയ സഹോദരൻ ഉറക്കെ പറഞ്ഞു.

''അവനും ഒന്നു ശ്രമിക്കട്ടെ. എല്ലാവർക്കും ശ്രമിക്കാൻ അവകാശമുണ്ട്. ജെപാസ്, നീയും ശ്രമിച്ചുനോക്കൂ.'' അച്ഛൻ പറഞ്ഞു.

ജെപാസ് അടക്കല്ലിനടുത്തേക്കു നീങ്ങി. തന്റെ ഇടതുകൈകൊണ്ട് ആ കല്ല് കടന്നെടുത്തു. അത് ലാഘവത്തോടെ നിലത്തുനിന്നുയർത്തി, ഒരു തൂവലിനെയെന്നപോലെ; പിന്നീടൊട്ടും അദ്ധ്വാനിക്കാതെതന്നെ അതു ചുമലിൽ വെച്ചു.

സഹോദരന്മാർ അന്തംവിട്ടു നിൽപ്പായി. അവരുടെ അച്ഛനും അത്ഭുതപരതന്ത്രനായി.

''എന്റെ മോനേ. നീ അതിശക്തൻതന്നെ. നിന്നെപ്പറ്റി ഇങ്ങനെയൊന്നും ഞാൻ ചിന്തിച്ചിട്ടില്ല. നിന്നോളം ശക്തിയുള്ള മറ്റൊരു വ്യക്തി നമുക്കിടയിലുണ്ടെന്നു ഞാൻ കരുതുന്നില്ല.''

''അച്ഛാ... എനിക്ക് എലിസബത്തിന്റെ പാണിഗ്രഹണത്തിനു ശ്രമിക്കാൻ അർഹതയുണ്ടോ?'' ജെപാസ് ചോദിച്ചു.

''തീർച്ചയായും അർഹതയുണ്ട്.''

മൂത്ത സഹോദരൻ പരിഹസിച്ചു. ''രാജാവിന്റെ പരീക്ഷയിൽ നീ പാസ്സായാലും എലിസബത്ത് നിന്നെ സ്വീകരിക്കില്ല. നിന്നെ ഒരു നോക്കു നോക്കി അവൾ ഓടിപ്പോയ്ക്കളയും.''

രണ്ടാമത്തെ സഹോദരൻ ഉറപ്പിച്ചു പറഞ്ഞു. ''കണ്ണാടിയിൽ നോക്കി നിന്റെ കോടിയ വായ് ഒന്നു കാണുക. ഭൂലോകത്ത് ഒരു പെണ്ണും നിന്നെപ്പോലൊരുത്തനെ കെട്ടാൻ ആശിക്കില്ല.''

''അത്ര ഉറപ്പിക്കുകയൊന്നും വേണ്ട നീ.'' അച്ഛൻ പറഞ്ഞു. ''നീ നിന്റെ സഹോദരങ്ങളോടൊപ്പം പോയി ഭാഗ്യം പരീക്ഷിക്കുക. നിങ്ങളിൽ ഒരാൾ വിജയിക്കുന്നപക്ഷം മറ്റുള്ളവർ അസൂയപ്പെടരുത്. ഒരു കുടുംബത്തിലെ അംഗം തന്നെയാണല്ലോ അതു നേടിയതെന്ന് ആഹ്ലാദിക്കുക.''

അങ്ങനെ ആ സഹോദരന്മാർ ജിപ്സി രാജാവിന്റെ കൊട്ടാരത്തിലേക്കു യാത്രയായി. സന്ധ്യയോടെ അവർ ഒരു പർവ്വതവാസിയായ ഇടയന്റെ കുടിലിലെത്തിച്ചേർന്നു. അവിടെ വൃദ്ധനായ ഇടയൻ തന്റെ ചെമ്മരിയാടിൻകൂട്ടത്തെ പരിപാലിക്കുകയായിരുന്നു. അവർ വിനയപൂർവ്വം അഭിവാദ്യങ്ങളർപ്പിച്ചുകൊണ്ടു യാത്രികരായ തങ്ങളെ അന്നു രാത്രി അവിടെ തങ്ങാൻ അനുവദിക്കണമെന്ന് അഭ്യർത്ഥിച്ചു.

''ദൈവം അനുഗ്രഹിക്കട്ടെ. തീർച്ചയായും നിങ്ങൾക്ക് ഇവിടെ അന്തിയുറങ്ങാം. കുട്ടികളേ നിങ്ങൾ എങ്ങോട്ടേക്കാണ് യാത്ര?'' ഇടയൻ പ്രത്യഭിവാദ്യം ചെയ്തു.

''ജിപ്സി രാജാവിന്റെ അടുത്തേക്കാണ്. എലിസബത്ത് രാജകുമാരിയുടെ പാണിഗ്രഹണത്തിന്.'' മൂത്തവൻ മറുപടി പറഞ്ഞു.

''അപ്പോൾ നിങ്ങളെല്ലാം അതിശക്തന്മാരാകണം. സുന്ദരിയായ ആ മൃഗത്തെ കല്യാണം കഴിക്കാൻ പോകുന്ന ആദ്യത്തെ ആളുകളല്ല നിങ്ങൾ. ഇതിനകം ഇതുവഴി ഒട്ടേറെപ്പേർ പോയിക്കഴിഞ്ഞിരിക്കുന്നു. ആർക്കും പരീക്ഷയിൽ പാസ്സാകാനായില്ല. അത് എന്നെ ആശ്ചര്യപ്പെടുത്തുന്നില്ല. കാരണം അവർക്കാർക്കുംതന്നെ എന്റെ മുട്ടനാടിനെ തോൽപ്പിക്കാനായിട്ടില്ല.''

''ഏതു മുട്ടനാട്?'' ഇളയ സഹോദരൻ ചോദിച്ചു.

''എന്റെ ചെമ്മരിയാടിൻകൂട്ടത്തിൽ ഒരു മുട്ടനാടുണ്ട്. അവൻ ശരിക്കും ഒരു ചെകുത്താനാണ്. ഒട്ടേറെ പിരിവുകളുള്ള കറുത്ത കൊമ്പുകളോടു കൂടിയ അവന് ഒരു കന്നുകാലിയുടെ വലുപ്പമാണ്. അതിന് ഒരു കാളയുടെ ശക്തിയാണുള്ളത്. അതിനോടു മല്ലിട്ട് ഒരുത്തനും അതിനെ പോരടിച്ച് അടിച്ചുവീഴ്ത്തി അതിന്റെ പുറത്തു കയറാൻ കഴിഞ്ഞിട്ടില്ല. അങ്ങനെ വിജയിക്കുന്ന ഒരുവനു രാജാവിന്റെ പരീക്ഷയിൽ ജയിക്കാൻ ഒട്ടും വിഷമമുണ്ടാവില്ല. എനിക്കു നല്ല ഉറപ്പാണ്.''

''ഞാനൊന്നു ശ്രമിച്ചുനോക്കാം.'' മൂത്ത സഹോദരൻ പറഞ്ഞു.

''ഞാനും ശ്രമിച്ചോട്ടെ.'' രണ്ടാമത്തവൻ തിരക്കിട്ടു പറഞ്ഞു

''എന്നാൽ വരുക.'' ഇടയൻ പറഞ്ഞു.

ഇടയൻ സഹോദരന്മാരെ ആലയിലേക്കു കൊണ്ടുപോയി. കറുത്ത മുട്ടനാടിനെ വിളിച്ചുവരുത്തി. ആ സഹോദരന്മാരോട് അതിനോടു മൽപ്പിടിത്തം നടത്തി കീഴടക്കാൻ വെല്ലുവിളിച്ചു.

തന്റെ ഭാഗ്യം പരീക്ഷിക്കുവാൻ ആദ്യം മുന്നോട്ടുവന്നത് മൂത്ത സഹോദരനാണ്. പോരാട്ടം അധികസമയമെടുത്തില്ല. മുട്ടനാട് അതിന്റെ കണ്ണുകൾ ഭീകരമായി ഉരുട്ടി. കുതിച്ചുചെന്നു കൊമ്പുകളിൽ എതിരാളിയെ തൂക്കിയെടുത്ത് അവനെ ആകാശത്തിലേക്കു തള്ളി. അവൻ താഴെ വന്നടിച്ചുവീണു. ചത്തതുപോലെ കിടപ്പായി.

രണ്ടാമത്തെ സഹോദരൻ ക്രോധത്തോടെ മുട്ടനാടിന്റെ അടുത്തേക്കു പാഞ്ഞുചെന്നു. മുട്ടനാടിന്റെ കൊമ്പുകളിൽ കടന്നുപിടിച്ച് അതിനെ പിടിച്ചുരുട്ടാൻ തുനിഞ്ഞു. പക്ഷേ മുട്ടനാടിനെ എളുപ്പമൊന്നും അവനു കീഴടക്കാൻ ആയില്ല. അത് തല അങ്ങോട്ടുമിങ്ങോട്ടും അതിശക്തിയായി കുലുക്കുകയും ശക്തിയോടെ പിന്നോട്ടു കുതിക്കുകയും പിന്നീട് മുന്നോട്ടാഞ്ഞു വീണ്ടും ആക്രമിക്കുകയും ചെയ്തു. ആ സഹോദരനേയും കൊമ്പുകളിൽ കോർത്തു മാനത്തേക്ക് എറിയുന്നതിൽ മുട്ടനാട് ജയിച്ചു. ഭൂമിയിൽ വീണപ്പോൾ അവനും ചലനമറ്റു കിടന്നു.

ജെപാസ് സഹോദരന്മാരുടെ അടുത്തുചെന്നു.

''മുത്തച്ഛാ അവർ മരിച്ചോ?'' 'ഉത്കണ്ഠയോടെ ഇടയനോടു ചോദിച്ചു.

''ഇല്ല. അവർ മോഹാലസ്യപ്പെട്ടു കിടക്കുകയാണ്. വൈകാതെ അവർക്കു ബോധം തിരിച്ചുകിട്ടും. നിന്റെ കാര്യം എന്താ മോനേ? കാണുമ്പോൾ നിനക്ക് എന്റെ മുട്ടനാടുമായി പോരാടാൻ താൽപ്പര്യ മില്ലെന്നാണ് എനിക്കു തോന്നുന്നത്. അല്ലേ? നിന്നെപ്പോലെ പരമ ശാന്തനായ ഒരു വ്യക്തിയെ ഞാനിന്നുവരെ കണ്ടിട്ടില്ല. അല്ല, നിന്റെ മുഖത്തിനെന്താണ് പറ്റിയത്? നിന്റെ വലതുകൈക്കും കാലിനും എന്താണ് സംഭവിച്ചത്? നിന്നെ വല്ല കുതിരയും ചവിട്ടിത്തെറിപ്പിച്ചോ?''

''ഇല്ല. ജന്മനാ ഞാനിങ്ങനെത്തന്നെ. പക്ഷേ അതൊന്നും അങ്ങ യുടെ ചെകുത്താൻ ബാധിച്ച മുട്ടനാടിനെ നിലയ്ക്കു നിർത്താനുള്ള എന്റെ മോഹത്തെ തടയുന്നില്ല.'' ഇത്രയും പറഞ്ഞ് അവൻ മുട്ട നാടിനുനേരെ കുതിച്ചുചെന്നു. അതിന്റെ കൊമ്പുകളിൽ കടന്നു പിടിച്ചു മല്ലടിച്ചു. അതിനെ പൊക്കി നിലത്തേക്കു ശക്തിയായി എറിഞ്ഞു. മുട്ടനാടിന്റെ കാലുകൾ മണ്ണിൽ പൂണ്ടുപോയി. പക്ഷേ ജെപാസ് അതിനെ സമീപിച്ചു പൊക്കിയെടുത്തു. അതിനെ അന്ത രീക്ഷത്തിലേക്കു വലിച്ചെറിയുകയും ചെയ്തു. അതു താഴെവീണു. കിടന്നുകൊണ്ട് നാലു കാലുകളും വായുവിൽ അടിച്ചുകൊണ്ടിരുന്നു.

''എന്റെ ജീവിതത്തിനിടയിൽ ഇത്തരമൊരു കാഴ്ച ഞാൻ കണ്ടി ട്ടില്ല. ഞാൻ പന്തയം വെയ്ക്കുന്നു. ഭൂമിയിൽ നിന്നേക്കാൾ ശക്തി യുള്ള ഒരു മനുഷ്യൻ ഇന്ന് ജീവിച്ചിരിപ്പില്ല. ആ രാജകുമാരിയെ നിനക്കു നേടാനായില്ലെങ്കിൽ ഞാനെന്റെ തൊപ്പി കടിച്ചുതിന്നും.''

''അവൾക്ക് എന്നെ ഇഷ്ടപ്പെടുകയാണെങ്കിൽ മാത്രം.''

ജെപാസ് നെടുവീർപ്പിട്ടു. മുട്ടനാടിന്റെ കാര്യം അവൻ ഒട്ടും ശ്രദ്ധിച്ചില്ല. പക്ഷേ തന്റെ കരുത്തുറ്റ ഇടതുകൈയിൽ സഹോദര ങ്ങളുടെ ശരീരം പൊക്കിയെടുത്ത് കുടിലിലേക്കു മടങ്ങി.

പതുക്കെ പതുക്കെ സഹോദരന്മാർ മോഹാലസ്യത്തിൽനിന്നു ണർന്നു. പക്ഷേ രാവിലെ അവർക്കു വീണ്ടും കടുത്ത ക്ഷീണം ബാധിച്ചു. യാത്ര തുടരാൻ അവർക്കു ശേഷിയില്ല.

ഞാൻ ഒറ്റയ്ക്കു പോകും. ജെപാസ് തീരുമാനിച്ചു. ''കൊട്ടാര ത്തിൽനിന്നു മടങ്ങുമ്പോൾ ഞാനിവിടെ വന്നു നിങ്ങളെ കൊണ്ടു പോകാം.''

ജിപ്സി രാജാവിന്റെ കൊട്ടാരത്തിൽ എത്തി. എലിസബത്തിനെ പാണിഗ്രഹണം ചെയ്യാനാഗ്രഹിക്കുന്നവർക്കുവേണ്ടി രാജാവ്

നടത്തുന്ന മത്സരത്തിൽ താനും പങ്കെടുക്കുന്നുവെന്നു ജെപാസ് പ്രഖ്യാപിച്ചു. രാജാവ് മത്സരാർത്ഥിയെ ഒന്നേ നോക്കിയുള്ളൂ.

"ഇതെന്തു സാധനം? ബീഭത്സരൂപിയും മുടന്തനുമായ നീയോ? ജിപ്സികളിൽവെച്ച് ഏറ്റവും കരുത്തുറ്റവനു മാത്രമേ ഞാനെന്റെ മകളെ കല്യാണം കഴിച്ചുകൊടുക്കുകയുള്ളൂ എന്ന വിളംബരം നീ ശരിക്കു കേട്ടില്ലേ?"

"എനിക്കു വേണ്ടത്ര ശക്തിയുണ്ട്. എനിക്കു നേരാംവണ്ണമുള്ള ഒരു കൈയും നേരാംവണ്ണമുള്ള ഒരുകാലും മാത്രമേയുള്ളൂവെങ്കിലും മറ്റുള്ള ഒട്ടേറെപ്പേരേക്കാളും എനിക്ക് അദ്ധ്വാനിക്കാൻ കഴിയും.

"ശരി. നമുക്ക് നോക്കാം."

രാജാവ് ജെപാസിനെ ഒരു മൈതാനത്തിലേക്കാണ് കൊണ്ടു പോയത്. അവിടെ ഒരു കാറ്റാടിയുണ്ടായിരുന്നു.

"ഈ കാറ്റാടി... അമ്പതുവർഷമായി കറങ്ങുന്നില്ല. അതിന്റെ ബ്ലേഡുകൾ ആകെ തുരുമ്പുപിടിച്ചിരിക്കുന്നു. കാറ്റാടിയന്ത്രത്തിന്റെ കൈകൾ പ്രവർത്തനക്ഷമമാക്കി വീണ്ടും കറക്കാൻ ഒറ്റക്കൈകൊണ്ടു നിങ്ങൾക്കു കഴിയുമെങ്കിൽ തീർച്ചയായും മകളെ ഞാൻ നിങ്ങൾക്കു കല്യാണം കഴിച്ചുതരുന്നതാണ്." രാജാവ് വീണ്ടും പെട്ടിച്ചിരിച്ചു. വികലാംഗനായ ആ യുവാവിനത് അസാധ്യമാണെന്നു രാജാവിന് ഉറപ്പായിരുന്നു.

പതുക്കെ തല കുലുക്കുക മാത്രമേ അവൻ ചെയ്തുള്ളൂ. അവൻ കാറ്റാടിയന്ത്രത്തിലേക്കു കയറി. കരുത്തുള്ള കൈകൊണ്ട് അതിന്റെ ഒരു ബ്ലേഡ് കടന്നുപിടിച്ചു. പിന്നീട് അത് അയച്ചുവിട്ടു. പിന്നീട് രണ്ടാമതും അത് മുറുക്കെപ്പിടിച്ചു. കാറ്റാടിയന്ത്രം കറങ്ങാൻ തുടങ്ങി. നിമിഷനേരംകൊണ്ടു അത് ശബ്ദിച്ചുകൊണ്ടു സുഗമമായി കറങ്ങിക്കൊണ്ടേയിരുന്നു.

ഏറ്റവും വിസ്മയപ്പെട്ടത് രാജാവാണ്. അതേസമയം അദ്ദേഹം ഭീതിദനുമായി. ഒരു വികലാംഗന് തന്റെ രാജകുമാരിയെ കല്യാണം കഴിച്ചുകൊടുക്കാൻ രാജാവ് ഇഷ്ടപ്പെട്ടില്ല. പക്ഷേ, സത്യം സത്യം തന്നെയാണ്. ഒരു രാജാവിനു തീർച്ചയായും വാക്കുപാലിക്കേണ്ടതുണ്ട്. രാജാവ് എലിസബത്തിനെ വിളിപ്പിച്ചു. അവൾ വന്നു. ജെപാസിന്റെ ഇടതുവശം മാത്രം കാണുന്ന വിധത്തിലാണ് സന്ദർഭവശാൽ രാജകുമാരി വന്നത്.

"എന്റെ കാറ്റാടിയന്ത്രം കറക്കിയ 'അറ്റ്ലസ്' അതാ നിൽക്കുന്നു. അയാൾ നിന്റെ ഭർത്താവാകാൻ ആഗ്രഹിക്കുന്നു. ഞാൻ വാക്കു കൊടുക്കാനുമിടയായി. അതിനാൽ നീ അയാളെ വിവാഹം കഴിക്കണം."

ദൂരെ കറങ്ങിക്കൊണ്ടിരിക്കുന്ന കാറ്റാടിയന്ത്രത്തെ എലിസബത്ത് കൗതുകത്തോടെ നോക്കി. പിന്നീട് ജെപാസിനെ ഒന്നു നോക്കി മന്ദഹസിച്ചു. അപ്പോൾ യാദൃച്ഛികമായി ജെപാസ് ഒന്നിളകാൻ ഇടയായി. അപ്പോൾ അവൾ ജെപാസിന്റെ കോടിയ വായും ചലനമറ്റ കൈയും മുടന്തൻ കാലും കാണാനിടവന്നു. അവൾ ഞെട്ടിവിറച്ച് ഉറക്കെ നിലവിളിച്ചു.

''ഇതെന്ത്? ഞാൻ ആ മുടന്തനും വികലാംഗനുമായവനെ കല്യാണം കഴിക്കണമെന്നാണോ അങ്ങ് കൽപ്പിക്കുന്നത്?'' അവൾ പൊട്ടിക്കരഞ്ഞുകൊണ്ട് അവിടെ നിന്നോടിപ്പോയി.

എന്തു ചെയ്യണമെന്നറിയാതെ രാജാവ് വിഷമിച്ചു. ''അവൾക്ക് കാഴ്ചയിൽ നിന്നെ ഒട്ടും ഇഷ്ടപ്പെട്ടിട്ടില്ല. സത്യംപറയട്ടെ, എനിക്കതിൽ അത്ഭുതവുമില്ല. വാസ്തവത്തിൽ നീ അവളെ ആഗ്രഹിക്കുന്നുണ്ടോ? തന്റെ ഭർത്താവിനെ സ്നേഹിക്കാത്ത ഒരുവൾക്ക് ഒരിക്കലും ഒരു നല്ല ഭാര്യയാവാൻ കഴിയില്ല. എലിസബത്ത് ആകട്ടെ, ഒരു മാലാഖയുമല്ല.''

ജെപാസ് ദേഷ്യപ്പെട്ടു. തന്റെ മുഖം കാണാൻ കൊള്ളില്ല എന്ന ഒരൊറ്റക്കാരണത്താൽ, താൻ ന്യായമായ മാർഗ്ഗത്തിലൂടെ നേടിയ രാജകുമാരിയെ കൈവിടണമെന്നാണോ? സത്യമാണ്. അവൾ തന്നെ തിരസ്കരിക്കുന്നപക്ഷം അത് ജീവിതത്തെ കാര്യമായൊന്നും സ്വാധീനിക്കില്ല. പക്ഷേ എലിസബത്ത് – അവൾ അതിസുന്ദരിയായ ഒരു രാജകുമാരിതന്നെ. ഇതിലും സുന്ദരിയായ ഒരുവളെ താൻ കണ്ടെത്താൻ പോകുന്നില്ല. ഭാര്യയെ കൂടാതെയുള്ള ഒരു ജീവിതം, അത് അസഹ്യമാണ്. ഒടുവിൽ അവൻ പറഞ്ഞു. ''അതെ, അവൾ എന്നെ ഇഷ്ടപ്പെട്ടാലും ഇല്ലെങ്കിലും നിങ്ങൾ അവളെ എനിക്കു വിവാഹം കഴിച്ചുതരാമെന്ന് സത്യം ചെയ്തതാണ്. ഞാനവളെ പൂർണ്ണമായും അർഹിക്കുകയും ചെയ്യുന്നു.''

''ശരിയാണ്. ഞാനെന്റെ വാക്കു പാലിക്കും. പക്ഷേ പിന്നീട് അവൾ എന്തെങ്കിലും പ്രവർത്തിച്ചാൽ എന്നെ കുറ്റപ്പെടുത്തരുത്. ഞാൻ നിങ്ങളെ താക്കീത് ചെയ്തിട്ടുണ്ട്.''

''ഞാനതു ശ്രദ്ധിച്ചോളാം.''

അങ്ങനെ കല്യാണം നടന്നു. അതിഗംഭീരമായ കല്യാണം എന്നുതന്നെ വിശേഷിപ്പിക്കണം. ലോകത്തിന്റെ നാനാഭാഗത്തുനിന്നും ജിപ്സികൾ അതിൽ പങ്കെടുക്കാൻ വന്നു. ഒരാഴ്ചയോളം ആഘോഷം നീണ്ടു. അദ്ദേഹം മകൾക്കു വിട നൽകി. ഒരു സഞ്ചി നിറയെ സ്വർണ്ണ നാണയങ്ങൾ അവളുടെ കൈയിൽ കൊടുത്തു, സ്ത്രീധനമായി. സൗഭാഗ്യം നിറഞ്ഞ ദാമ്പത്യജീവിതം ആശംസിച്ചു.

എലിസബത്ത് കണ്ണീരിൽ മുങ്ങി. അവൾ വണ്ടിയുടെ ഒരു മൂലയിൽ ചുരുണ്ടുകൂടിയിരുന്നു. ഉത്തരീയംകൊണ്ട് മുഖം മറച്ചു. ഒന്നും സംസാരിക്കാൻ കൂട്ടാക്കിയില്ല. വിവാഹാഘോഷങ്ങൾക്കിടയിലും ഒരക്ഷരവും ഭർത്താവിനോടു മിണ്ടിയിട്ടില്ല. ഇതു ജെപാസിന്റെ സമനില തെറ്റിച്ചു. അവൾ സംസാരിക്കുന്നില്ലെങ്കിൽ താനും സംസാരിക്കാൻ പോകുന്നില്ല. ജെപാസ് വണ്ടിക്കാരന്റെ കൂട്ടിൽ കയറിക്കൂടി. വണ്ടിയുടെ കടിഞ്ഞാൺ കൈയിൽ വാങ്ങി. അയാൾ കുതിരകളെ ആഞ്ഞടിച്ചു. വണ്ടി പറപറന്നു.

അവർ ഇടയന്റെ കുടിലിലെത്തി. ജെപാസിന്റെ സഹോദരന്മാർ വിശ്രമിക്കുകയാണവിടെ. തങ്ങളുടെ സഹോദരൻ ഒരു സുന്ദരിയിരിക്കുന്ന വണ്ടി ഓടിച്ചുവരുന്നതു കണ്ടപ്പോൾ അവരുടെ മുഖം കറുത്തു. അവർക്ക് അസൂയ മുഴുത്തു. എങ്കിലും അവർ അവളെ അംഗീകരിച്ചു. അവൾക്കും അവരെ ഇഷ്ടപ്പെട്ടു.

ഈ മൂന്നുപേർ രക്തബന്ധമുള്ള സഹോദരന്മാരാണെന്നു വിശ്വസിക്കാൻ വയ്യ. എലിസബത്ത് ചിന്തിച്ചു. രണ്ടുപേർ അതിസുന്ദരന്മാർ. മൂന്നാമത്തവൻ വികലാംഗനും. ആ വികലാംഗനായവൻ തന്റെ ഭർത്താവുമായി.

ജെപാസ് ഒരു വിഡ്ഢിയായിരുന്നില്ല. അതിനാൽ അവർ മൂവരും എന്താണ് ചിന്തിക്കുക എന്ന് അവൻ ഊഹിച്ചു. അവരെ താൻ സംശയിക്കുന്നതായി തോന്നാതിരിക്കാൻ പ്രത്യേകം ശ്രദ്ധിച്ചു. അവൻ തന്റെ സഹോദരന്മാരോടു വണ്ടിയിൽ കയറിയിരിക്കാൻ അഭ്യർത്ഥിച്ചു. എലിസബത്തിനോടു തന്നോടൊപ്പം കൂട്ടിലിരിക്കാനും പറഞ്ഞു. നിശ്ശബ്ദയായി അവൾ അനുസരിച്ചു. അവർ യാത്ര തുടർന്നു.

യാത്രയ്ക്കിടയിൽ സഹോദരന്മാർ പിന്നിലിരുന്ന് അന്യോന്യം മന്ത്രിച്ചു. തങ്ങളുടെ ഇളയസഹോദരനെ ആട്ടിയകറ്റി ആ സുന്ദരിയെ തങ്ങൾക്കെങ്ങനെ തട്ടിയെടുക്കാമെന്നായിരുന്നു ഗൂഢാലോചന.

''കിണറ്റിനരികിലെത്തുമ്പോൾ നമുക്കവനോട് വണ്ടി ഒന്നു നിർത്താനാവശ്യപ്പെടാം. വല്ലാതെ ദാഹിക്കുന്നു എന്നു പറയാം. നമുക്കവനെ വെള്ളം കൊണ്ടുവരാനയയ്ക്കാം. അവനെ നാം പിന്തുടരണം. നമുക്കവനെ കിണറ്റിൽ തള്ളിയിടാം. അവൻ മുങ്ങിച്ചാകും. പിന്നീട് അവളെ ഞാനെടുക്കും.'' മൂത്തവൻ നിർദ്ദേശിച്ചു.

''നീ മാത്രമോ? ഞാനും ചോദിക്കും. നമ്മളിരുവരിൽ കരുത്തൻ ഞാനാണ്. കൂടാതെ അവൾക്ക് എന്നോടാണ് കൂടുതലിഷ്ടം എന്നെനിക്കറിയാം. അവളെന്നെ നോക്കിയാണ് കൂടുതലും സംസാരിച്ചത്!'' ഇളയ സഹോദരൻ തിരിച്ചടിച്ചു.

''അവൾതന്നെ പറയട്ടെ.'' മൂത്ത സഹോദരൻ അറിയാതെ ഉച്ചത്തിൽ പറഞ്ഞുപോയി.

''രണ്ടുതവണ അവൾ എന്നെ നോക്കി ചിരിച്ചു. എനിക്കറിയാം അവൾക്കെന്നോടാണ് കൂടുതലിഷ്ടം.''

''അല്ലല്ല എന്നെയാണ്.''

കിണറിനടുത്തെത്തുന്നതുവരെ അവരുടെ തർക്കം തുടർന്നു. ''ജെപാസ് ഒന്നു വണ്ടി നിർത്തണേ. വല്ലാതെ ദാഹിക്കുന്നു.'' മൂത്തവൻ വണ്ടിക്കുള്ളിൽനിന്നു വിളിച്ചു പറഞ്ഞു. ''അൽപ്പം വെള്ളം കൊണ്ടുവന്നു തരണം. വല്ലാതെ ദാഹിക്കുന്നു.''

ജെപാസ് വണ്ടി നിർത്തി. കിണറ്റിനടുത്തേക്കു നടന്നു. നടക്കുന്നതിനിടയിൽ അവൻ ചുറ്റും കണ്ണോടിച്ചപ്പോൾ സഹോദരന്മാർ തന്റെ തൊട്ടുപിന്നാലെ വരുന്നതുകണ്ടു.

''വണ്ടിയിലിരുന്നോളൂ. ഞാൻ വെള്ളം അങ്ങോട്ടു കൊണ്ടുവന്നു തരാം.'' മര്യാദ കലർന്ന സ്വരത്തിൽ അവൻ വിളിച്ചുപറഞ്ഞു.

''ഞങ്ങൾ ബക്കറ്റ് പൊക്കിയെടുക്കാൻ സഹായിക്കാം.'' സഹോദരന്മാർ ഒന്നിച്ചാണ് പറഞ്ഞത്.

ഒരാൾ കയർ അയച്ചുവിട്ടു. മറ്റേയാൾ ബക്കറ്റ് കിണറ്റിൽ താഴ്ത്തി.

''ഇനി നീ ബക്കറ്റ് വലിച്ചുപൊന്തിക്കുക. നീയാണല്ലോ കൂടുതൽ ശക്തൻ.'' സഹോദരന്മാർ പറഞ്ഞു.

ജെപാസിനു സംശയം തോന്നി. തന്റെ സഹോദരന്മാർക്ക് എന്തോ ദുരുദ്ദേശ്യമുണ്ടെന്ന് അവൻ ഊഹിച്ചെടുത്തു.

''പക്ഷേ ചേട്ടന്മാരേ കേൾക്കണം. നിങ്ങൾക്കറിയാം എനിക്കൊരു കൈയേ ഉള്ളൂ. അതിനാൽ വെള്ളം വലിച്ചെടുക്കാൻ വിഷമമാണ്. ബക്കറ്റ് ഞാനെങ്ങനെ ഒരു കൈകൊണ്ടു വലിച്ചുപൊക്കും. നമുക്കൊന്നിച്ചു വലിച്ചെടുക്കാം. അപ്പോൾ വേഗം വലിച്ചെടുക്കാമല്ലോ.'' അവൻ അവരോടു പറഞ്ഞു.

സഹോദരന്മാർ വെള്ളം കുടിക്കുമ്പോൾ ജെപാസ് ഒരു നിമിഷം പോലും അവരെ ശ്രദ്ധിക്കാതിരുന്നില്ല. അവർക്ക് അവരുടേതായ ഗൂഢാലോചന നടത്താൻ പറ്റിയില്ല.

വണ്ടിയിലേക്കു തിരിച്ചു പോകുമ്പോൾ ഇളയസഹോദരൻ മൂത്ത സഹോദരനോടു മന്ത്രിച്ചു.

''ഇത്തരത്തിലവനെ തോൽപ്പിക്കാൻ പറ്റില്ല. നമുക്കു രാത്രിയാകുന്നതുവരെ കാത്തിരിക്കാം.''

സന്ധ്യയ്ക്ക് അവർ യാത്രയായി. ഒരു കാട്ടിൽ എത്തിച്ചേർന്നു. അന്നുരാത്രി അവിടെ താമസിച്ചശേഷം രാവിലെ യാത്രതുടരാമെന്ന്

അവർ തീരുമാനിച്ചു. രാജകുമാരി കരുതിക്കൊണ്ടുവന്ന ഭക്ഷണപ്പൊതി അഴിച്ച് ഭക്ഷണം പങ്കുവെച്ചു.

ഭക്ഷണാനന്തരം ജെപാസും എലിസബത്തും ഒരു വലിയ ഓക്കുമരത്തിന്റെ കാൽക്കൽ കിടന്നുറക്കമായി. മറ്റു സഹോദരന്മാർ അൽപ്പം അകലെയായി കിടന്നു. ജെപാസ് അഗാധനിദ്രയിലാണ്ടു. തങ്ങളുടെ സഹോദരൻ അന്തംവിട്ട് ഉറക്കത്തിലായെന്നു കണ്ടപ്പോൾ അവർ പതുക്കെ എഴുന്നേറ്റു വണ്ടിയുടെ അടുത്തേക്ക് ഇഴഞ്ഞുവന്നു. അവർ കുതിരയുടെമേൽ കെട്ടിയിരുന്ന കയർ മുറിച്ചെടുത്ത് അതുകൊണ്ട് ഓക്കുമരത്തിന്മേൽ ജെപാസിനെ കെട്ടിയിട്ടു.

ഇതിനിടയിൽ എലിസബത്ത് ഉണരാനും ഇതെല്ലാം കാണാനും ഇടവന്നു. പക്ഷേ ഒന്നും പറഞ്ഞില്ല. അവൾ സഹോദരന്മാരെ നോക്കിക്കൊണ്ടിരിക്കുക മാത്രം ചെയ്തു. അവൾ ഉറക്കത്തിലല്ലെന്നു സഹോദരന്മാർക്കറിയാമായിരുന്നു.

ജെപാസിനെ ഭദ്രമായി കെട്ടിയിട്ടു കഴിഞ്ഞപ്പോൾ മൂത്ത സഹോദരൻ എലിസബത്തിനോടു പറഞ്ഞു. ‘‘ഭർത്താവിനെച്ചൊല്ലി നിനക്കു വലിയ സങ്കടമൊന്നുമില്ലെന്നു ഞാൻ കരുതുന്നു. അധികപക്ഷവും നിനക്കു സന്തോഷമാവും, അയാളുടെ ശല്യം ഒഴിഞ്ഞുകിട്ടിയാൽ. അല്ലേ?’’

‘‘അതെ. എനിക്കു സന്തോഷംതന്നെ.’’

‘‘ആ മുടന്തനേക്കാൾ ഞങ്ങളിലൊരാളാണ് നിനക്കു നല്ലത്. ആരെയാണ് നിനക്കിഷ്ടമെങ്കിൽ അവരെ കല്ല്യാണം കഴിക്കാം.’’ രണ്ടാമത്തെ സഹോദരൻ കൂട്ടിച്ചേർത്തു.

ആ ആശയം അവൾക്കിഷ്ടപ്പെട്ടു. അവൾ ചിരിക്കുക മാത്രം ചെയ്തു. ഒന്നും സംസാരിച്ചില്ല. അവരുടെ ഇഷ്ടത്തിനു വിട്ടു. മരത്തിൽ കെട്ടിയിട്ട ജെപാസിനെ ഉപേക്ഷിച്ചു എലിസബത്തും സഹോദരന്മാരും വണ്ടിയുടെ അടുത്തേക്കു പാഞ്ഞു.

‘‘അവനെ മരത്തിൽ കെട്ടിയിടാനുള്ള ആശയം ഞാനാണ് പറഞ്ഞത്. അതിനാൽ വണ്ടിക്കുള്ളിൽ എലിസബത്തിനൊപ്പം ഞാനിരിക്കും. നിങ്ങൾ വണ്ടിയോടിക്കണം.’’ ഇളയ സഹോദരൻ പറഞ്ഞു.

‘‘ഇല്ല. ഇല്ല. നീ വണ്ടിയോടിക്കൂ.’’ മൂത്ത സഹോദരൻ തടസ്സം പറഞ്ഞു.

‘‘അവൾ തീരുമാനിക്കട്ടെ.’’ ഇളയവൻ പറഞ്ഞു.

എലിസബത്തിന്റെ നിർദ്ദേശം മറ്റൊന്നായിരുന്നു. താൻതന്നെ വണ്ടിയോടിക്കാമെന്നാണ് രാജകുമാരി പറഞ്ഞത്. ‘‘നിങ്ങളിലിരുവരും പിന്നിലിരിക്കുക. ഞാൻ ഒരൊന്നാന്തരം കുതിരക്കാരിയാണ്.’’

അവൾ ഉറക്കെ ചിരിച്ചു. അവളെ സന്തോഷിപ്പിക്കാൻവേണ്ടി സഹോദരന്മാർ അവളുടെ ഇംഗിതത്തിനു വഴങ്ങി.

വണ്ടി കരുവാൻജിപ്സിയുടെ ആലയുടെ പുറത്തെത്തി. ജിപ്സിയും ഭാര്യയും അസാധാരണക്കാരായ അതിഥികളെ കാണാൻ പുറത്തേക്കോടിച്ചെന്നു. തങ്ങളുടെ ആൺമക്കളും അവരൊത്ത് ഒരു സുന്ദരിയായ ഒരു പെൺകുട്ടിയുമാണ് വണ്ടിയിലുള്ളതെന്നു കണ്ടപ്പോൾ അവർ വിസ്മയിച്ചുപോയി. ആ സുന്ദരി രാജകുമാരി എലിസബത്ത് തന്നെയെന്ന് അവർ ഊഹിച്ചു. ജിപ്സികളുടെ രാജാവിന്റെ പുത്രി. പക്ഷേ അവരിൽ ആരാണ് രാജകുമാരിയുടെ ഭർത്താവ് എന്നവർക്കു പിടികിട്ടിയില്ല.

''ജെപാസിനെ നിങ്ങൾ എവിടെ വിട്ടു?'' അച്ഛൻ ചോദിച്ചു.

''ഓ, അവനെ വഴിക്കെവിടേയോ വെച്ച് ഞങ്ങൾക്കു നഷ്ടപ്പെട്ടു. എന്താണ് സംഭവിച്ചതെന്ന് ഞങ്ങൾക്കൊരു പിടിയുമില്ല.'' മൂത്തവനാണത് പറഞ്ഞത്.

''ഈ സുന്ദരിയുടെ ഭർത്താവാകാൻ നിങ്ങളിലാർക്കാണ് ഭാഗ്യം സിദ്ധിച്ചത്?'' അമ്മയാണ് ചോദിച്ചത്.

ഇരുസഹോദരന്മാരും അന്യോന്യം ചോദ്യഭാവത്തിൽ ഒരു ഉറപ്പില്ലാത്ത മട്ടിൽ നോക്കി. സമീപത്തുള്ള രാജകുമാരി ചിരിച്ചുകൊണ്ടു പറഞ്ഞു. ''ഇപ്പോഴും എനിക്കറിയില്ല. ആരെയാണ് തിരഞ്ഞെടുക്കേണ്ടതെന്നും അറിയില്ല. ഇരുവരും ഒരുപോലെ അരോഗദൃഢഗാത്രരും സുഭഗരുമാണ്.''

''നല്ലത്. ഇനി വീട്ടിന്നുള്ളിലേക്കു പ്രവേശിക്കുക. നമുക്കീ സംഭവത്തെ സമുചിതമായി ആഘോഷിക്കാം.'' കരുവാൻ പറഞ്ഞു.

സുന്ദരിയായ രാജകുമാരിയുമൊത്തുള്ള രണ്ടു ആൺമക്കളുടേയും ആനന്ദപ്രദമായ തിരിച്ചുവരവിനെച്ചൊല്ലി കരുവാന്റെ ആലയിൽ ആഘോഷം നടക്കുമ്പോൾ കാട്ടിൽ ബന്ധനസ്ഥനായി കിടന്നിരുന്ന ജെപാസ് ഉറക്കമുണർന്നു. ചുറ്റും കണ്ണോടിച്ചപ്പോൾ ആരെയും കണ്ടില്ല. അവൻ എഴുന്നേൽക്കാൻ തുനിഞ്ഞു. അപ്പോൾ മാത്രമാണ് താൻ ഒരു മരത്തോടു ബന്ധനസ്ഥനായിക്കിടക്കുന്ന വിവരം അറിയുന്നത്. എന്താണ് സംഭവിച്ചതെന്നു മനസ്സിലായി. തന്റെ രണ്ടു സഹോദരന്മാരും ഭാര്യയുംകൂടി തന്നെ കബളിപ്പിച്ചിരിക്കുന്നു. അവൻ ക്ഷുഭിതനായി. ചാടി എഴുന്നേറ്റപ്പോൾ കെട്ടിയിട്ട വലിയ ആ ഓക്കുമരം കടപുഴകിവീണു, വേരടക്കം. തന്നെ മരത്തിനോടു ചേർത്തു കെട്ടിയ തോലുകൊണ്ടുള്ള വാറ് അഴിച്ചുമാറ്റാനൊന്നും അവൻ നിന്നില്ല. ഒന്നുമറിയാത്തവനെപ്പോലെ വീട്ടിലേക്കു നടന്നു. ജെപാസിനെ കെട്ടിയിട്ട, കടപുഴകിവീണ ഓക്കുമരം പിന്നാലെ വലിഞ്ഞു നീങ്ങി.

തന്റെ അച്ഛന്റെ ആലയിലെത്തിയപ്പോൾ അവിടെ ദീപാലങ്കാരങ്ങൾ കണ്ടു. പാട്ടുപാടുന്ന സ്വരം കേട്ടു. അതുകണ്ട അവനു ദേഷ്യം ഇരട്ടിച്ചു.

''അപ്പോൾ എന്നെക്കൂടാതെ നിങ്ങൾ ആഘോഷിക്കുകയാണല്ലേ?'' കോപാക്രാന്തനായി അവൻ വിളിച്ചുപറഞ്ഞു. അവൻ ശക്തിയെടുത്തപ്പോൾ ശരീരത്തിൽനിന്നു തോൽവാർ പൊട്ടിവീണു. അവൻ ആ ഓക്കു മരം എടുത്തു പൊന്തിച്ചു മണ്ണിൽ കുത്തിയിറക്കിയപ്പോൾ അതു പെട്ടെന്നു വേരോടിനിൽപ്പായി. അവിടെത്തന്നെ വളർന്നു നിന്നിരുന്ന ഒരു മരംപോലെ.

വീട്ടിന്നുള്ളിലുള്ളവർ ശബ്ദം കേട്ടു പുറത്തുവന്നു. എന്താണ് നടന്നതെന്നറിയാൻ. ജെപാസിനെ ആദ്യം കണ്ടത് എലിസബത്താണ്. അവൾ പേടിച്ചുവിറച്ചു നിലവിളിച്ചു. അവനെ കെട്ടിയിട്ട ഓക്കുമരത്തിൽ ജെപാസിനെ സഹോദരന്മാർ കെട്ടിയ തോൽവാറിന്റെ കഷണം തൂങ്ങിക്കിടക്കുന്നതുകൂടി കണ്ടപ്പോൾ അവൾ ഭയചകിതയായി. പക്ഷേ അതോടെ അവൾക്കു ജെപാസിൽ അതിയായ ആദരവ് ഉത്ഭവിച്ചു. അപ്പോൾ മാത്രമാണ് ജെപാസ് എത്രമാത്രം കരുത്തനാണെന്നു രാജകുമാരിക്കു മനസ്സിലായത്. അത്രയും വലിയ ഒരു ഓക്കുമരത്തെ കടപുഴക്കുക, ഇത്രയും ദൂരം വലിച്ചിഴയ്ക്കുക! അതു വീരയോദ്ധാക്കൾക്കുമാത്രം കഴിയുന്ന കാര്യമാണ്. അത്രയും കരുത്തനായ ഒരു പുരുഷനെ ഏതു സ്ത്രീയാണ് തഴയുക?

പെട്ടെന്ന് എലിസബത്ത് ഓടിച്ചെന്ന് ഇരുകൈകളുംകൊണ്ട് ജെപാസിന്റെ കഴുത്തിൽ കെട്ടിപ്പിടിച്ചു. അവനെ തെരുതെരെ ചുംബിച്ചു.

''ഇതാണ് എന്റെ ഭർത്താവ്.'' അവൾ ആനന്ദത്തോടെ പ്രഖ്യാപിച്ചു.

പക്ഷേ ജെപാസ് അവളെ തട്ടിത്തെറിപ്പിച്ചുകൊണ്ട് അച്ഛന്റെ നേരെ തിരിഞ്ഞു.

''എന്നെക്കൂടാതെ നിങ്ങൾക്ക് ആഘോഷിക്കാൻ എങ്ങനെ തോന്നി? നിങ്ങൾക്കറിയാമായിരുന്നില്ലേ എലിസബത്ത് എന്റെ ഭാര്യയാണെന്ന്?''

''ഇല്ല ഞങ്ങൾക്കറിയില്ലായിരുന്നു. യാത്രയ്ക്കിടയിൽ നിന്നെ നഷ്ടപ്പെട്ടുവെന്നാണ് നിന്റെ സഹോദരന്മാർ പറഞ്ഞത്.'' കരുവാൻ പറഞ്ഞു.

''എന്റെ ഭാര്യ നിങ്ങളോടു പറഞ്ഞില്ലേ, ഞാനുറങ്ങുമ്പോൾ അവർ എന്നെ മരത്തോടു ചേർത്തു കെട്ടിയിട്ട കാര്യം?'' വീണ്ടും ജെപാസ് ചോദിച്ചു.

''ഇല്ല, ഞങ്ങൾ അതൊന്നും അറിഞ്ഞില്ല.''

''അങ്ങനെയെങ്കിൽ എനിക്കവളെ ആവശ്യമില്ല.'' കോപാക്രാന്ത നായി അലറി. അവൻ വീട്ടിൽനിന്നിറങ്ങിപ്പോയി.

''ജെപാസ്, ജെപാസ്! ഒരുനിമിഷം നിൽക്കൂ!'' എലിസബത്ത് അത്യുച്ചത്തിൽ വിളിച്ചുപറഞ്ഞു. അവൾ അവനു പിന്നാലെ ഓടി.

''ദയവായി തിരിച്ചുവന്നാലും. എനിക്കു മാപ്പുതരൂ.'' പക്ഷേ അവൻ ഒന്നു തിരിഞ്ഞു നോക്കുക പോലും ചെയ്യാതെ അതിവേഗം നടന്നുനീങ്ങി. പെട്ടെന്ന് അപ്രത്യക്ഷനാകുകയും ചെയ്തു.

എലിസബത്ത് നിലത്തിരുന്നു തേങ്ങിത്തേങ്ങിക്കരഞ്ഞു. മറ്റുള്ളവർ അവളുടെ അടുത്തേക്കോടിച്ചെന്നു. ആവുംവിധം സമാശ്വസിപ്പിക്കാൻ തുടങ്ങി. കാര്യങ്ങൾ ഇങ്ങനെ പര്യവസാനിച്ചതിൽ രണ്ടു സഹോദരന്മാർക്കും സന്തോഷമായി. ജെപാസ് തങ്ങൾ കാട്ടിയ വഞ്ചനയ്ക്കു പ്രതികാരം ചെയ്തില്ലല്ലോ? അവർ തങ്ങളുടെ സഹോദരപത്നിയോടു സമാധാനിക്കാൻ അഭ്യർത്ഥിച്ചു. തങ്ങളിലൊരാളെ ഇഷ്ടമനുസരിച്ചു തിരഞ്ഞെടുക്കാനും പറഞ്ഞു.

''നിങ്ങളിലാരേയും എനിക്കു വേണ്ട.എനിക്കെന്റെ ജെപാസിനെ മാത്രം മതി. നിങ്ങളിരുവരും ചേർന്ന് ഒന്നായാൽപ്പോലും അതിനേക്കാൾ ആയിരമിരട്ടി ഗുണവാനാണ് ജെപാസ്. നിങ്ങൾ അദ്ദേഹത്തെ ചതിച്ചു. അദ്ദേഹത്തിന്റെ പത്നിയെ മോഷ്ടിച്ചു. വേരോടെ ഒരു വൻ ഓക്കുമരത്തെ കടപുഴക്കിയെടുത്ത അതിശക്തനായിട്ടും ജെപാസ് നിങ്ങളുടെ കൊടുംപാതകത്തിനു ശിക്ഷ നൽകിയില്ല. ഞാനവനെ പിന്തുടർന്നുപോകും. അവൻ എവിടെപ്പോയാലും ഞാൻ അവനെ പിന്തുടരും. എനിക്കു മാപ്പുതരാനും എന്നെ തിരിച്ചെടുക്കാനും ഞാൻ നിരന്തരം യാചിക്കും''

അവൾ വീട്ടിലേക്കു തിരിച്ചുചെന്നു. തന്റെ സാധനങ്ങളെല്ലാം ഒരു ഭാണ്ഡമാക്കി. മാതാപിതാക്കളോടു യാത്രപറഞ്ഞ് യാത്ര തുടർന്നു.

അവൾ ഒട്ടേറെ യാത്രചെയ്തു. തനിക്കു മുമ്പിൽ ഒരസാധാരണക്കാരനായ മനുഷ്യൻ പെട്ടെന്നു നിൽക്കുന്നതായി കാണുന്നതുവരെ. അവൾ അവനെ സൂക്ഷിച്ചു നോക്കി. അയാൾ പിന്തിരിഞ്ഞു നടക്കുകയാണെന്ന് തോന്നി. പക്ഷേ അയാളെ പിന്നിട്ടു നടന്നപ്പോൾ ഞെട്ടി. അയാൾക്കു രണ്ടു മുഖങ്ങളുണ്ട്. ഒരു തല മുമ്പിലും മറ്റൊരു തല പിന്നിലും. വിചിത്രമെന്തെന്നാൽ അയാൾക്കു നാലു കൈകളും നാലു കാലുകളും കണ്ടു. ഒരേ വസ്തുവിനെ അയാൾക്ക് ഒരേസമയം മുമ്പിൽനിന്നും പിന്നിൽനിന്നും കാണാൻ പറ്റും. ഓടിരക്ഷപ്പെടണമെന്ന് അവൾക്കു തോന്നി. പക്ഷേ അയാൾ അവളോട് അപ്പോൾ ചോദിച്ചു. ''എന്റെ സുന്ദരീ, നീ എവിടേക്കാ?''

''എവിടേക്കുമില്ല.''

പക്ഷേ അയാൾ അവൾക്കൊപ്പമെത്തി. അവളുടെ കൈ പിടിച്ചു കൊണ്ടു പറഞ്ഞു. ''എവിടേക്കുമില്ലെന്നോ? എങ്കിൽ നീ എന്റെ കൂടെ വരുക.''

അവൾ അവനെ തടുക്കാൻ ശ്രമിച്ചെങ്കിലും അയാൾ തന്റെ നാലു കൈകളുംകൊണ്ട് അവളെ കൂട്ടിപ്പിടിച്ചു. അവളെ എടുത്തുകൊണ്ടു തന്റെ നാലുകാലുകളിൽ അതിവേഗം ഓടി. ഏതു കുതിരയ്ക്കു കഴിയുന്നതിനേക്കാൾ വേഗതയിൽ അയാൾ അവളെ ഒരു സ്ഫടിക പർവ്വതത്തിന്റെ മുകളിലേക്കാണ് എടുത്തുകൊണ്ടുപോയത്. അയാളുടെ കൊട്ടാരം അവിടെയാണ്. അവിടെ എത്തിയപ്പോൾ അയാൾ അവളെ നിലത്തുനിർത്തി. അവളോടു പറഞ്ഞു. ''ഇനി നീ എന്റെ ഭാര്യയാകണം. ഞാൻ ഒരു മഹാമാന്ത്രികനാണ്. എന്റെ മാന്ത്രിക ശക്തിയാൽ നീ ആഗ്രഹിക്കുന്ന എന്തും സൃഷ്ടിക്കാനെനിക്കാവും.''

പക്ഷേ അവൾക്ക് ഒന്നും ആവശ്യമില്ല. അതിനാൽ അവൾ തേങ്ങി ക്കരഞ്ഞുകൊണ്ടിരുന്നു. അതയാളെ വിഷമിപ്പിച്ചു. അയാൾ അവളോടു പറഞ്ഞു. ''സമനില വീണ്ടെടുക്കുന്നതുവരെ നിന്നെ ഏകാന്തതയിൽ നിന്റെ പാട്ടിനു ഞാൻ വിടുന്നു.''

''മൂന്നുദിവസം കഴിഞ്ഞാൽ സന്ധ്യയ്ക്ക് ആദ്യനക്ഷത്രം ആകാശ ത്തിൽ ഉദിക്കുമ്പോൾ ഞാനിവിടെ തിരിച്ചുവരും, നിന്റെ തീരുമാന മറിയാൻ.'' അയാൾ പോയി.

എലിസബത്ത് ഒറ്റയ്ക്കായപ്പോൾ അവൾ ആ സ്ഫടികപർവ്വത ത്തിന്റെ ഉന്നതസ്ഥലം പരിശോധിച്ചു. പുറത്തുനിന്നുള്ള സഹായം ലഭിക്കാതെ തനിക്കു പുറത്തു കടക്കാൻ വയ്യ. പർവ്വതം കുത്തനെ യുള്ളതും മിനുസമാർന്നതുമാണ്. കൊട്ടാരത്തിന്റെ പടിവാതിൽക്ക ലിരുന്ന് അവൾ പൊട്ടിക്കരഞ്ഞു. വല്ലാത്ത ഏകാന്തത അനുഭവപ്പെട്ടു. തന്റെ നല്ലവനായ ഭർത്താവിനെ ഉപേക്ഷിച്ചതിനുള്ള ശിക്ഷയാണിത്. അവൾ പറഞ്ഞു.

അവൾ പാട്ടുപാടാൻ തുടങ്ങി. ഒരു മനുഷ്യസ്വരം കേൾക്കാൻ വേണ്ടി മാത്രമാണ് പാടിയത്. ആ പാടിയ പാട്ട് അവൾ സ്വയം നിർമ്മി ച്ചതായിരുന്നു. ജിപ്സികളുടെ രാജാവിന്റെ മകളായിരുന്ന കാലത്തെ ആഹ്ലാദത്തെപ്പറ്റിയുള്ള ഗാനം. തനിക്ക് സംഭവിച്ചതെല്ലാം ആ ഗാന ത്തിലൂടെ അവൾ പാടി. അവളുടെ ഗാനത്തിലെ അവസാനത്തെ വരികൾ അത്യധികം ദുഃഖാത്മകമായവയാണ്. തന്റെ തെറ്റിനു മാപ്പു ചോദിച്ചുകൊണ്ടു സ്ഫടികപർവ്വതത്തിന്റെ തടവിൽനിന്നു തന്നെ മോചിപ്പിക്കാൻ ഭർത്താവിനോട് അവൾ കരളുരുകി പ്രാർത്ഥിച്ചു.

അവൾ പാട്ടുനിർത്തിയപ്പോൾ തന്റെ തലയ്ക്കു മുകളിൽനിന്ന് ഒരു കിളിയുടെ ദയനീയമായ ചിലയ്ക്കൽ കേട്ടു.

“മനോഹരമായ ഒരു ഗാനം. ഒരിക്കൽകൂടി ആ ഗാനം ഒന്നു പാടാൻ നിനക്കു കൊതിയില്ലേ? എനിക്ക് ആ പാട്ടു പഠിക്കണം.’’

അത്ഭുതത്തോടെ എലിസബത്ത് തലയുയർത്തിനോക്കി. സ്ഫടിക ക്കൊട്ടാരത്തിന്റെ മുമ്പിൽ സ്ഥാപിച്ചിട്ടുള്ള ഒരു തൂണിന്റെ മുകളി ലായി വലിയ കറുത്ത ഒരു പക്ഷി ഇരിക്കുന്നത് കണ്ടു. അതൊരു ജാക്ക്ഡോ പക്ഷിയായിരുന്നു. മനുഷ്യസ്വരത്തിൽ സംസാരിക്കുന്ന പക്ഷി. മന്ത്രവാദിയാണ് അതിനെ മനുഷ്യസ്വരത്തിൽ സംസാരി ക്കാൻ പഠിപ്പിച്ചത്. തനിക്കെപ്പോഴും ഒരു കൂട്ടുണ്ടാകാനാണ് അതു ചെയ്തത്.

‘‘നീ ആരാണ്? നീ എന്നെ പേടിപ്പിക്കുന്നു.’’ എലിസബത്ത് ചോദിച്ചു.

‘‘എന്നെ നീ പേടിക്കണ്ട. ഞാൻ മന്ത്രവാദിയുടേതാണ്. പക്ഷേ എനിക്കയാളെ ഇഷ്ടമില്ല. എനിക്കു നിന്നോടു സഹതാപമുണ്ട്. ഇഷ്ടമെങ്കിൽ ഞാൻ സഹായിക്കാം.’’ ജാക്ക്ഡോ പക്ഷി ചിലച്ചു.

‘‘നിനക്കെങ്ങനെ എന്നെ സഹായിക്കാനാകും?’’ നെടുവീർപ്പോടെ അവൾ ചോദിച്ചു.

‘‘നീ പാടിയിരുന്ന ആ പാട്ട് എന്നെ പഠിപ്പിച്ചുതരുക. ഞാൻ നിന്റെ ഭർത്താവിന്റെ സമീപത്തു പറന്നുചെല്ലാം. തീർച്ചയായും ഞാനദ്ദേഹത്തെ കണ്ടെത്തും. നിന്റെ പ്രിയമുള്ള വാക്കുകൾ ഞാന ദ്ദേഹത്തെ പാടിക്കേൾപ്പിക്കും. അതിൽ നീ അദ്ദേഹത്തിന്റെ വീര കൃത്യങ്ങളെ വാഴ്ത്തുന്നില്ലേ? എനിക്കുറപ്പാണ്, തീർച്ചയായും അദ്ദേഹം നിനക്കു മാപ്പുതരികയും നിന്നെ തടവിൽനിന്നു വിമോ ചിപ്പിക്കുകയും ചെയ്യും.’’

അവൾ സന്തോഷപൂർവ്വം ജാക്ക്ഡോ പക്ഷിയെ തന്റെ ഗാനം പഠിപ്പിച്ചു. വളരെവേഗം ആ പക്ഷി ആ ഗാനം പഠിച്ചു. കാരണം അതിന് അതിസമർത്ഥമായി അനുകരിക്കാനുള്ള കഴിവുണ്ടായിരുന്നു. ആ പക്ഷി തന്റെ ചിറകുകൾ വിരിച്ചു പറന്നുപോയി. അത് ജെപാ സിന്റെ അടുത്തെത്തിച്ചേർന്നു. അവൻ ഒരു മരത്തണലിൽ മലർന്നു കിടക്കുകയായിരുന്നു. ഉറക്കത്തിലായിരുന്നു. അയാളുടെ തലയ്ക്കു തൊട്ടടുത്തുള്ള ഒരു ചില്ലയിൽ ആ പക്ഷി പറന്നിരുന്നു. അത് അത്യുച്ച ത്തിൽ ചിലക്കാൻ തുടങ്ങി. അതു കേട്ടൊന്നും ജെപാസ് ഉണർന്നില്ല. അതുകൊണ്ട് അതു താഴോട്ടുപറന്ന് അവന്റെ നെഞ്ചിൽ ഇരിപ്പായി. മാത്രമല്ല ജോക്ക്ഡോ പക്ഷി കൊക്കുകൊണ്ട് ജെപാസിന്റെ മുഖത്ത് കൊത്താനും തുടങ്ങി.

ജെപാസ് ഞെട്ടിയുണർന്നു. കൈകൊണ്ട് അതിനെ പിടിക്കാൻ ശ്രമിച്ചു. പക്ഷേ പിടികൊടുക്കാതെ പക്ഷി പറന്നുപോയി. ജാക്ക്ഡോ മധുരമായി പാടിത്തുടങ്ങി. എലിസബത്ത് പാടിയപോലെ അത്ര വികാരാർദ്രമായില്ലെങ്കിലും അതു പാടി. ആദ്യം വെറും കിളിക്കൊഞ്ച ലായേ കരുതിയുള്ളൂ. പക്ഷേ പിന്നീട് ശ്രദ്ധിക്കാൻ തുടങ്ങി. ജാക്ക്ഡോ പാട്ടു നിർത്തിയപ്പോൾ ജെപാസ് ചാടി എഴുന്നേറ്റു.

''ആരാണ് നിന്നെ ഈ പാട്ട് പഠിപ്പിച്ചത് കൊച്ചുപക്ഷീ?'' അവൻ ചോദിച്ചു.

''നിങ്ങളുടെ ഭാര്യ തന്നെ. മറ്റല്ലാതാര്? അവളെ സ്വതന്ത്രയാ ക്കാൻ ആഗ്രഹിക്കുന്നുണ്ടെങ്കിൽ ഞാൻ അങ്ങയെ സ്ഫടികപർവ്വത ത്തിലേക്കു നയിക്കാം.'' ജാക്ക്ഡോ മറുപടി പറഞ്ഞു.

''എനിക്കു വഴി കാണിച്ചു തരൂ.'' ജെപാസ് പറഞ്ഞു.

ജാക്ക്ഡോ വളരെ താണുപറന്നു, മുമ്പിൽ. ജെപാസിനു പിന്തു ടരാൻ പറ്റുന്നവിധത്തിൽ. സ്ഫടികക്കൊട്ടാരം കണ്ടപ്പോൾ എലിസബ ത്തിന്റെ അടുത്തെത്തുക അത്ര എളുപ്പമല്ലെന്നു ജെപാസിനു ബോധ്യ മായി. ഒരു നിമിഷം ആലോചിച്ചശേഷം ജെപാസ് ജാക്ക്ഡോവി നോടു പറന്നുയർന്ന് തന്റെ ഭാര്യയോടു താൻ വന്നിട്ടുള്ള കാര്യമറി യിക്കാനും അവളെ സ്വതന്ത്രയാക്കുമെന്ന് അറിയിക്കാനും പറഞ്ഞു. അവളോടു മാന്ത്രികന്റെ വീട് സൂക്ഷ്മമായി പരിശോധിച്ച് എല്ലാ വിധത്തിലുമുള്ള കയറുകൾ ശേഖരിക്കാൻ നിർദ്ദേശിച്ചതായും പറയാ നേൽപ്പിച്ചു. കയറുകൊണ്ടുള്ള ഒരു ഏണി ഉണ്ടാക്കാൻ വേണ്ട വസ്തുക്കൾ ശേഖരിക്കാനും പറഞ്ഞു. എങ്ങനെയും അവൾ ആ കോണി ഉണ്ടാക്കണം. വേണ്ടത്ര നീളത്തിൽ കോണി ഉണ്ടാക്കിക്കഴി ഞ്ഞാൽ അവൾ അത് ഏറ്റവും മുകളിൽ മുറുക്കിക്കെട്ടണം. മറുതല താഴേക്കിടുകയും ചെയ്യണം.''

ജെപാസിന്റെ നിർദ്ദേശങ്ങൾ ജാക്ക്ഡോ പക്ഷി എലിസബത്തിനെ അറിയിച്ചപ്പോൾ അവൾ ആഹ്ലാദിച്ചു. അവൻ കൽപ്പിച്ചപോലെ വസ്തുക്കൾ തേടിപ്പിടിച്ചു. മന്ത്രവാദിയുടെ വീട്ടിലെ എല്ലാ തിരശ്ശീല കളും വിരിപ്പുകളും ഉപയോഗിക്കാൻ പറ്റുന്ന കീറത്തുണികളും ചീന്തിയെടുത്ത് ഒരു നീണ്ട നാടയാക്കി മാറ്റി. ഒരു കോണിയും ഉണ്ടാക്കി. ഒരു രാത്രിയും പകലും വിശ്രമമെന്തെന്നറിയാതെ ജോലി ചെയ്തു. എന്നിട്ടും കോണിയുടെ നീളം പോരാ.

സന്ധ്യയ്ക്കു മാന്ത്രികൻ വീട്ടിൽ വരുന്ന ദിവസം രാവിലെ ആകു മ്പോഴേക്കും അവൾ തനിക്കു ശേഖരിക്കാവുന്നത്ര വസ്തുക്കളെ ടുത്ത് ഉപയോഗിച്ചിരുന്നു. കോണി പർവ്വതത്തിന്റെ പാർശ്വത്തിലേക്ക് ഇട്ടുകൊടുത്തു. അൽപ്പംകൂടി നീളം ആവശ്യമുണ്ട്. അവൾ വീണ്ടും

വീടു മുഴുവൻ പരതി. മറ്റൊരു ചരട് കണ്ടെത്താനായില്ല. അപ്പോൾ ജെപാസ് ജാക്ക്ഡോ പക്ഷിയുടെ സഹായത്തോടെ അവളെ അറിയിച്ചു. ''എലിസബത്ത് നീണ്ട മുടി മുറിച്ച് കോണിയോടു ചേർക്കണം.''

തന്റെ നീണ്ട രണ്ടു കെട്ടു മുടി അവൾ തലയിൽനിന്നെടുത്തു കോണിയിൽ ചേർത്തു. വൈകുന്നേരമായപ്പോഴേക്കും എല്ലാം റെഡിയായി. അപ്പോൾ, അവൾ കോണി താഴോട്ടിട്ടു കൊടുത്തു. ജെപാസിന് അതു കൈയെത്തിപ്പിടിക്കാം. അയാൾ മുറുകെപ്പിടിച്ചു കയറാൻ തുടങ്ങി. കോണി കയറുന്നതിനിടയിൽ ഇടയ്ക്കിടെ ജെപാസിനു വിശ്രമിക്കേണ്ടതായും വന്നു. ഏറ്റവും മുകളിൽ ജെപാസ് എത്തുമ്പോഴേക്കും വൈകുന്നേരമടുത്തു. തന്റെ ഭാര്യയെ അയാൾ വാരിപ്പുണരാനാരംഭിച്ചപ്പോൾ സ്വർഗ്ഗത്തിൽ ആദ്യത്തെ നക്ഷത്രം തെളിഞ്ഞു. ആ നിമിഷംതന്നെ, എവിടുന്നെന്നറിയില്ല, അവർക്കു മുമ്പിൽ മന്ത്രവാദി പ്രത്യക്ഷപ്പെട്ടു.

''നിനക്കെന്റെ വധുവിനെ തട്ടിക്കൊണ്ടുപോകണം അല്ലേ?'' ഭീഷണിസ്വരത്തിൽ അയാൾ ചോദിച്ചു.

''അവൾ എന്റെ ഭാര്യയാണ്. ഒരു പുരോഹിതൻ ഞങ്ങളെ വിവാഹത്തിൽ അനുഗ്രഹിച്ചിട്ടുണ്ട്. അവളെ തടവിൽ വെയ്ക്കാൻ നിനക്ക് അധികാരമില്ല.'' ജെപാസ് മറുപടി പറഞ്ഞു.

മന്ത്രവാദി വന്യമായി പൊട്ടിച്ചിരിച്ചു. ''നിന്റെ പുരോഹിതനെ എന്റെ രണ്ടു പാദുകങ്ങളോളം ഞാൻ മാനിക്കില്ല. യുദ്ധത്തിൽ ജയിച്ചു സ്വന്തമാക്കുന്നവന് അവകാശപ്പെട്ടതാണ് സ്ത്രീ. നിന്നെ ഞാൻ പോരിനു വെല്ലുവിളിക്കുന്നു. നമ്മിൽ ആരു ജയിക്കുന്നോ, അവൻ കൂടുതൽ ശക്തിമാൻ എന്ന നിലയിൽ അവളെ സ്വന്തമാക്കും.''

''ശരി, ശരി.'' ജെപാസ് സമ്മതിച്ചു. തന്റെ കരവലയത്തിൽനിന്ന് അയാൾ ഭാര്യയെ മുക്തയാക്കി. അപ്പോഴാണ് തന്റെ എതിരാളിയുടെ കൈ ചലനശേഷിയില്ലാത്തതാണെന്നു മന്ത്രവാദി മനസ്സിലാക്കിയത്. ജെപാസ് ഒരു മുടന്തൻകൂടിയാണെന്നു പിന്നീടവനു മനസ്സിലായി.

''നിന്നെപ്പോലുള്ള ഒരു വികലാംഗനോടാണോ ഞാൻ മല്ലടിക്കേണ്ടത്? കടന്നു പോ.'' ദേഷ്യത്തോടെയാണ് മന്ത്രവാദി അട്ടഹസിച്ചത്.

''ഒരു നിമിഷം കാക്കുക. നിനക്കു കാണാനാകും.'' അവൻ തന്റെ കരുത്തുറ്റ ഇടതുകൈ മന്ത്രവാദിക്കുനേരെ ആഞ്ഞുവീശി. അത്തരമൊരു പ്രഹരം ഒരു വികലാംഗനിൽനിന്ന് തനിക്കു കിട്ടുമെന്ന് സ്വപ്നേപി മന്ത്രവാദി കരുതിയില്ല. അന്തംവിട്ട അയാളുടെ കാലുകളിടറി. സമനില തെറ്റി സ്ഫടികപർവ്വതത്തിന്റെ പാർശ്വത്തിലൂടെ അയാൾ തലകീഴായി വീണു. ജെപാസ് തന്റെ ഭാര്യയെ മാറോടണച്ചു

പിടിച്ചു കോണിയിൽ കയറി. മിന്നൽവേഗത്തിൽ താഴോട്ടിറങ്ങി. ഒടുവിൽ താഴത്തെത്തി. നിലത്തിറങ്ങിയപ്പോൾ ജെപാസ് ഓടിച്ചെന്നു നോക്കിയതു മന്ത്രവാദിക്ക് എന്തു സംഭവിച്ചു എന്നറിയാനാണ്. സ്ഫടിക പർവ്വതത്തിന്റെ കാൽക്കൽ ഒരു കീറത്തുണിപോലെ മന്ത്രവാദി ചുരുണ്ടുകിടക്കുന്നതാണ് ജെപാസ് കണ്ടത്. അയാൾ മരിച്ചിരുന്നു.

എലിസബത്ത് തന്റെ ഭർത്താവിന്റെ മുമ്പിൽ മുട്ടുകുത്തിനിന്നു. തനിക്കു മാപ്പുതരണമെന്ന് അവൾ കെഞ്ചി.

‘‘അതെല്ലാം കഴിഞ്ഞില്ലേ? നിന്റെ പാട്ട് ജാക്ക്ഡോ എന്നെ പാടി ക്കേൾപ്പിച്ചപ്പോൾതന്നെ ഞാൻ നിനക്കു മാപ്പു തന്നു. നീ ചെയ്ത കാര്യങ്ങളെ ഓർത്തു നീ ആത്മാർത്ഥമായി ദുഃഖിക്കുന്നുണ്ടോ? നിനക്ക് എന്നോടൊന്നിച്ചു താമസിക്കണമെന്നാഗ്രഹമുണ്ടോ? എന്റെ വിശ്വസ്ത ഭാര്യയാകണമെന്ന് മോഹിക്കുന്നുണ്ടോ? ഇല്ലെങ്കിൽ എന്നോടു പറഞ്ഞോളൂ. ഞാൻ നിന്റെ അച്ഛന്റെ അടുത്തേക്കു മാ ന്യമായ രീതിയിൽ തിരിച്ചെത്തിക്കാം.’’ ജെപാസ് മറുപടി പറഞ്ഞു.

‘‘ഞാൻ നിങ്ങളെ സ്നേഹിക്കുന്നു. എന്നെ ആട്ടിപ്പുറത്താക്കി യില്ലെങ്കിൽ നിങ്ങളോടൊത്തു ജീവിക്കാനാശിക്കുന്നു.’’ അവൾ മറു പടി പറഞ്ഞു

‘‘എങ്കിൽ എന്നോടൊത്തു വരിക.’’

അപ്പോൾ അവരുടെ തലയ്ക്കു മുകളിൽനിന്ന് ഒരു കിളിക്കൊഞ്ചൽ ഉയർന്നു. ‘‘ഇവിടെ എന്നെ വിട്ട് നിങ്ങളിരുവരും പോകുകയാണോ?’’ അവരിരുവരും മുകളിലോട്ടു നോക്കി. അത് ജാക്ക്ഡോ പക്ഷിയായി രുന്നു.

‘‘എന്നെയും ഒപ്പം കൂട്ടണം. എനിക്കു ലോകത്തിൽ മറ്റാരും ഇല്ല. നിങ്ങളിരുവരേയും ഞാൻ ഇഷ്ടപ്പെട്ടു.’’

അവർ ആ പക്ഷിയെ കൂടെ കൂട്ടി. ആരാവശ്യപ്പെട്ടാലും അന്ന് എലിസബത്ത് പാടിയ പാട്ട് ആ പക്ഷി പാടിക്കേൾപ്പിക്കും. അങ്ങനെ യാണ് ആ പാട്ട് ജിപ്സികൾക്കിടയിൽ പ്രചാരത്തിലായത്. കരു ത്തനായ ജെപാസിന്റേയും സുന്ദരിയായ എലിസബത്തിന്റേയും കഥ ഇക്കാലമത്രയും സൂക്ഷിക്കാൻ ഇടയായതും അങ്ങനെയാണ്.

■

ഡിലിനോയും പിശാചും

കരി ഉണ്ടാക്കുന്ന ഒരു ജിപ്സി കുടുംബമുണ്ടായിരുന്നു- ഒരച്ഛൻ, അമ്മ, മൂന്ന് ആൺമക്കൾ. മൂത്ത രണ്ടാൺകുട്ടികളും മിടുമിടുക്കന്മാരായിരുന്നു. മൂന്നാമത്തവനാകട്ടെ, ഒരു പമ്പരവിഡ്ഢിയും കുഴപ്പക്കാരനുമായിരുന്നു. ഡിലിനോ എന്നാണവനെ വിളിച്ചിരുന്നത്. എന്തുമാകട്ടെ, അവൻ കൈകൊണ്ടൊന്നു തൊട്ടാൽമതി, അത് കുഴപ്പത്തിലാവും. അതിനാൽ അവന് ഒരു പണിയും കൊടുക്കാതിരിക്കുന്നതാണ് നല്ലതെന്ന് അവർ തീരുമാനിച്ചു.

കാട്ടിൽ പോയാണ് അച്ഛനും മക്കളും കരിയുണ്ടാക്കിയിരുന്നത്. ഒരിക്കൽ കടുത്ത ശൈത്യകാലം വന്നു. കരിക്ക് ആവശ്യക്കാരേറെ. അവർ മൂവരും അങ്ങേയറ്റം പാടുപെട്ടിട്ടും അവർക്ക് ആവശ്യക്കാരെ തൃപ്തിപ്പെടുത്താനായില്ല.

''എന്താ ഡിലിനോയോട് നമ്മെ സഹായിക്കാൻ അച്ഛൻ പറയാത്തത്?'' സഹോദരന്മാർ അച്ഛനോടു പരാതിപ്പെട്ടു.

അച്ഛൻ തന്റെ ഇളയമകനെ അടുത്തു വിളിച്ചു പറഞ്ഞു. ''ഞങ്ങൾ എല്ലുരുകി വിയർപ്പൊഴുക്കി പണിയെടുക്കുന്നതു നീ കാണുന്നില്ലേ? നീ മടിയനായി അടുപ്പിനടുത്ത് ഇരുന്നു കഴിയുന്നു. ഞങ്ങളെ ഒട്ടും സഹായിക്കുന്നേയില്ല.''

''അച്ഛാ, അച്ഛനെ സഹായിക്കാനെനിക്കു സന്തോഷമേയുള്ളൂ. ഒന്ന് പറഞ്ഞുതന്നാൽ മാത്രം മതി. എങ്ങനെ എവിടേക്കു ഞാൻ പോകണം? അവിടെ ഞാനെന്തു ചെയ്യണം?'' പമ്പരവിഡ്ഢി പറഞ്ഞു.

''നീയെന്താ ആകാശത്തുനിന്നു പൊട്ടിവീണവനെപ്പോലെയാണല്ലോ സംസാരിക്കുന്നത്. എവിടേക്കാ പോകേണ്ടതെന്ന്! എന്താ? കാട്ടിലേക്കുതന്നെ.''

''അവിടെ എന്താണു ചെയ്യേണ്ടത്?''

''നല്ല ചോദ്യം. കരി ഉണ്ടാക്കുകതന്നെ.''

''ശരി, ശരി.'' ഡിലിനോ സമ്മതിച്ചു. അവൻ തിരക്കിട്ടു പുറത്തേക്കുപോയി.

''ഒന്നു നിൽക്കൂ.'' അച്ഛൻ ഉറക്കെ വിളിച്ചുപറഞ്ഞു.

''നിനക്ക് മഴുവും ചാക്കും കിട്ടിയോ?''

''മഴുവും ചാക്കും എന്തിനാ?''

''എന്തേ, മരത്തിനും കരിക്കുംതന്നെ.''

''ഓ, അതു ശരി.''

അവൻ ഒരു മഴുവും ചാക്കുമെടുത്ത് തന്റെ ചുമലിലിട്ട് കാട്ടിലേക്കു യാത്രയായി. സന്ധ്യവരെ ചുറ്റിക്കറങ്ങി. ഉല്ലാസത്തോടെ ചൂളം വിളിച്ചു. താനെങ്ങനെയാണ് കരി ഉണ്ടാക്കുക എന്നവൻ തലപുകഞ്ഞാലോചിച്ചു. തനിക്കു തോന്നുന്നത്, അതിന് ആദ്യം തീ പിടിപ്പിക്കണം. പക്ഷേ തനിക്കെവിടുന്നാണ് തീ കിട്ടുക? വീട്ടിലുള്ളവർ അതൊന്നും തന്നോടു പറഞ്ഞില്ലല്ലോ? താനെന്തിനാണ് മഴുവും ചാക്കും കൈയിലെടുത്തതെന്നും അവനു പിടികിട്ടിയില്ല. കരിക്കോ മരത്തിനോ, ചാക്ക് എന്തിനാ എടുത്തത്? എന്തിനാണെന്ന് ഒന്നറിഞ്ഞിരുന്നെങ്കിൽ...

വൈകുന്നേരമായി. കരി ഉണ്ടാക്കാൻ താൻ എന്തുചെയ്യണമെന്ന് അവന് ഒരു പിടിയും കിട്ടിയില്ല. കുഴഞ്ഞുമറിഞ്ഞ ചിന്തകൾ. വിഡ്ഢിയായ അവനു കാര്യങ്ങൾ ചിന്തിച്ചെടുക്കാനായില്ല.. ചിന്തിച്ചു ചിന്തിച്ചു തലവേദനയായി. ഒടുവിലവൻ തീരുമാനിച്ചു. വീട്ടിലേക്കു തിരിച്ചുപോയി കാര്യങ്ങൾ വിശദമായി മനസ്സിലാക്കാം. വീടിനോടടുത്തപ്പോൾ അവനു വേവലാതിയായി. അച്ഛനും സഹോദരങ്ങൾക്കും കാണിച്ചുകൊടുക്കാൻ തന്റെ കൈയിലൊന്നുമില്ലല്ലോ.

''അവരെന്നെ കഠിനമായി പരിഹസിക്കും. അവരെന്നെ വിളിക്കും, പടുവിഡ്ഢി! അതൊക്കെ അവരുടെ കുറ്റം തന്നെയാണ്. വേണ്ട കാര്യങ്ങൾ വേണ്ടവിധം എന്നെ പറഞ്ഞു മനസ്സിലാക്കിത്തരേണ്ടത് അവരുടെ കടമയായിരുന്നില്ലേ?''

സമയം പാഴാക്കിയും സ്വയം ശപിച്ചും നടക്കുന്നതിനിടയിൽ ഒരു പഴയ മരം അവന്റെ ശ്രദ്ധയിൽപെട്ടത്. നീ പറ്റിയ ഒരു പഴയ മരംതന്നെ. അവൻ പറഞ്ഞു. ''ആരെങ്കിലും നിന്നെ വെട്ടിവീഴ്ത്തേണ്ട സമയം അതിക്രമിച്ചിരിക്കുന്നു. വൃക്ഷത്തൈകൾക്ക് ആവശ്യമായ വെളിച്ചവും ഇടവുമാണ് നീ പാഴാക്കുന്നത്.'' അക്കാര്യമോർത്ത് അവന് അമർഷം തോന്നി. ആ മരത്തെ ആഞ്ഞുവെട്ടി. ആ മരം ഞെട്ടിവിറച്ചു. അതു നെടുവീർപ്പിടുന്നപോലെ തോന്നി.

''നീ എന്തിനാ നെടുവീർപ്പിടുന്നത്?'' ഡിലിനോ അസഹ്യതയോടെ ചോദിച്ചു. ''കേടുവന്ന ഒരു പല്ലുപോലെ നീ നശിച്ചിരിക്കുന്നു. നീ താഴെ വീഴണം.'' വീണ്ടും ആഞ്ഞ് അവൻ മരത്തിന്റെ തടിയിൽ വെട്ടി.

ആ മരത്തിന്റെ പൊത്തിലൊരു പിശാച് വസിച്ചിരുന്നു. നരകത്തിലെ നിയമങ്ങൾ ലംഘിച്ചതിന് അതിനെ നരകത്തിൽനിന്നു നാടുകടത്തിയതാണ്. പിശാചുക്കളുടെ രാജാവാണു ശിക്ഷിച്ചത്. ബീൽസെബബ്. ഏഴുവർഷത്തേക്കാണ് അതിനെ ശിക്ഷിച്ച് ആ മരത്തിൽ മന്ത്രസിദ്ധിയാൽ ബന്ധിച്ചത്. ഏഴുവർഷം ഏഴുമാസം ഏഴു ദിവസം അതവിടെ കിടക്കണം. അത്രയുംകാലം അത് ആ മരത്തിനുള്ളിൽ കഴിച്ചുകൂട്ടിയാൽ ബീൽസെബബ് അതിനു മാപ്പുകൊടുത്തു നരകത്തിലേക്കുതന്നെ തിരിച്ചെടുക്കും. അതിനുമുമ്പ് ആ മരത്തിൽനിന്ന് ഓടിപ്പോയാൽ, അതല്ലെങ്കിൽ ആരെങ്കിലും ആ മരം വെട്ടി വീഴ്ത്താനിടയായാൽ, പിന്നീടൊരിക്കലും ആ പിശാചിനെ നരകത്തിലേക്കു തിരിച്ചെടുക്കുകയില്ല.

പിശാചിന്റെ കാര്യം എത്ര ഗുരുതരമാണെന്നു നിങ്ങളൊന്നാലോചിച്ചു നോക്കൂ. ഇച്ചങ്ങാതി മഴുകൊണ്ടു മരംവെട്ടിവീഴ്ത്താൻ തന്നെയാണ് വന്നിരിക്കുന്നതെന്നു ബോധ്യമായപ്പോൾ പിശാച് അവനെ വിരട്ടി ആ സാഹസത്തിൽനിന്നു പിന്തിരിപ്പിക്കാനുള്ള ശ്രമമായി.

''കടന്നു പോ.'' ശക്തി മുഴുവൻ സംഭരിച്ചുകൊണ്ട് അതിഭീകരമായ സ്വരത്തിൽ പിശാച് അലറി. ''എന്റെ മരത്തിൽനിന്ന് നീ കടന്നു പോ. മര്യാദ കെട്ടവനേ! ഒരു പിശാചാണ് ഞാൻ. ഈ മരം എന്റേതാണ്. ഇനി എന്റെ മരത്തിൽ ഒന്നുകൂടി വെട്ടിയാൽ കാര്യം നീ അറിയും.''

''എനിക്കതറിയേണ്ട കാര്യമാണോ?'' നിഷ്കളങ്കതയോടെ ഡിലിനോ ചോദിച്ചു. അവന് ഒട്ടും പേടി തോന്നിയില്ല. വിഡ്ഢികൾ പെട്ടെന്നു പേടിക്കില്ല. കാരണം, നടക്കുന്ന കാര്യങ്ങളുടെ ഗൗരവം മനസ്സിലാക്കാൻ അവർ കുറച്ചുകൂടി അധികം സമയമെടുക്കും.

''ശരി. നീ നോക്കിക്കോ.'' ദേഷ്യത്തോടെ പിശാച് ഭീഷണിപ്പെടുത്തി. മരപ്പൊത്തിൽനിന്ന് പുറത്തുവരാനാകാത്ത താൻ എങ്ങനെയാണ് ആ പയ്യനെ എതിരിടുക എന്നു പിശാചിനുതന്നെ അറിയില്ല. പൊത്തിനുള്ളിൽ ബന്ധിതനാണ് പിശാച്. എങ്കിലും ഒരു താക്കീതെന്ന നിലയിൽ ഭീഷണിപ്പെടുത്തി. ''വീണ്ടും ശ്രമിക്കാതിരിക്കുന്നതാണ് നിനക്കു നല്ലത്.''

''തോന്നിയാൽ ഞാൻ വീണ്ടും ശ്രമിക്കും'' എന്നു പറഞ്ഞുകൊണ്ടു മൂന്നാമതും ആ മരത്തെ ആഞ്ഞുവെട്ടി.

ഇത്തവണ പിശാച് ശരിക്കും പേടിച്ചുവിറച്ചു. ഈ പയ്യനു തന്നെ ഒട്ടും പേടിയില്ലെന്നു മനസ്സിലായി. തീർച്ചയായും ഇവൻ കരുത്തനായ ഒരു വീരപുരുഷനാണെന്നുപോലും പിശാച് തെറ്റിദ്ധരിച്ചു. അവനുമായി ഒരു ഒത്തുതീർപ്പിലെത്തി രമ്യതയിലാവുന്നതാണ് നല്ലത്.

''ഒന്ന് ഇങ്ങോട്ടുനോക്കൂ. നിനക്ക് എന്റെ ഈ മരത്തെ വിട്ടുതന്നുകൂടെ? വിറകാണോ നിനക്കു വേണ്ടത്? എത്ര വേണമെങ്കിലും നിനക്കു ഞാൻ തരാം. നിനക്ക് ഈ മരത്തിൽനിന്നു കിട്ടുന്നതിനേക്കാൾ ഇരട്ടി. ഈ മരത്തിന്റെ പാതി പോടാണ്.'' അവൻ യാചിച്ചു.

''എനിക്കു വിറകു വേണ്ട. എനിക്കു വേണ്ടതു കരിയാണ്.''

''ശരി. നിനക്കു ഞാൻ കരി തരാം.'' പിശാച് സത്യം ചെയ്തു. ''നീ കണ്ടിട്ടുള്ളതിൽവെച്ച് ഏറ്റവും മെച്ചപ്പെട്ട കരിതന്നെ. ചാക്ക് കൊണ്ടുവന്നിട്ടുണ്ടോ നീ?''

''ഉണ്ട്. കൊണ്ടുവന്നിട്ടുണ്ട്.''

''ഈ മരപ്പൊത്തിലേക്കു അതെറിഞ്ഞുതരൂ. ഞാനതു നിറച്ചുതരാം.''

ഡിലിനോ ചാക്ക് മരപ്പൊത്തിലേക്ക് എറിഞ്ഞുകൊടുത്തു. പിന്നീട് വലിച്ചെടുത്തപ്പോൾ അതിൽ നിറയെ കരിയാണ് കണ്ടത്. അവനു സന്തോഷമായി. ചാക്ക് പുറത്തേന്തി തിരക്കിട്ടു വീട്ടിലേക്കു മടങ്ങി. ചാക്കിനു നല്ല കനമുണ്ടായിരുന്നു. ഡിലിനോ ദുർബലശരീരനല്ല. ബുദ്ധി കുറവാണെങ്കിലും അതിശക്തൻ. പക്ഷേ അവന് ഇതിനുമുമ്പ് അത്രയും ഭാരിച്ച ഒരു ചാക്ക് പുറത്തേറ്റേണ്ടി വന്നിട്ടില്ല. വീട്ടിലെത്തിയതോടെ അവൻ ആകെ തളർന്നു.

''ഓ, എനിക്കു സന്തോഷമായി. ഒടുവിൽ ഞാനത് ഉണ്ടാക്കിയല്ലോ.'' നെടുവീർപ്പിട്ടുകൊണ്ട് അവൻ ചാക്ക് നിലത്തിട്ടു. ''ദാ നിങ്ങളുടെ കരി. വല്ലതും അത്താഴത്തിനു തരൂ. വിശന്നിട്ടു വയ്യ.''

''എന്തത്ഭുതം!'' വൃദ്ധൻ വിസ്മയപ്പെട്ടു. നമ്മുടെ ഡിലിനോ നാം കരുതിയപോലെ ഒരു പമ്പരവിഡ്ഢിയൊന്നുമല്ല. അവൻ ശരിക്കുള്ള കരിതന്നെയാണ് കൊണ്ടുവന്നിരിക്കുന്നത്. അയാൾ ചാക്ക്കെട്ടഴിച്ചു. അതുകണ്ടപ്പോൾ അമ്പരന്നു നിൽപ്പായി. ചാക്കിൽനിന്ന് വലിച്ചിട്ടതിൽ പകുതിമാത്രമേ കരിയായിട്ടുള്ളൂ. ബാക്കി എല്ലാം സ്വർണ്ണം! കലർപ്പില്ലാത്ത തനിസ്വർണ്ണം വെട്ടിത്തിളങ്ങി.

''ഇതെന്തു കരിയാണ്?'' സഹോദരന്മാർ ആശ്ചര്യം പ്രകടിപ്പിച്ചു. അത് അവർ സൂക്ഷ്മമായി പരിശോധിച്ചു.

''നിനക്കിതെവിടുന്നാണ് കിട്ടിയത്?'' അച്ഛൻ ചോദിച്ചു?

പുഴുങ്ങിയ ഉരുളക്കിഴങ്ങ് തോലോടുകൂടി വായിൽ കുത്തിനിറച്ചിരുപ്പായിരുന്ന ഡിലിനോ പറഞ്ഞു. ''ഞാൻ ചാക്ക് മരത്തിന്റെ പൊത്തിലേക്ക് എറിഞ്ഞു കൊടുത്തതേ ഉള്ളൂ. വല്ല പിശാചോ മറ്റോ ആണ് എനിക്കു ചാക്ക് നിറച്ചുതന്നത്. എങ്ങനെയാണ് എല്ലാം സംഭവിച്ചതെന്ന് എനിക്ക് നല്ല ഓർമ്മവരുന്നില്ല.'' അവനിൽനിന്നു കൂടുതൽ വിവരങ്ങളൊന്നും അവർക്കു കിട്ടിയില്ല.

ആ ജിപ്സികൾ സമ്പന്നരായി. കരിയിൽനിന്നും സ്വർണ്ണം അടർത്തി വിറ്റ് അവർ ധനികരായി. പണം എങ്ങനെ ചിലവഴിക്കണമെന്ന് അവർക്കറിയാതായി. മൂത്ത രണ്ടു സഹോദരന്മാരും വൻമാളികകൾ പണിതു. വിവാഹിതരുമായി.

''എന്താ നീ നിനക്കൊരു വീട് പണിയുന്നില്ലേ? കല്യാണം കഴിക്കുകയൊന്നും വേണ്ടേ?'' അച്ഛൻ തന്റെ ഇളയമകനോടു ചോദിച്ചു.

''എനിക്കെന്തിനാ വീട്?'' പമ്പരവിഡ്ഢി മറുപടി പറഞ്ഞു. ''എനിക്ക് അച്ഛന്റേയും അമ്മയുടേയും കൂടെ കഴിഞ്ഞാൽ മതി. അല്ലെങ്കിൽ എനിക്കുവേണ്ട ഭക്ഷണമെല്ലാം ആരു തയ്യാറാക്കും?''

''നിന്റെ ഭാര്യതന്നെ. അല്ലാതാര്?'' അച്ഛൻ മറുപടി പറഞ്ഞു.

''എനിക്ക് എവിടുന്നാ ഭാര്യയെ കിട്ടുക?''

''നീ തന്നെ കണ്ടുപിടിക്കണം. നിന്റെ സഹോദരന്മാരെപ്പോലെ തന്നെ. നല്ല മിടുക്കിയായ ഒരു ജിപ്സി സുന്ദരിയെ കണ്ടുപിടിക്കുക. ഞാനവളുടെ മാതാപിതാക്കളെ കണ്ടു കല്യാണമാലോചിക്കാം.''

''ശരി.'' ഡിലിനോ സമ്മതിച്ചു. ''രാജാവിന്റെ അടുത്തുചെന്നു രാജകുമാരിയെ എനിക്കു കല്യാണം കഴിച്ചുതരാൻ അച്ഛൻ ആവശ്യപ്പെടണം.''

''രാജാവ് തന്റെ മകളെ നിനക്കു തരില്ല.'' ക്ഷമകെട്ട അച്ഛൻ പറഞ്ഞു. ''എത്ര ധനികനാണെങ്കിലും. കാരണം ഒന്നാമത് നീ ഒരു ജിപ്സിയാണ്. അവൾ അല്ല. നീ ഒരു ജിപ്സിയെത്തന്നെ കെട്ടണം.''

''അത് എനിക്കുവേണ്ട. എനിക്ക് ഒരു രാജകുമാരിയെയാണ് വേണ്ടത്. അച്ഛൻ കൊട്ടാരത്തിൽ ചെന്ന് രാജാവിനോട് ആവശ്യപ്പെടണം.'' ഡിലിനോ നിർബന്ധപൂർവ്വം പറഞ്ഞു.

''നീ ഒരു പമ്പരവിഡ്ഢിയാണ്. രാജാവ് എന്നോടു മിണ്ടുക പോലും ചെയ്യില്ല. അദ്ദേഹം കോട്ടയിൽനിന്ന് എന്നെ വലിച്ചെറിയും. എന്റെ പിന്നാലെ നായ്ക്കളെയും അഴിച്ചുവിടും.'' വൃദ്ധൻ പറഞ്ഞു.

''എനിക്കതൊന്നു കാണണം.'' ഡിലിനോ ദേഷ്യത്തോടെ പറഞ്ഞു. അടുപ്പിന്റെ അടുത്തുനിന്നു ചാടിയിറങ്ങി. തന്റെ മഴു കയ്യിലെടുത്തു തിരക്കിട്ടു പുറത്തുപോയി.

''മഴുവുമായി നീ എങ്ങോട്ടാ? രാജാവിന്റെ അടുത്തേക്കൊന്നു മല്ലല്ലോ? ചെകുത്താന്റെ അടുത്തേക്കാകണം.''

''ശരിയാണ്. അവിടേക്കുതന്നെയാണ് പോകുന്നത്.'' ചിരിച്ചു കൊണ്ടു മറുപടി പറഞ്ഞ് ഡിലിനോ ഉടൻ സ്ഥലംവിട്ടു.

''നമ്മുടെ മോന്റെ തലയ്ക്കു വട്ടുപിടിച്ചു.'' അമ്മ നെടുവീർപ്പിട്ടു.

ഡിലിനോ കാട്ടിലേക്കാണ് പോയത്. നേരെ ആ പൊള്ളയായ മരത്തിന്റെ അടുത്തുചെന്നു. അവൻ രണ്ടുതവണ ശക്തിയായി ആഞ്ഞു മഴുകൊണ്ടു മരത്തിന്റെ തടിയിൽ വെട്ടി.

''കടന്നുപോ. കടന്നുപോടാ കഴുവേറീ. ഞാൻ ഒരു പിശാചാണ്. ഇനി ഒരു വെട്ടുകൂടി വെട്ടിയാൽ അതിന്റെ ഭവിഷ്യത്ത് നീ അനുഭ വിക്കും.'' മരപ്പൊത്തിനുള്ളിൽ ഇരുന്നുകൊണ്ടു പിശാച് അലറി.

''എനിക്കു നിന്നെ നന്നായി അറിയില്ലേ? നീ വെറുതെ വീരസ്യം പറയുകയാണ്. ഇതു ഞാനാണ്. നീ കരി തന്നത് എനിക്കാണ്. ഇന്നെ നിക്ക് മറ്റൊരു കാര്യത്തിൽ നിന്റെ സഹായം ആവശ്യമാണ്. അതു സാധിച്ചുതന്നില്ലെങ്കിൽ ഞാൻ നിന്റെ വാസസ്ഥലം തകർക്കും.'' ശാന്തനായി ഡിലിനോ പറഞ്ഞു.

''നിനക്കെന്താണ് വേണ്ടത്?'' പിശാച് ചോദിച്ചു, പയ്യൻ പറഞ്ഞ പണിപറ്റിക്കുമെന്ന ഭീതിയോടെ. ഇനി ഏഴുമാസങ്ങളും ഏഴുദിവസ ങ്ങളുംകൂടിയേ അവൻ അവിടെ കഴിയേണ്ടതുള്ളൂ. ശിക്ഷയുടെ കാലാവധി അന്നു കഴിയും.

''എനിക്കു വേണ്ടതെന്തെന്നു പറയാം. മാന്ത്രികജലമോ മറ്റെ ന്തെങ്കിലുമോ തന്ന് എന്നെ അജയ്യനാക്കണം. എല്ലാവരും എന്നെ പടുവിഡ്ഢി എന്നു പരിഹസിക്കുന്നു. എന്താണ് തരേണ്ടതെന്നു പറയാൻ എനിക്കു പറ്റുന്നില്ല. പിശാചായ നീ വളരെ സമർത്ഥ നുമാകണം. ആവശ്യമായതെന്തെന്നാൽ ഉടനെ തരുക.''

''അത് എളുപ്പമുള്ള കാര്യമല്ല. അൽപ്പം മാന്ത്രികജലം. അത് അത്ര എളുപ്പമല്ല.''

''എങ്കിൽ ശരി. അപ്പോൾ ഞാൻ നിന്റെ ഗുഹയെ കഷണം കഷണ മാക്കിയേക്കാം.'' അത്യുച്ചത്തിൽ ഡിലിനോ പറഞ്ഞു. അവൻ മഴു കൊണ്ട് വീണ്ടും ആഞ്ഞുവെട്ടി. വെട്ടേറ്റു മരം വിറയ്ക്കുകയും കുലുങ്ങുകയും ചെയ്തു.

“അയ്യോ നിർത്തൂ.” പിശാച് ആർത്തു നിലവിളിച്ചു. “ഒരു നിമിഷം കാത്തുനിൽക്കൂ. മാന്ത്രികജലം ഞാൻ തരാം. കൈയിൽ ഒരു കുപ്പി യുണ്ടോ?”

“ഇല്ല. എന്റെ കൈയിലില്ല.”

“സാരമില്ല. കുപ്പിയില്ലെങ്കിൽപോലും ഞാൻ നിങ്ങൾക്ക് ഒരു കുപ്പി ജലം തരുന്നതാണ്. കുറച്ചുസമയം പിടിക്കുമെന്നേയുള്ളൂ.”

“അതു സാരമില്ല. ഞാൻ കാത്തിരിക്കാം. സമയം ഇഷ്ടംപോലെ യുണ്ട്.” ഡിലിനോ മറുപടി പറഞ്ഞു. ഉദാസീനനായി അവൻ മഴു താഴത്തിട്ടു. മരത്തിന്റെ കടയ്ക്കൽതന്നെ. കാത്തിരുപ്പായി.

ഒടുവിൽ ചെകുത്താൻ വിളിച്ചു. “മരപ്പൊത്തിലേക്കു നീ നിന്റെ കൈനീട്ടുക. നീ ആവശ്യപ്പെട്ടതു നിനക്കു കിട്ടും.”

ഡിലിനോ കൈനീട്ടാൻ പോയതാണ്, ചെകുത്താൻ ആവശ്യ പ്പെട്ടപോലെ. പെട്ടെന്ന് അവൻ ഒരു ചൊല്ല് ഓർത്തു. ചെകുത്താനു മായി ഒരു ഒത്തുതീർപ്പുമരുത്. ചെകുത്താൻ നിങ്ങളെ ചതിക്കും എന്നു വ്യംഗ്യം. അവൻ അത്യുച്ചത്തിൽ വിളിച്ചുപറഞ്ഞു. “മാന്ത്രികജലം പുറത്തേക്കൊഴിക്കൂ. ഞാൻ പിടിച്ചെടുത്തോളാം.”

“കുപ്പി നീ പൊട്ടിച്ചാൽ മറ്റൊരു കുപ്പി നിനക്കു കിട്ടില്ല.”

“ഞാനാവശ്യപ്പെടുന്നത്ര നീ തന്നേ തീരൂ.” ഡിലിനോ തിരി ച്ചടിച്ചു. “ഇല്ലെങ്കിൽ അതോടുകൂടി നിന്റെ മരത്തിന്റെ പണി ഞാൻ കഴിക്കും.”

മരപ്പൊത്തിനുള്ളിലിരുന്നു പിശാച് കോപംകൊണ്ടു തുള്ളുക യായിരുന്നു. പക്ഷേ നിവൃത്തിയില്ലാതെ കുപ്പി പുറത്തേക്കേറിഞ്ഞു കൊടുത്തു. അത് എത്തിപ്പിടിച്ച് ഡിലിനോ വീട്ടിലേക്കു മടങ്ങി.

“അച്ഛാ, അച്ഛന്റെ വസ്ത്രങ്ങളെല്ലാം ദേഹത്തുനിന്നു മാറ്റിയാലും. ഞാൻ കുറച്ചു മാന്ത്രികജലം കൊണ്ടുവന്നിട്ടുണ്ട്. ഞാനത് അച്ഛന്റെ മേലാകെ പൂശും. അതു തേച്ചാൽ അച്ഛനു ധൈര്യസമേതം രാജാ വിന്റെ അടുത്തുചെന്നു തന്റെ മകളെ എനിക്കു കല്യാണം കഴിച്ചു തരാൻ ആവശ്യപ്പെടാൻ കഴിയും. അഥവാ രാജാവ് അങ്ങയുടെ പിന്നാലെ നായ്ക്കളെ അഴിച്ചുവിട്ടാലും അങ്ങേയ്ക്കൊന്നും സംഭവി ക്കില്ല. കാരണം ആ മാന്ത്രികജലം തേച്ചതോടെ യാതൊന്നിനും ഒരു ശക്തിക്കും അങ്ങയെ ക്ഷതപ്പെടുത്താൻ കഴിയില്ല.”

ആദ്യമൊന്നും ആ കരിക്കാരൻ അങ്ങനെ ചെയ്യാൻ കൂട്ടാക്കി യില്ല. പക്ഷേ മകൻ നിർബന്ധം പിടിച്ചപ്പോൾ സമാധാനം കിട്ടാനായി അവനെ അനുസരിക്കാൻ തയ്യാറായി. ചെകുത്താൻ കൊടുത്ത വെള്ളം ഡിലിനോ അച്ഛന്റെ മേലാകെ പൂശിക്കഴിഞ്ഞപ്പോൾ ധൈര്യം

കൈവരിച്ച വൃദ്ധൻ കൊട്ടാരത്തിലേക്കു യാത്രയായി. അവിടെ കാവൽക്കാർ അയാളെ അകത്തേക്കു കടത്തിവിട്ടില്ല. പറയുമ്പോൾ അയാൾ നല്ല വസ്ത്രങ്ങളാണ് ധരിച്ചിരുന്നത്. കാവൽക്കാർ അയാളെ തിരിച്ചറിഞ്ഞിരുന്നു.

‘‘ജിപ്സി, നിനക്കെന്താണ് വേണ്ടത്?’’

‘‘ഞാൻ രാജാവിനെ കാണാൻ വന്നതാണ്. എന്റെ മകനു രാജാവിന്റെ മകളെ പെണ്ണന്വേഷിച്ചു വന്നതാണ്.’’

ഇതുകേട്ട് കാവൽക്കാരൻ ചിരിച്ചതേയുള്ളൂ. അയാളെ കാവൽക്കാരൻ പിടിച്ചു വെളിയിൽ തള്ളി. പക്ഷേ അയാൾ മാറിയില്ല. അയാൾ വീണ്ടും പടിവാതിൽക്കൽ വന്നുമുട്ടി. തന്നെ അകത്തേക്കു കടത്തിവിടണമെന്ന് കാവൽക്കാരനോട് ഉച്ചത്തിലാവശ്യപ്പെട്ടു. അപ്പോൾ ആ വലിയ പടിവാതിൽ തുറക്കപ്പെട്ടു. ഒരുകൂട്ടം ഭീകരരൂപികളായ നായ്ക്കൾ കരിക്കാരന്റെ നേരെ കുതിച്ചുചെന്നു. അയാളെ കഷണംകഷണമായി കടിച്ചുചീന്താനാണ് അവ പാഞ്ഞുചെന്നത്. പക്ഷേ അയാളുടെ അടുത്തെത്തിയതും അവ ദീനമായി നിലവിളിക്കാനും കിതയ്ക്കാനും അയാളുടെ അടുത്തുനിന്നു പിന്തിരിഞ്ഞോടാനും ശ്രമമായി. അയാളാകട്ടെ, ആത്മരക്ഷാർത്ഥം ഒരു ചെറുവിരൽപോലും ഇളക്കുകയുണ്ടായില്ല. ഈ കാഴ്ചകണ്ട് കാവൽക്കാർ അമ്പരന്നു. അവരിലൊരാൾ കോട്ടയിലേക്ക് ഓടിച്ചെന്നു വിവരം രാജാവിനോടു പറഞ്ഞു.

‘‘പ്രഭോ, നമ്മുടെ പ്രധാന പടിവാതിൽക്കൽ ഒരു വൃത്തികെട്ട കിഴവൻജിപ്സി നിൽക്കുന്നു. എന്തു പറഞ്ഞിട്ടും അവൻ പോകുന്നില്ല. അങ്ങയെ നേരിട്ടു വന്നു കാണണമെന്ന് വാശിപിടിച്ചു നിൽപ്പാണ്. അയാളുടെ മോന് അങ്ങയുടെ മകളെ പെണ്ണന്വേഷിച്ചു വന്നതാണത്രേ.’’

‘‘അവനെ നിങ്ങളെന്താണ് തുരത്തെറിയാഞ്ഞത്?’’ കോപത്തോടെ രാജാവ് ചോദിച്ചു.

‘‘ഞങ്ങൾ വളരെ ശ്രമിച്ചു. പക്ഷേ അയാൾ നിന്നപാട് നിൽപ്പാണ്. ഒടുവിൽ അവനെതിരെ ഞങ്ങൾ നായ്ക്കളെ അഴിച്ചുവിട്ടു. പക്ഷേ അവയ്ക്ക് അയാളെ പേടി. അവ അയാളെ കടിച്ചില്ല. അയാൾ ഇപ്പോഴും അവിടെത്തന്നെ നിൽക്കുകയാണ്. അയാൾക്ക് അങ്ങയുമായി സംസാരിക്കണമെന്നു വളരെ നിർബന്ധം.’’

‘‘ഏഴു തിരയുള്ള തോക്കെടുത്ത് അവനെ വെടിവെയ്ക്കൂ.’’

അങ്ങനെ അവർ ആ തോക്കെടുത്ത് അവനു നേരെ വെടിയുതിർത്തു. പുകപടലങ്ങൾ കെട്ടടങ്ങി. ജിപ്സിയുടെ തരിപോലും

കാണില്ല എന്നാണെല്ലാവരും പ്രതീക്ഷിച്ചത്. പക്ഷേ ദേഹത്ത് ഒരു പോറൽപോലും ഏൽക്കാതെ ജിപ്സി പടിവാതിൽക്കൽതന്നെ നിൽക്കുന്നതാണ് അവൻ കണ്ടത്.

സേവകൻ രാജാവിന്റെ അടുത്തുചെന്നു വിവരങ്ങൾ പറഞ്ഞു.

''അപ്പോൾ ആൾ ചില്ലറക്കാരനല്ല.''

''അയാളുടെ മകൻ അങ്ങയുടെ മകളെത്തന്നെ കല്യാണം കഴിക്കണമെന്നു ശാഠ്യംപിടിച്ചിരിക്കുകയാണെന്ന്. എന്തു പറഞ്ഞിട്ടും അയാൾ കേൾക്കാൻ കൂട്ടാക്കുന്നില്ല. ഞാനെന്തുചെയ്യാനാണ്? അയാൾ എന്നോട് ഇവിടെവന്ന് അങ്ങയുടെ മകളെ അവനു കല്യാണം കഴിച്ചുകൊടുക്കാനാവശ്യപ്പെടണമെന്ന് കൽപ്പിച്ചിരിക്കുകയാണ്.''

ഏഴു തിരയുള്ള തോക്കുകൊണ്ടു കീഴ്പ്പെടുത്താൻ കഴിയാത്ത ഒരുവന്റെ മകൻ തീർച്ചയായും മഹാമാന്ത്രികനാകണം. രാജാവ് ചിന്തിച്ചു. അവനെ പ്രകോപിപ്പിക്കാതിരിക്കുന്നതാണ് ബുദ്ധി.

രാജാവ് പറഞ്ഞു. ''അയാളുടെ മകനോട് ഇവിടെ നേരിട്ടു വന്നു കാര്യങ്ങൾ സംസാരിക്കാമെന്നു പറയൂ.''

''ശരി പ്രഭോ, ഞാൻ പറയാം.'' സേവകൻ മറുപടി പറഞ്ഞു. കരിക്കാരൻ വീട്ടിലേക്കു മടങ്ങി.

ഇതിനിടെ നാടു മുഴുവൻ കഥ പരന്നു. ഒരു ജിപ്സി വന്ന് രാജാവിനോടു തന്റെ മകന് രാജകുമാരിയെ കല്യാണം കഴിച്ചുകൊടുക്കാൻ ആവശ്യപ്പെട്ടിരിക്കുന്നു. ഈ സാഹസം രാജാവിനെ പ്രകോപിതനാക്കി. ഏഴു തിരയുള്ള തോക്കുകൊണ്ട് രാജാവ് അവനെ വെടിവെച്ചുവീഴ്ത്താൻ ആജ്ഞാപിച്ചു. വാർത്ത ജിപ്സികളുള്ളിടങ്ങളിലെല്ലാം എത്തി. അവർ ആകെ പ്രക്ഷുബ്ധരായിരിക്കുന്നു. തന്റെ അച്ഛന്റെ മരണത്തിനു കാരണക്കാരനായ ഇളയ മകന്റെ ചെയ്തികളെച്ചൊല്ലി കരിക്കാരന്റെ ഭാര്യ കരച്ചിലായി.

''എന്തിനാ ബഹളം? ജനാലയിലൂടെ ഒന്നു പുറത്തുനോക്കുക. അച്ഛൻ അതാ നിൽക്കുന്നു.'' വളരെ ശാന്തനായാണ് ഡിലിനോ പറഞ്ഞത്.

''സത്യം.'' വൃദ്ധൻ വാതിൽ കടന്ന് അകത്തു പ്രവേശിച്ചു.

''അച്ഛാ, രാജാവ് എന്തു പറഞ്ഞു?'' ഡിലിനോ ചോദിച്ചു.

''നീ നേരിട്ടുതന്നെ ചെന്നു കാര്യങ്ങൾ അവതരിപ്പിക്കണം. എപ്പോഴാണ് കല്യാണം നടത്തേണ്ടതെന്നും മറ്റുമുള്ള കാര്യങ്ങൾ നിന്നോടു സംസാരിക്കാമെന്ന് രാജാവു പറഞ്ഞു.''

''സമ്മാനങ്ങളെപ്പറ്റി എന്തു പറഞ്ഞു?'' ദേഷ്യത്തോടെ ഡിലിനോ ചോദിച്ചു. ''ഒരിക്കൽകൂടി അച്ഛൻ അങ്ങോട്ടുചെന്നു രാജാവിനോടു ചോദിക്കണം. എന്നാണ് കല്യാണം നടത്തുക എന്ന്. രാജാവ് തന്നെ തീയതി നിശ്ചയിക്കട്ടെ. അതുവരെ ഞാൻ കോട്ടയിലേക്കു പോകില്ല.''

''രാജകുമാരി എങ്ങനെയുണ്ടെന്നൊന്നും നിനക്കറിയില്ലല്ലോ. തീർച്ചയായും, നിനക്കൊരു പന്നിപ്പെണ്ണിനെ കല്യാണം കഴിക്കണമെന്നുണ്ടാവില്ല.'' കരിക്കാരന്റെ ഭാര്യ പറഞ്ഞു.

''അതത്ര പ്രാധാന്യമുള്ളതല്ല. പ്രധാനപ്പെട്ട കാര്യമിതാണ്. അവൾ ഒരു രാജകുമാരിയാണ്. എനിക്കു മറ്റാരേയും കല്യാണം കഴിക്കണമെന്നില്ല. അവൾ ഇവിടെ എന്നോടൊത്തു താമസിക്കണം. എനിക്കു ഭക്ഷണം പാകം ചെയ്തു തരണം. എന്റെ വസ്ത്രങ്ങൾ അലക്കിത്തരണം. മറ്റുള്ളവരെപ്പോലെതന്നെ.'' ഡിലിനോ പറഞ്ഞു.

''ചിലപ്പോൾ അവൾക്കു നിന്നെ വേണ്ടെങ്കിലോ?'' അമ്മ ചോദിച്ചു.

''അവൾ സ്വീകരിക്കും.'' ഡിലിനോ ചിരിച്ചു. അവൻ അടുപ്പിന്റെ പുറകിൽ കയറിക്കൂടി.

വീണ്ടും കരിക്കാരൻ എഴുന്നേറ്റു കോട്ടയിലേക്കു യാത്രയായി. ഡിലിനോയുടെ സന്ദേശമറിയിച്ചപ്പോൾ രാജാവിനുണ്ടായ ദേഷ്യത്തിനതിരില്ല. പരിചാരകരോടു രാജാവ് ജിപ്സിയെ ആട്ടിപ്പുറത്താക്കാൻ ആജ്ഞാപിച്ചു. മാത്രമല്ല രാജാവിന്റെ കൈവശമുള്ളതിൽ വെച്ചേറ്റവും മാരകമായ എട്ടുതിരത്തോക്കെടുത്ത് അയാളെ വെടിവെയ്ക്കാനും കൽപ്പനയായി. പെട്ടെന്നു രാജാവിനു ഭയമായി. രാജാവ് ജിപ്സിയെ തിരിച്ചുവിളിച്ചു. വീണ്ടും അപമര്യാദയായി പെരുമാറിയതിനു മാപ്പു ചോദിച്ചു. മാത്രമല്ല രാജാവ് കല്യാണം നടത്താനുള്ള തീയതിയും നിശ്ചയിച്ചു.

''എനിക്കുവേണ്ടി മകനോടു പറയണം, കല്യാണദിവസം കല്യാണവസ്ത്രങ്ങൾ മാന്യമായി ധരിച്ചുവരുമെന്നു ഞാൻ പ്രതീക്ഷിക്കുന്നു എന്ന്. കൂടെ അതിഥികളെ അവനു കൂട്ടണമെങ്കിൽ അതിനു സമ്മതമാണ്. പക്ഷേ അവർ മാന്യവ്യക്തികളാവണം. ചീത്തപ്പേര് എനിക്ക് ഇഷ്ടമില്ല. പറയുന്നതിന്റെ അർത്ഥം മനസ്സിലാകുന്നുണ്ടല്ലോ?''

വൃദ്ധൻ രാജാവിന്റെ സന്ദേശം ഡിലിനോയെ അറിയിച്ചപ്പോൾ ഡിലിനോ ഒന്നു ചിരിച്ചു. അടുപ്പിന്റെ പിന്നിൽനിന്ന് ഇറങ്ങിവന്നു. കൈയിൽ മഴുവുമേന്തി കാട്ടിലേക്ക് ആ പൊള്ളയായ മരത്തിനടുത്തേക്കു ചെന്നു. അവൻ ആഞ്ഞ് ഒരു വെട്ടുവെട്ടി. പിന്നീടു മറ്റൊന്നുകൂടി. മരത്തിനുള്ളിൽനിന്ന് പിശാചിന്റെ മോങ്ങിക്കരച്ചിൽ ഉയർന്നു.

''നീ വീണ്ടും തിരിച്ചുവന്നോ എരപ്പാളി?''

സ്വതന്ത്രനാകാൻ ഇനി പിശാചിന് ഏഴു ദിവസംകൂടി കഴിയണം.

''അതെ. ഇതെന്റെ അവസാനത്തെ സഹായത്തിനുള്ള അഭ്യർത്ഥനയാണ്. ഞാൻ രാജകുമാരിയെ കല്യാണം കഴിക്കാൻ പോകുന്നു. അതിനോടനുബന്ധിച്ച് ഒട്ടേറെ കാര്യങ്ങൾ ഞാൻ ഒരുക്കേണ്ടതുണ്ട്. എനിക്കാണെങ്കിൽ ഒന്നും അറിയില്ല. കാരണം ഇതിനുമുമ്പ് ഞാൻ കല്യാണമൊന്നും കഴിച്ചിട്ടില്ല.'' ഡിലിനോ പറഞ്ഞു.

''എന്തു കാര്യങ്ങളാണ്?''

''ശരി. നിനക്കറിയില്ല. എല്ലാവിധത്തിലുമുള്ള...'' ഡിലിനോ ചെവിയുടെ പിന്നിൽ ചൊറിയാൻ തുടങ്ങി.

''നിനക്കാവശ്യമുള്ളതെന്തെല്ലാമെന്ന് എനിക്കെങ്ങനെ അറിയാനാകും?''

''എന്തു കാര്യവും തക്കസമയത്തു കുറ്റമറ്റ രീതിയിൽ ചെയ്യാനുള്ള കഴിവ് എനിക്കുണ്ടാകണം.''

'ഇതൊക്കെ വളരെ എളുപ്പമാണെന്നാണോ നീ കരുതുന്നത്?'' പിശാച് നെടുവീർപ്പിട്ടുകൊണ്ടു ചോദിച്ചു. പക്ഷേ ഡിലിനോ മരത്തിൽ ആഞ്ഞുവെട്ടാൻ കൈയുയർത്തുകയാണെന്നു കണ്ടപ്പോൾ പെട്ടെന്നു പിശാച് സ്വരം മാറ്റി. ''ശരി, ശരി. എനിക്കു സമാധാനം തരുമെങ്കിൽ ഞാൻ അക്കാര്യം തരാം. പക്ഷേ ഇതവസാനത്തേതായിരിക്കും, മാറ്റമില്ല.''

''ഞാൻ നിന്നോട് ആവശ്യപ്പെട്ടതുതന്നെ വേണം.'' ഡിലിനോ പതുക്കെ പറഞ്ഞു.

''ശരി. അപ്പോൾ ഈ മരത്തിൽ കയറിവരിക. ഇതൊരു പഴക്കമുള്ള ഓക്കു മരമാണ്. അതിൽ ഇത്തിക്കണ്ണിയുണ്ട്. അതിൽ ഏറ്റവും തുഞ്ചത്തുള്ള ഒന്നിൽ സ്വർണ്ണഇത്തിക്കണ്ണിയാണ്. അത് പറിച്ചെടുത്തു സൂക്ഷിച്ചുവെയ്ക്കുക. എന്തെങ്കിലും ആവശ്യം വന്നാൽ സ്വർണ്ണത്തിന്റെ ഇത്തിക്കണ്ണി വായിലിട്ടു ചിന്തിക്കുക. മനസ്സിൽ ആശിച്ച കാര്യം അപ്പോൾ നടക്കും.''

''സത്യമാണെന്നു വിശ്വസിക്കുന്നു.'' ഡിലിനോ സമ്മതിച്ചു. ആ ഓക്കു മരത്തിന്റെ മുകളിലേക്കു പിടിച്ചുകയറി. ഒരു നിമഷം ചുറ്റും കണ്ണോടിച്ചു. ശരിയാണ് അവിടെ സ്വർണ്ണത്തിന്റെ ഇത്തിക്കണ്ണി കണ്ടു. അത് പറിച്ചെടുത്തു തന്റെ കീശയിലിട്ടു. സുരക്ഷിതമായി നിലത്തിറങ്ങി.

പിശാച് പറഞ്ഞു, ''ഈ മരത്തിൽനിന്ന് ഞാൻ സ്വതന്ത്രനാകുമ്പോൾ ആ ഇത്തിക്കണ്ണിക്കുവേണ്ടി ഞാൻ നിന്റെ അടുത്തുവരും. വിശേഷ

ബുദ്ധിയേക്കാൾ നീ ഭാഗ്യമുള്ളവനാണ്. അതാണല്ലോ തക്കസമയത്ത് നീ എന്നെ കണ്ടുമുട്ടിയത്. അതും ഈ മരം വിട്ടുപോകാൻ എനിക്ക് ഒരുവിധത്തിലും പറ്റാത്ത സമയത്തുതന്നെ.''

''ലോകം അങ്ങനെയാണ്.'' ഡിലിനോ ചിരിച്ചു. ''അൽപ്പബുദ്ധികൾക്കാണ് മഹാഭാഗ്യം.'' അവൻ വീട്ടിലേക്കു തിരിച്ചു.

രാജാവ് കല്യാണം നടത്താൻ തീരുമാനിച്ച ദിവസം വന്നടുത്തു. ഡിലിനോ തന്റെ സ്ഥലത്തുനിന്നു ചാടി എഴുന്നേറ്റു. കൈയും കാലും നിവർത്തി കുടഞ്ഞു.

''തെറ്റു പറ്റിയിട്ടില്ലെങ്കിൽ ഇന്നാണ് എന്റെ കല്യാണം. ഞാൻ കൊട്ടാരത്തിലേക്കു പോകുന്നു.''

''നല്ല കാര്യം.'' അമ്മ പറഞ്ഞു. ''നീ ഇതേ വേഷത്തിലാണോ പോകുന്നത്? നിന്റെ വസ്ത്രങ്ങളാകെ ചുക്കിച്ചുളുങ്ങി. ഇങ്ങനെയാണോ കല്യാണത്തിനു പോകുന്നത്?''

''അതെ. ഇതൊക്കെ ധാരാളം മതി.''

''നീ ഞങ്ങളെ ക്ഷണിക്കാതെയാണോ കല്യാണത്തിനു പോകുന്നത്?'' ദേഷ്യത്തോടെയാണ് അമ്മ ചോദിച്ചത്. ''നിന്റെ സുഹൃത്തുക്കളുടെ കാര്യം? തങ്ങളെ അറിയിക്കാതെ നീ നിന്റെ കല്യാണം നടത്തി എന്നവർ അറിയുമ്പോൾ അവർ നിനക്കൊരിക്കലും മാപ്പു തരില്ല.''

''അവരൊക്കെ വരട്ടെ. ആഗ്രഹിക്കുന്നവർക്കെല്ലാം വരാം.'' ഡിലിനോ പറഞ്ഞു.

തുടർന്ന് വളരെ വേഗം കല്യാണത്തിനു വരനോടൊത്തു പോകാൻ ആൾക്കൂട്ടമായി. മുഷിഞ്ഞതും കീറിപ്പറിഞ്ഞതുമായ വസ്ത്രങ്ങൾ ധരിച്ച, പരവശഭാവത്തിലുള്ള ജിപ്സികൾ ഒന്നായി കൊട്ടാരത്തിലേക്കു നീങ്ങി. അവന്റെ അച്ഛനും അമ്മയും മാത്രമേ മാന്യമായ രീതിയിൽ വസ്ത്രം ധരിച്ചിട്ടുള്ളൂ. അവരുടെ മകൻ അച്ഛനമ്മമാരുടെ വാക്കുകൾ കേൾക്കാൻ തയ്യാറായില്ല. ഒരു കല്യാണച്ചെക്കനു ചേർന്ന വേഷമൊന്നും അണിഞ്ഞില്ല.

കോട്ടയിൽ കല്യാണത്തിനുള്ള എല്ലാ ഒരുക്കങ്ങളും പൂർത്തിയായിരുന്നു. പടിവാതിൽ അലങ്കരിച്ചിട്ടുണ്ട്, പൂമാലകളാൽ. മുറികളെല്ലാം സന്ദർഭത്തിനൊത്തവിധം അലങ്കരിച്ചിട്ടുണ്ട്. രാജാവിന്റെ ബന്ധുക്കളുടെ മേശയിലും അതിഥികൾക്കുള്ള മേശകളിലും വിഭവസമൃദ്ധമായ ഭക്ഷണപാനീയങ്ങൾ വിളമ്പിവെച്ചിട്ടുണ്ട്. തൂവെള്ള വസ്ത്രമാണ് വധു ധരിച്ചിട്ടുള്ളത്. മുടിയിലൊരു മാല ചാർത്തിയിട്ടുണ്ട്. തന്റെ ഭാവിവരൻ എത്തരക്കാരനാണെന്നറിയാതെ രാജകുമാരി

ഭയചകിതയായിരുന്നു. ഒരു ജിപ്സിയാണെന്നല്ലാതെ മറ്റു യാതൊരു വിവരവുമില്ല. മാന്ത്രികസിദ്ധികളുള്ളവനാണെന്നും അറിയാം. അവനെപ്പറ്റി ചിന്തിച്ചപ്പോൾ അവൾക്കു ഭയംതോന്നി. അവൻ കാഴ്ചയിൽ എങ്ങനെ എന്നറിയാനുള്ള ജിജ്ഞാസയും ഉണ്ടായി.

പെട്ടെന്ന് ഒരു കാവൽക്കാരൻ രാജാവിന്റെ അടുത്തേക്കോടി വന്നു ശ്വാസം വിടാതെ, വെപ്രാളത്തോടെ പറഞ്ഞു. ‘‘കല്യാണത്തിൽ പങ്കെടുക്കാനായി കീറിമുഷിഞ്ഞ വസ്ത്രങ്ങൾ ധരിച്ച ജിപ്സികളുടെ ഒരു വമ്പിച്ച ജനക്കൂട്ടം കോട്ടയ്ക്കുള്ളിൽ കടക്കാൻ തയ്യാറായി വന്നുകൊണ്ടിരിക്കുന്നു. അവർ ആർത്തട്ടഹസിക്കുകയും പാട്ടുകൾ പാടുകയും ചെയ്യുന്നു. നാഴികകൾ അകലെനിന്നുതന്നെ അവരുടെ വരവ് തിരിച്ചറിയാനായി. അവരുടെ തലവൻ ഒരു ചെറുപ്പക്കാരനാണ്. അവന്റെ പിന്നിൽ അണിനിരന്നുനിന്നവരെല്ലാം കീറിമുഷിഞ്ഞ വസ്ത്രങ്ങളാണ് ധരിച്ചിരിക്കുന്നത്. അവരെ നയിക്കുന്നവൻ അത്യുച്ചത്തിൽ വിളിച്ചുപറയുന്നു: താനാണ് രാജകുമാരിയുടെ പ്രതിശ്രുതവരൻ.’’

ഇതുകേട്ടപ്പോൾ രാജകുമാരി നിരാശപ്പെട്ടു. ഉറക്കെ നിലവിളിയായി. അവൾ താഴെ ബോധംകെട്ടുവീണു. അവളുടെ ബോധം തിരിച്ചുകിട്ടാനും അവളെ സമാധാനിപ്പിക്കാനും പാടുപെട്ടു. ഇതിനകം ജിപ്സിസംഘം പടിവാതിൽക്കലെത്തിക്കഴിഞ്ഞിരുന്നു ദ്വാരപാലകന്മാരും അവരും തമ്മിൽ കശപിശയായി. അടിയും ബഹളവുമായി. ജിപ്സികൾ ഒച്ചവെച്ചു. ഞങ്ങൾ വരന്റെ ആൾക്കാരാണ്. ഞങ്ങൾ കല്യാണത്തിനു വന്നവരാണ്.

അസന്തുഷ്ടനായ രാജാവിന് എന്തുചെയ്യണമെന്നൊരു പിടിയും കിട്ടിയില്ല. അവരെ അകത്തു വരാനനുവദിച്ചില്ലെങ്കിൽ വരനു ദേഷ്യം പിടിക്കും, തീർച്ച. പ്രതികാരം വീട്ടാൻ ആ മാന്ത്രികൻ എന്താണ് ചെയ്യുകയെന്ന് ആർക്കും പറയാൻ പറ്റില്ല. അവൻ രാജകുമാരിയെത്തന്നെ മാന്ത്രികവലയത്തിലാക്കിയേക്കും. ഒടുവിൽ രാജാവ് ജിപ്സികളെ അകത്തേക്കു കടത്തിവിടാൻ കൽപ്പനയായി, കൊട്ടാരമുറ്റത്തു കൊള്ളുന്നത്ര ആളുകളെ മാത്രം. രാജാവിന്റെ അതിഥികളെ സൽക്കരിക്കാനായി ഏതാനും മേശകളും കസേരകളും തയ്യാറാക്കാൻ കൽപ്പനയായി. ജിപ്സികൾ മുറ്റത്തേക്ക് ഇടിച്ചുകയറി. രാജകീയ അതിഥികൾക്കായി തോട്ടത്തിൽ തയ്യാറാക്കിവെച്ച മേശകളെയും കസേരകളേയും ചുറ്റിവളയാനും മടിച്ചില്ല. വിശന്നുവലഞ്ഞു വന്ന അതിഥികൾക്കു കല്യാണസദ്യ വിളമ്പുന്നതുവരെ കാത്തുനിൽക്കാൻ ക്ഷമയില്ല. ഒരു മൂലയിൽ നിറയെ പഴങ്ങളുമായി, ഒരു ചെറിയ മരം

നിൽക്കുന്നത് അവരിൽ ചിലർ കാണാനിടയായി. അവർ ആ മരത്തിൽ പൊത്തിപ്പിടിച്ചു കയറി പഴങ്ങൾ പറിച്ചുതിന്നാനും തുടങ്ങി.

ഇതെല്ലാം കണ്ടു സഹികെട്ട് രാജാവ് കൈകൾ കൂട്ടിത്തിരുമ്മി. മറ്റെന്തുചെയ്യാൻ. ഒടുവിൽ അവർ രാജകുമാരിയെ ചുറ്റിവളഞ്ഞു. അവളെ പള്ളിയിലേക്ക് ആനയിക്കുന്നതിൽ വിജയിച്ചു. ഡിലിനോ അവളുടെ അടുത്തു ചെന്നപ്പോൾ തന്റെ വരൻ എങ്ങനെയുള്ളവനാണെന്നറിയാൻ അവൾ കണ്ണുകളുയർത്താൻപോലും ധൈര്യപ്പെട്ടില്ല. കടലാസുപോലെ വെളുത്ത രാജകുമാരി നിലത്തു കണ്ണും നട്ടു നിർവ്വികാരയായി നിന്നു. അവിടെ അവൾ കണ്ടത് ഡിലിനോയുടെ നഗ്നപാദങ്ങളും കീറിപ്പറിഞ്ഞ വസ്ത്രങ്ങളുമാണ്.

അവരിരുവരും അൾത്താരയിലേക്കു നീങ്ങി. അവിടെ പുരോഹിതൻ വിവാഹകർമ്മം നടത്തിക്കാൻ കാത്തുനിൽപ്പായിരുന്നു.

അപ്പോൾ ഒട്ടും പ്രതീക്ഷിക്കാതെ ചില സംഭവങ്ങളുണ്ടായി. ഡിലിനോ തന്റെ പോക്കറ്റിൽ തപ്പി സ്വർണ്ണഇത്തിക്കണ്ണി പുറത്തെടുത്തു വായിലിട്ടു. ആ നിമിഷത്തിൽ രാജാവും റാണിയും വിസ്മയത്താൽ ആർത്തുവിളിച്ചു. കാരണം രാജകുമാരിയുടെ തൊട്ടടുത്തു ഡിലിനോയുടെ സ്ഥാനത്ത് ഒരതിസുന്ദരനും വിശേഷ വസ്ത്രങ്ങൾ ധരിച്ചവനുമായ ഒരു യുവാവ് നിൽക്കുന്നു. സ്വർണ്ണംകൊണ്ടും വെള്ളികൊണ്ടുമുള്ള തുന്നൽപ്പണികൾ നടത്തിയിട്ടുള്ള അത്യുജ്ജ്വലമായ പട്ടുവസ്ത്രങ്ങളാണ് വരൻ ധരിച്ചിട്ടുള്ളത്. പെട്ടെന്ന് താൻ കണ്ട നഗ്നപാദങ്ങളുടെ സ്ഥാനത്ത് വെട്ടിത്തിളങ്ങുന്ന പോളീഷ് ചെയ്ത വിലപിടിച്ച പാദുകങ്ങൾ ധരിച്ച കാലുകളും കീറിപ്പറിഞ്ഞു മുഷിഞ്ഞ വസ്ത്രങ്ങൾക്കു പകരം പെട്ടെന്നു വരൻ ഉജ്ജ്വലവസ്ത്രധാരിയുമായി മാറിക്കണ്ടപ്പോൾ രാജകുമാരി കണ്ണുകളുയർത്തി. സന്തോഷംകൊണ്ട് അവളുടെ കവിളുകൾ തുടുതുടുത്തു. വരനെ നന്നായി കണ്ടപ്പോൾ അവൾക്ക് അത്യധികം സന്തോഷമുണ്ടായി. അൽപ്പം മഞ്ഞനിറമുണ്ടെന്നു മാത്രം. അതിമനോഹരമായ കണ്ണുകൾ തിളങ്ങുന്നതും. കറുത്ത ചുരുളൻമുടി നെറ്റിത്തടത്തിൽ. കഴുകന്റെ മൂക്ക്. മുത്തുമണികൾപോലുള്ള രണ്ടുവരി പല്ല്.

രാജകുമാരിയും അതിസുന്ദരി, പ്രത്യേകിച്ച് അവൾ ലജ്ജിച്ചു തുടുത്തപ്പോൾ. ആദ്യദർശനത്തിൽതന്നെ അവൾക്ക് അവനോട് അനുരാഗം തോന്നി. അവൾ വരന്റെ കൈപിടിച്ചുകൊണ്ടു അത്യുച്ചത്തിൽ സമ്മതം എന്നു പറഞ്ഞതു പള്ളിക്കു പുറത്തു നിന്നവർക്കും കേൾക്കാമായിരുന്നു. ഡിലിനോ തന്റെ വധുവിനെ ഒന്നുനോക്കി. അവനും ഇഷ്ടപ്പെട്ടു. ഇത്ര സുന്ദരിയാകും വധുവെന്ന് അവൻ പ്രതീക്ഷിച്ചതല്ല.

വിവാഹത്തിൽ പങ്കെടുക്കാൻ വന്ന അതിഥികൾ പള്ളിയിൽനിന്നു പുറത്തു കടക്കുമ്പോൾ ഡിലിനോയും വധുവും ഒട്ടിച്ചേർന്നു നിൽക്കുകയായിരുന്നു. അപ്പോൾ മറ്റൊരു അത്ഭുതംകൂടി ഉണ്ടായി. അൽപ്പം മുമ്പുവരെ അവിടെ തടിച്ചുകൂടി അത്യുച്ചത്തിൽ ബഹളം വെച്ചിരുന്ന വൃത്തികെട്ട വേഷം ധരിച്ച ജിപ്സിക്കൂട്ടത്തിന്റെ തരിപോലും എങ്ങും കാണാതായി. കൊട്ടാരമുറ്റത്ത് ഒരൊറ്റ ജിപ്സിയെപ്പോലും കാണാനില്ല. അവർക്കുപകരം മേശയ്ക്കു ചുറ്റും മഞ്ഞുപോലെ വെളുവെളുത്ത വസ്ത്രങ്ങൾ ധരിച്ച മറ്റൊരു കൂട്ടം ആൾക്കാരാണ് പ്രത്യക്ഷപ്പെട്ടത്. അവർ സുന്ദരന്മാരും സുന്ദരികളുമായിരുന്നു. കമനീയമായ വസ്ത്രങ്ങൾ ധരിച്ചവരും. മഞ്ഞനിറം കലർന്നവർ. അങ്ങേയറ്റം അന്തസ്സോടെയാണ് അവർ പെരുമാറുന്നതും സംസാരിക്കുന്നതും. മേശമേൽ വിളമ്പിയ വിഭവങ്ങളിൽനിന്നുയർന്ന ഗന്ധം അവരെ അത്യധികം കൊതിപ്പിച്ചു. രാജാവിന്റെ അതിഥികൾ അസൂയയോടെയാണ് അതെല്ലാം നോക്കിക്കണ്ടത്.

''ഇവർക്കാരാ ഈ ഭക്ഷണമെല്ലാം വിളമ്പിയത്?'' 'രാജാവ് മുഖ്യമന്ത്രിയോട് ചോദിച്ചു. 'നമ്മുടെ അതിഥികൾക്കു തയ്യാറാക്കിയ ആ ഭക്ഷണം തീർച്ചയായും നിങ്ങൾ അവർക്കു വിളമ്പാൻ പറയില്ല.''

''അല്ല പ്രഭോ, അവരുടേത് നമ്മുടേതിനേക്കാൾ അതിവിശിഷ്ടമാണ്.'' മുഖ്യമന്ത്രി മന്ത്രിച്ചു. ''എവിടുന്നാണ് അതു വന്നതെന്നറിയില്ല. നോക്കൂ, ആ സ്വർണ്ണത്തിന്റേയും വെള്ളിയുടേയും തളികകൾ. നമുക്കൊന്നും അത്തരത്തിലുള്ള തളികകളില്ല.''

രാജാവിനു കാര്യങ്ങളെല്ലാം മനസ്സിലായി. കടുംപിടുത്തക്കാരനായി തന്റെ മകളെ ആ ജിപ്സിക്കു കല്യാണം കഴിച്ചുകൊടുക്കാൻ മടിക്കാതിരുന്നതിൽ സന്തോഷംതോന്നി. അവൻ ഒരു മഹാമാന്ത്രികൻതന്നെ. പക്ഷേ രാജാവിന്റെ ഒരതിഥി കൊതി സഹിക്കാതെ കൊതിപ്പിക്കുന്ന മണമുയർത്തുന്ന പാത്രങ്ങളിലേക്കു, കടന്നുപോകുന്നതിനിടയിൽ എത്തിനോക്കി. രാജാവിന്റെ അതിഥികൾ അവർക്കു തയ്യാറാക്കിയ ഇരിപ്പിടങ്ങളിലേക്കു നീങ്ങി. പരിചാരകൻ ആദ്യവട്ടം വിളമ്പാനും തുടങ്ങി. കൊതിസഹിക്കാതെ മണംപിടിച്ചവൻ തന്റെ അടുത്തിരിക്കുന്ന അതിഥിയോടു പറഞ്ഞു. ''അവർ നമുക്കു കോഴിക്കറിയാണ് തയ്യാറാക്കിയത്. പക്ഷേ രാജാവ് പുറത്തിരിക്കുന്ന അതിഥികൾക്ക് പീസന്റ്കിളികളെ പൊരിച്ചതു വിളമ്പിച്ചിരിക്കുന്നു.''

വാർത്ത അതിവേഗം പരന്നു. രാജാവിന്റെ അതിഥികൾക്ക് എതിർപ്പായി. ഓരോരുത്തരായി അവരെഴുന്നേറ്റ് പ്രതിഷേധിക്കാനായി പുറത്തുപോയി. കൊട്ടാരമുറ്റത്തുള്ളവർ അപ്പോഴും തങ്ങളുടെ ഭക്ഷണം കഴിച്ചുകൊണ്ടിരുന്നു. സ്വർണ്ണത്തളികകളിലും സ്വർണ്ണ

ചഷകങ്ങളിലുമായി ലഹരിപിടിപ്പിക്കുന്ന ഭക്ഷണങ്ങളും പാനീയങ്ങളും അവർക്കിടയിൽ വീണ്ടും വീണ്ടും വിളമ്പപ്പെട്ടു, ഒരു പിശുക്കുമില്ലാതെ. പെട്ടെന്നു ഡിലിനോ ചുറ്റും കണ്ണോടിക്കാനിടയായി. തന്റെ ഭാര്യയും രാജാവും മുഖ്യമന്ത്രിയും അല്ലാതെ മറ്റാരെയും അവിടെ കണ്ടില്ല. അപ്പോളവൻ പറഞ്ഞു. ''നമ്മൾ കുറച്ചുപേരല്ലേ ഉള്ളൂ. നമുക്കു മുറ്റത്തേക്കു പോയി എന്റെ ആളുകളുടെ കൂട്ടത്തിൽ കൂടാം. സദ്യ നടക്കുമ്പോൾ ധാരാളം ആളുകൾ ഒത്തുകൂടുന്നതിലാണ് എനിക്കു സന്തോഷം.''

അങ്ങനെ അവർ കൊട്ടാരമുറ്റത്തേക്കു നീങ്ങി. ജിപ്സിഅതിഥികൾ ഡിലിനോയ്ക്കും വധുവിനും രാജാവിനും പരിവാരങ്ങൾക്കും കടന്നുപോകാൻ വഴികൊടുത്തു. സദ്യ തുടർന്നുകൊണ്ടിരുന്നു. രാജാവ് ശരിക്കും ആസ്വദിച്ചു. ജീവിതത്തിനിടയിൽ ഇത്ര സ്വാദുള്ള ഭക്ഷണം താൻ കഴിച്ചിട്ടില്ലെന്നു രാജാവ് തുറന്നുപറഞ്ഞു. ഡിലിനോയുടെ ഭാര്യ വളരെകുറച്ചേ ഭക്ഷിച്ചുള്ളൂ. അവൾ കണ്ണിമവെട്ടാതെ തന്റെ ഭർത്താവിനെ വീക്ഷിച്ചുകൊണ്ടിരുന്നു. അവൾ അത്യധികം സന്തുഷ്ടയായി കാണപ്പെട്ടു. പരിപാടികളെല്ലാം പര്യവസാനിച്ചപ്പോൾ ഡിലിനോ എഴുന്നേറ്റു നിന്നുകൊണ്ടു പറഞ്ഞു.

''ഓമനേ വരൂ. നമുക്കു വീട്ടിലേക്കു പോകേണ്ട നേരമായി.''

രാജകുമാരി എഴുന്നേറ്റു. അവരുടെ വണ്ടി താനോടിക്കാമെന്നായി രാജാവ്. നിഷേധാർത്ഥത്തിൽ കൈവീശിക്കൊണ്ട്, അതിനെപ്പറ്റിയൊന്നും വേവലാതിപ്പെടേണ്ടതില്ലെന്നു ഡിലിനോ രാജാവിനോടു പറഞ്ഞു. അവൻ ആ സ്വർണ്ണഇത്തിക്കണ്ണി വായിലിട്ടു. പെട്ടെന്ന് കൊട്ടാരാങ്കണത്തിൽ അതിവിശിഷ്ടമായ വണ്ടി പ്രത്യക്ഷപ്പെട്ടു. ആറു കറുത്ത കുതിരകളെ പൂട്ടിയ ഒരു സുന്ദരവണ്ടി. രാജാവിന് ആ വണ്ടിയിൽനിന്ന് കണ്ണെടുക്കാനായില്ല. അദ്ദേഹം വണ്ടിയിൽ കയറാൻ മകളെ സഹായിച്ചു. തന്റെ മകൾക്കുള്ള സ്ത്രീധനമായി കരുതിയ ഒരു സഞ്ചി സ്വർണ്ണനാണയങ്ങൾ ഡിലിനോയുടെ കൈകളിൽ പിടിപ്പിച്ചു. പെട്ടെന്നു വേറെയും വണ്ടികളുടെ നിര പ്രത്യക്ഷപ്പെട്ടു. വരന്റെ അച്ഛനമ്മമാരും ബന്ധുജനങ്ങളും സുഹൃത്തുക്കളും കയറി. ഓരോന്നോരോന്നായി വണ്ടികൾ കൊട്ടാരപടിവാതിൽ കടന്നുപോയി. അവർക്കുനേരെ വിട നൽകിക്കൊണ്ട് കൈവീശുമ്പോൾ രാജാവിന്റെ കണ്ണുകളിൽനിന്നു സന്തോഷാശ്രുക്കൾ ഒഴുകിക്കൊണ്ടിരുന്നു. തന്റെ മകളുടെ കല്യാണം വേണ്ടവിധത്തിൽതന്നെ ഭംഗിയായി നടത്താനായതിൽ അദ്ദേഹം അതിയായി സന്തോഷിച്ചു.

പക്ഷേ അവർ അധികദൂരം പോയില്ല. പെട്ടെന്ന് രാജകുമാരി വണ്ടിയിലിരുന്നുകൊണ്ട് ഭർത്താവിനോടു ചോദിച്ചു,

''അങ്ങയുടെ പേരെന്താ?''

''ഡിലിനോ...'' അവൻ പറഞ്ഞു. വായിൽ ആ ഇത്തിക്കണ്ണി ഉള്ള കാര്യം ഓർത്തില്ല. സംസാരിക്കുന്നതിനിടയിൽ നിർഭാഗ്യത്തിന് അതു തൊണ്ടയിൽ കുടുങ്ങി. അവനു ശ്വാസംമുട്ടിത്തുടങ്ങി.

അസ്വസ്ഥനായി മുഖം ചുമന്നു കണ്ടപ്പോൾ അവൾ അതിശക്തിയായി പുറത്ത് ഒന്നടിച്ചു. ആ സ്വർണ്ണഇത്തിക്കണ്ണി ഡിലിനോയുടെ വായിൽനിന്നു തെറിച്ചുപോയി റോഡിൽ വീണു. അതു വണ്ടിക്കു മുമ്പിൽ ഉരുണ്ടുനീങ്ങി.

''നിർത്തൂ നിർത്തൂ.'' വേവലാതിപ്പെട്ട ഡിലിനോ അത്യുച്ചത്തിൽ പറഞ്ഞു, സംസാരശേഷി കിട്ടിയപ്പോൾ. പക്ഷേ അപ്പോഴേക്കും വളരെ വൈകി. ആകാശത്തുനിന്നു പൊട്ടിവീണപോലെ അപ്പോൾ ആ പാതവക്കിൽ പിശാച് കാത്തുനിന്നിരുന്നു. അതു കുനിഞ്ഞ് ആ സ്വർണ്ണ ഇത്തിക്കണ്ണി എടുത്തു. പരിഹാസസ്വരത്തിൽ നിലവിളിച്ചു. ''നിന്റെ ഭാഗ്യം അവസാനിച്ചു, യുവജിപ്സി!'' ഇത്രയും പറഞ്ഞ് അത് അപ്രത്യക്ഷമായി. റോഡിൽ അൽപ്പം ഗന്ധകത്തിന്റെ മണം മാത്രം അവശേഷിച്ചു.

അതോടെ ആ വണ്ടിയും കുതിരകളും അപ്രത്യക്ഷമായി. ഡിലിനോ നഗ്നപാദനായി. രാജകീയ വസ്ത്രങ്ങൾ നഷ്ടപ്പെട്ടു. കീറിമുഷിഞ്ഞ വസ്ത്രങ്ങൾക്കുള്ളിലുമായി. ഇതെല്ലാം കണ്ടു രാജകുമാരി അന്തം വിട്ടു നിൽപ്പായി. അവൾക്കു ചുറ്റുമായി കീറിമുഷിഞ്ഞ വസ്ത്രങ്ങൾ ധരിച്ച വൃത്തികെട്ട ജിപ്സികൾ ബഹളം വെച്ചു.

■

നാലു സഹോദരന്മാർ

ഒരു ജിപ്സി രാജാവിന് മൂന്ന് മക്കളുണ്ടായിരുന്നു. അവർ വളർന്നു വലുതായപ്പോൾ റാണി നാലാമതൊരു ആൺകുട്ടിയെകൂടി പ്രസവിച്ചു. മിത്രാസ് എന്നാണവനു പേരിട്ടത്. അവൻ ജനിച്ച് വൈകാതെ അവന്റെ അമ്മ മരിച്ചു.

മൂത്ത സഹോദരന്മാരുടേതിനേക്കാൾ ഇരുണ്ട നിറമാണ് അവന്റേത്. അതിനാൽ അവർ അവനെ കാലോമിത്രാസ് എന്നാണ് വിളിച്ചിരുന്നത്. ജിപ്സി ഭാഷയിൽ 'കാലോ' എന്നാൽ 'കറുപ്പ്'. അവരേക്കാൾ അവൻ സമർത്ഥനും പ്രസരിപ്പുള്ളവനുമായിരുന്നു. ഒരു വയസ്സാകുമ്പോഴേക്കും അവൻ നടക്കാൻ തുടങ്ങി. ഒന്നരവയസ്സാകുമ്പോഴേക്കും സർവ്വരുമായും യഥേഷ്ടം സംസാരിക്കാനും പഠിച്ചു. ഇതെല്ലാം രാജാവിനെ സന്തോഷിപ്പിച്ചു. തനിക്കുശേഷം രാജാവാകുക ഇളയമകനായിരിക്കുമെന്നു രാജാവ് പ്രഖ്യാപനം ചെയ്തു. മൂത്തസഹോദരന്മാർക്ക് ഇളയവനോട് അസൂയയായി. അവനെ അപായപ്പെടുത്തുവാൻ അവർ ധൈര്യപ്പെട്ടില്ല. കാരണം രാജാവ് അവന്റെ സുരക്ഷയിൽ പ്രത്യേകം ശ്രദ്ധിച്ചിരുന്നു.

ഒരു ദിവസം മൂത്ത സഹോദരന്മാർ ഒരുമിച്ചു നാടുവിടാൻ തീരുമാനിച്ചു. പടയിൽ പ്രവർത്തിക്കാനാണ് അവർക്ക് താൽപ്പര്യം.

''ഇവിടെ നമുക്കെന്താണുള്ളത്?'' മൂവരിൽ ഇളയവൻ ചോദിച്ചു. ഏറ്റവും ഇളയവനെ തന്റെ പിന്തുടർച്ചക്കാരനായി രാജാവ് നിശ്ചയിച്ചതിൽ ഏറ്റവും എതിർപ്പുണ്ടായത് അവനാണ്.

''നമുക്കിവിടെ ഒന്നും നേടാനാവില്ല. പടയാളികളെന്ന നിലയിൽ നമുക്കു പേരെടുക്കാനാകും. ഓഫീസർമാരുമാകാനാകും.'' നടുക്കുള്ളവൻ താക്കീതു നൽകി. ''നാം ജിപ്സികളാണെന്ന് ആരും അറിയാനിടവരരുതെന്നു മാത്രം.''

''നമുക്കു റുമേനിയൻ പടയാളികളായി അഭിനയിക്കാം.'' ഏറ്റവും മൂത്തവൻ നിർദ്ദേശിച്ചു. തങ്ങൾക്കു നല്ല കുതിരകളേയും വസ്ത്രങ്ങളും

മറ്റും വാങ്ങാനായി ആവശ്യമായ ധനം നൽകണമെന്നു പിതാവി നോട് അഭ്യർത്ഥിച്ചു. രാജാവ് അവർക്കാവശ്യമായതെല്ലാം നൽകി. ഒന്നാന്തരം കുതിരകൾ, ചോദിച്ച ധനം. അവർ നാടുവിട്ടുപോയി.

അവർ ലോകം മുഴുവൻ അലഞ്ഞു. ഒടുവിൽ തന്റെ അയൽ രാജ്യവുമായി യുദ്ധത്തിനൊരുങ്ങുന്ന ഒരു രാജാവിന്റെ മുമ്പിലെത്തി. അദ്ദേഹത്തിന് ഒന്നാന്തരം പോരാളികളെ ആവശ്യമുണ്ട്. അവർ രാജാവിനു തങ്ങളുടെ സേവനം സമർപ്പിച്ചു. കാരണം, വഴിക്കുവച്ചു തന്നെ അവർക്ക് ഒരു വിവരം കിട്ടിയിരുന്നു, വിദേശികളായ പട്ടാള ക്കാരെ രാജാവ് സ്വീകരിക്കാൻ തയ്യാർ. ഒരു നിബന്ധന മാത്രം: അവർ ജിപ്സികളാവരുത്.

''ഞങ്ങൾക്കതു ബാധകമല്ല. 'ഞങ്ങൾ റുമേനിയൻ പടയാളി കളാണ്. രാജകീയരക്തമാണ് ഞങ്ങളിലൊഴുകുന്നത്.'' അവർ പറഞ്ഞു.

ആ രാജാവിന്റെ പട്ടാളത്തിൽ അവർ കടന്നുകൂടി. യുദ്ധത്തിൽ അവർ അതിവീറോടെതന്നെ പോരാടി. അവർക്ക് ഉന്നതബഹുമതി കൾ ലഭിക്കുകയും ചെയ്തു.

രാജാവ് നേരിട്ടാണ് അവരുടെ മാറിടങ്ങളിൽ വീരമുദ്രകൾ ചാർത്തി യത്. മൂത്തവന്റെ മാറിൽ മുദ്ര ചാർത്തുമ്പോൾ അദ്ദേഹം ചോദിച്ചു. ''എന്നാണ് നീ പിറന്നത്?''

ഇളയവന് തന്റെ ജന്മവർഷം ഓർമ്മയില്ലായിരുന്നു. എങ്കിലും പെട്ടെന്നൊരു വർഷം പറഞ്ഞു. മനസ്സിൽ തോന്നിയ ഒരു കൊല്ലം. യാദൃച്ഛികമെന്നു പറയട്ടെ, ആ രാജാവിന്റെ ഏറ്റവും ഇളയ മകളുടെ ജന്മനക്ഷത്രവും അതുതന്നെ.

''വല്ലാത്ത അത്ഭുതംതന്നെ. എന്റെ ഏറ്റവും ഇളയ മകൾ ജനി ച്ചതും അതേ വർഷവും അതേ ദിവസവും.'' രാജാവ് പറഞ്ഞു.

''ഞാൻ ഒരു റുമേനിയൻ പടയാളിയാണ്. രാജകീയരക്തമാണ് എന്നിലൂടെ ഒഴുകുന്നത്.'' ഇളയവൻ പറഞ്ഞു.

അവൻ അതിധീരനും അതിസുന്ദരനുമാകയാൽ തന്റെ മകളെ അവനു കല്യാണം കഴിച്ചു കൊടുക്കണമെന്നു രാജാവ് ഉള്ളാലെ തീരുമാനിച്ചു. ഇക്കാര്യത്തിൽ യുവാവിന്റെ ഇംഗിതം രാജാവ് ആരാഞ്ഞു. ആ യുവയോദ്ധാവിനു സമ്മതമായിരുന്നു. രാജകുമാരി യുമായുള്ള വിവാഹനിശ്ചയം ഗംഭീരമായി ആഘോഷിക്കപ്പെട്ടു. ആ രാജകുമാരിക്ക് മൂന്നു സഹോദരിമാർകൂടി ഉണ്ടായിരുന്നു. അവരിൽ രണ്ടുപേർക്കു വിവാഹപ്രായമായിരുന്നു. ഏറ്റവും ഇളയവൾ വളരെ ചെറുപ്പം. ആറുവയസ്സേ ആയിട്ടുള്ളൂ. അവളുടെ പേർ വേര.

''ഇതു വല്ലാത്ത യാദൃച്ഛികം. നമുക്കിരുവർക്കും ഒരേപ്രായത്തിലുള്ള സഹോദരന്മാരും സഹോദരിമാരുമാണുള്ളത്. ഇപ്പോൾ ഇവിടെയുള്ള എന്റെ രണ്ടു സഹോദരന്മാർക്കും നിന്റെ സഹോദരിമാരുടെ പ്രായംതന്നെ. എനിക്ക് ഒരനുജൻ കൂടിയുണ്ട്, വീട്ടിൽ. അവനു നിന്റെ ചെറിയ അനുജത്തിയുടെ പ്രായം വരും.'' ഇളയവൻ തന്റെ രാജവധുവിനോടു പറഞ്ഞു. സദ്യയിൽ അവരെല്ലാം ഒപ്പമിരിക്കുമ്പോഴാണ് പറയാനിടയായത്.

നടുക്കുള്ള സഹോദരൻ ഇതു കേട്ടപ്പോൾ മേശയ്ക്കുതാഴെ ഇളയ സഹോദരനെ കാലുകൊണ്ട് ഒന്നു തട്ടി അറിയിച്ചു. ''മിണ്ടരുത്. നിർത്ത്.'' പക്ഷേ രാജാവ് അത് കേട്ടിരുന്നു. അദ്ദേഹം പറഞ്ഞു. ''ഇതു വിധിയാണെന്നു തോന്നുന്നു, നമ്മുടെ ഇരുകുടുംബങ്ങളും തമ്മിൽ വിവാഹബന്ധത്തിലേർപ്പെടണമെന്നത്. നിങ്ങൾക്കെന്തു തോന്നുന്നു.'' രാജാവ് തന്റെ പെൺമക്കളെ നോക്കിക്കൊണ്ടാണ് ചോദിച്ചത്. അവർ സന്തോഷംകൊണ്ടു തുടുതുടുത്തു. കാരണം അവർക്കു വരന്റെ സഹോദരന്മാരെക്കുറിച്ചു നല്ല മതിപ്പു തോന്നിയിരുന്നു.

ഉടനെതന്നെ മൂവരുടേയും വിവാഹം നടത്താൻ രാജാവ് തീരുമാനിച്ചു.

അൽപ്പം കഴിഞ്ഞു രാജാവ് ആ സഹോദരന്മാരോടു പറഞ്ഞു. ''നിങ്ങൾ തിരിച്ചുപോയി മാതാപിതാക്കളോടു നിങ്ങളുടെ വിവാഹം നടന്ന കഥ അറിയിക്കുക. പിന്നെ നിങ്ങൾ തിരിച്ചുവരുമ്പോൾ ഇളയവനേയും കൂടെ കൂട്ടണം. അവൻ നമ്മളോടൊത്തു ജീവിക്കട്ടെ. അവൻ വളർന്നു വലുതാകുമ്പോൾ നമുക്കവനെക്കൊണ്ടു വേരയെ കല്യാണം കഴിപ്പിക്കാം.''

സഹോദരന്മാർ സംഭ്രാന്തരായി. കാരണം ഇളയവനായ മിത്രാസിനെ കൂട്ടിക്കൊണ്ടു വരുന്നപക്ഷം തങ്ങൾ ജിപ്സികളാണെന്ന സത്യം പുറത്തുവരുമെന്ന് അവർ പേടിച്ചു. ആ തീരുമാനത്തിൽ നിന്ന് വ്യതിചലിക്കാൻ രാജാവിനോട് അവർ അഭ്യർത്ഥിച്ചു. പക്ഷേ രാജാവ് നിർബന്ധം പിടിച്ചു.

''ഇപ്പോൾ നിങ്ങൾ പോകുക. നിങ്ങളുടെ പിതാവിനു നൽകാൻ ഞാൻ വിലപിടിച്ച സമ്മാനങ്ങൾ ഒരുക്കിയിട്ടുണ്ട്. തീർച്ചയായും അദ്ദേഹം ഇളയമകനെ എന്റെ ഇളയമകളെക്കൊണ്ടു കല്യാണം കഴിപ്പിക്കുന്നതിനെ അനുകൂലിക്കും.'' രാജാവ് കൽപ്പിച്ചു.

ആ തീരുമാനത്തിൽനിന്ന് രാജാവിനെ പിന്തിരിപ്പിക്കാൻ അവർക്കു സാധിച്ചില്ല. അവർ ആ കൽപ്പന സ്വീകരിച്ചു.

തന്റെ മക്കൾ രാജകീയസേനയിലെ ഉയർന്ന ഉദ്യോഗസ്ഥന്മാരാണെന്നും അവർ രാജകുമാരികളെത്തന്നെ വിവാഹം ചെയ്തിരിക്കുന്നുവെന്നുമറിഞ്ഞപ്പോൾ ജിപ്സി രാജാവിന് അതിയായ സന്തോഷമായി. പക്ഷേ അവർ അറിയിച്ച അവരുടെ ശ്വശുരന്റെ ആഗ്രഹത്തെപ്പറ്റി കേട്ടപ്പോൾ അസ്വസ്ഥനായി. തന്റെ ഇളയ മകനെ, മിത്രാസിനെ, വിട്ടുപിരിയുന്ന കാര്യത്തെപ്പറ്റി ചിന്തിക്കാൻ പോലുമായില്ല. കാരണം വാർദ്ധക്യകാലത്തു തനിക്കാകെക്കൂടിയുള്ള ആനന്ദം അവൻ മാത്രമാണ്. കൂടാതെ തനിക്കുശേഷം ആ രാജ്യത്തെ രാജാവാകേണ്ടതും മിത്രാസാണല്ലോ. അതേസമയം, തന്റെ മക്കളുടെ ഇംഗിതത്തിനു വിലങ്ങുതടിയാകാനും അദ്ദേഹം ആഗ്രഹിച്ചില്ല. എല്ലാം പറഞ്ഞു. എല്ലാം ചെയ്യുകയും ചെയ്തു. ജിപ്സിരാജാവ് വലിയ ധനികനൊന്നുമായിരുന്നില്ല. മറിച്ച് മറ്റേ രാജാവ് ധനികൻ മാത്രമല്ല അതിശക്തനുമാണ്. അവസാനം അയാൾ മിത്രാസിനെ സഹോദരന്മാരൊന്നിച്ചു പോകാൻ അനുവദിച്ചു.

കാലോമിത്രാസിന് രാജകുമാരിയെ കാണാൻ തിരക്കായി. യാത്രയ്ക്കിടയിൽ അവൻ കൂടെക്കൂടെ ചേട്ടന്മാരോട് ചോദിച്ചു. ‘‘രാജകുമാരി സുന്ദരിയാണോ?’’

അവർ അവനോടു പറഞ്ഞു. ‘‘പരിപൂർണ്ണതയുടെ പര്യായമാണ് ആ രാജകുമാരി. അവളുടെ തലമുടി സ്വർണ്ണനിറം. കണ്ണുകൾക്ക് ആകാശനീലിമയാണ്.’’

അവളെപ്പറ്റി കൂടുതൽ കേൾക്കാൻ അവൻ കൊതിച്ചു. അവന്റെ ജിജ്ഞാസയോടെയുള്ള അന്വേഷണങ്ങൾ ചേട്ടന്മാരെ ദേഷ്യം പിടിപ്പിച്ചു. മൂത്തവരിൽ ഇളയവൻ വല്ലാതെ ഒച്ചയിട്ടു.

‘‘ഇനിയും ചോദ്യങ്ങൾ ചോദിക്കാതെ മിണ്ടാതിരിക്ക്. ആർക്കറിയാം. ചിലപ്പോൾ കറുകറുത്ത നിറത്തിന്റെ പേരിൽ അദ്ദേഹം ഈ കല്യാണം വേണ്ടെന്നു വെയ്ക്കാനുമിടയുണ്ട്.’’

ഇതു കേട്ടപ്പോൾ മിത്രാസ് ഒന്നു ഞെട്ടി. അവൻ ചോദിച്ചു. ‘‘എന്റെ കറുപ്പിനെന്താണ് പോരായ്മ. എന്തായാലും ഞാനൊരു ജിപ്സി തന്നെയല്ലേ?’’

‘‘അക്കാര്യമാണ് രാജാവ് ഒരിക്കലും അറിയാൻ പാടില്ലാത്തത്. അദ്ദേഹത്തിനു ജിപ്സികളെ ഒട്ടും ഇഷ്ടമല്ല.’’ നടുവിലെ സഹോദരൻ അവനോടു പറഞ്ഞു.

‘‘അതെങ്ങനെയാണ്? അദ്ദേഹത്തിന്റെ മക്കളെ കല്ല്യാണം കഴിക്കാൻ നിങ്ങളെ സമ്മതിച്ചത് നിങ്ങൾ ജിപ്സികളായതുകൊണ്ടല്ലേ?’’ അത്ഭുതത്തോടെ മിത്രാസ് ചോദിച്ചു.

‘‘ഞങ്ങൾ അക്കാര്യം അങ്ങോരെ അറിയിച്ചിട്ടില്ല. അദ്ദേഹത്തിന്റെ

മുമ്പിൽ ഞങ്ങൾ റുമേനിയൻ പോരാളികളായാണ് അഭിനയിച്ചത്. നീയും അതുതന്നെ പറയണം.'' മൂത്തവൻ പറഞ്ഞു.

''പക്ഷേ ഒരു ജിപ്സിയായതിൽ എനിക്കൊട്ടും ലജ്ജയില്ല.'' അവൻ തിരിച്ചടിച്ചു.

''ഇവനെ എന്താണ് ചെയ്യേണ്ടതെന്ന് എനിക്കു മനസ്സിലാകുന്നില്ല. ഇവൻ അങ്ങനത്തെ ഒരു കൊച്ചുകളഹംസമാണ്. തന്റേതു മാത്രമല്ല, നമ്മുടെ ഭാഗ്യങ്ങളും ഇവൻ നശിപ്പിക്കും.'' മൂത്ത സഹോദരൻ മന്ത്രിച്ചു.

കൂട്ടത്തിൽ ഇളയസഹോദരൻ പറഞ്ഞു, ''നമുക്കിവനെ ഈ വെള്ളത്തിൽ തള്ളിയിടാം.'' അപ്പോൾ അവർ ഒരു നദീതീരത്തേക്ക് അടുക്കുകയാണ്. ആ നദി അവർക്കു മുറിച്ചു കടക്കേണ്ടതുണ്ട്.

മൂത്ത സഹോദരന്റെ കുതിരപ്പുറത്ത് അവനൊന്നിച്ചാണ് മിത്രാസ് യാത്ര ചെയ്തിരുന്നത്. അയാൾ പറഞ്ഞു, ''നമ്മുടെ കൊച്ചനുജനെ മത്സ്യങ്ങൾ കൊത്തിത്തിന്നു കാണാൻ ഞാനാഗ്രഹിക്കുന്നില്ല.''

തന്റെ സഹോദരന്മാർ തമ്മിൽതമ്മിൽ കുശുകുശുക്കുന്നത് എന്താണെന്നു മിത്രാസിനു മനസ്സിലായില്ല. അവർ ഒരു വിദേശഭാഷയിലാണ് സംസാരിച്ചത്.

അവർ ആ നദി കടന്നു. പിന്നീടെത്തിയത് ഒരു കൊടുംകാട്ടിലാണ്. അവർ അവിടെ തീകൂട്ടി. അത്താഴം ഉണ്ടാക്കി. ഭക്ഷണം കഴിച്ചശേഷം ഉറക്കത്തിലായി. ഉറങ്ങുന്നതിനുമുമ്പായി ആ സഹോദരന്മാർ ഒരു കാര്യം അന്യോന്യം തീരുമാനിച്ചു - കൊച്ചനുജൻ നല്ല ഉറക്കത്തിലാവുമ്പോൾ അവനെ ആ കാട്ടിലുപേക്ഷിച്ചു തങ്ങളുടെ കുതിരപ്പുറത്തു പോകും. പക്ഷേ ആ സമയത്ത് കുതിരകൾ ചിനക്കിക്കൊണ്ടിരുന്നതിനാൽ മിത്രാസ് ഉറക്കമുണർന്നു. തന്റെ സഹോദരന്മാർ തന്നെ ഉപേക്ഷിച്ചുപോകുന്ന കാഴ്ച കണ്ട് അവൻ ചാടിയെണീറ്റു അവർക്കു പിന്നാലെ കുതിച്ചു. അവൻ ഉറക്കെ നിലവിളിച്ചിരുന്നു. അവരതിനു ചെവികൊടുത്തില്ല. അവർ അതിവേഗത്തിൽ സവാരിചെയ്തു പോയി.

പക്ഷേ മൂത്ത സഹോദരൻ മറ്റു സഹോദരന്മാരെപ്പോലെ കുടിലചിത്തനായിരുന്നില്ല. അവൻ പറഞ്ഞു. ''കൊച്ചനുജന്റെ കരച്ചിൽ. എനിക്കു സഹിക്കാൻ വയ്യ. നാം അവനെ ഇവിടെ വിട്ടുപോയാൽ അവൻ പട്ടിണി കിടന്നു ചാവും. അതല്ലെങ്കിൽ കാട്ടുമൃഗങ്ങൾ അവനെ കടിച്ചുകീറും. അത് ചിന്തിക്കാൻ വയ്യ.''

''നമുക്കവനെ കൂട്ടത്തിൽ കൂട്ടാം. പിന്നീട് ചിന്തിക്കാം.'' നടുവിലത്തവൻ സമ്മതിച്ചു. അവരിൽ ഇളയവനു മാത്രമാണ് മിത്രാസിനോട്

ഒട്ടും കനിവു തോന്നാഞ്ഞത്. അവൻ എതിർത്തു. പക്ഷേ സ്വയം നിയന്ത്രിച്ചു.

അവർ യാത്ര നിർത്തി. മിത്രാസ് ഒപ്പമെത്തുന്നതുവരെ കാത്തിരുന്നു. എത്തിയപ്പോൾ മൂത്തസഹോദരൻ അവനെയെടുത്തു തന്റെ കുതിരപ്പുറത്തു മുമ്പിലിരുത്തി.

''എന്നെ അവിടെ വിട്ടു നിങ്ങൾക്കു പോകണമായിരുന്നല്ലേ?'' കവിളിലൂടെ ഒഴുകുന്ന കണ്ണീർ തുടച്ചുകൊണ്ട് മിത്രാസ് ചോദിച്ചു. അവൻ വല്ലാതെ പേടിച്ചിരുന്നു.

''അതൊരു തമാശ മാത്രമായിരുന്നില്ലേ? നീ ഒരു ധീരനോ അതോ പേടിത്തൊണ്ടനോ എന്നൊന്ന് പരീക്ഷിച്ചതാണ്.'' മൂത്തസഹോദരൻ മറുപടി പറഞ്ഞു.

താൻ കരഞ്ഞുപോയതിൽ മിത്രാസിന് ലജ്ജതോന്നി. അടുത്ത തവണ താൻ ധീരത കാട്ടും. അവൻ തീരുമാനിച്ചു.

പോകുന്നതിനിടയിൽ അവനെ വീണ്ടും കൂട്ടത്തിൽനിന്ന് ഒഴിവാക്കാനുള്ള വഴികളെപ്പറ്റി ചിന്തിക്കാൻ അവർക്കു കഴിഞ്ഞില്ല. പക്ഷേ ആ നാടിന്റെ തലസ്ഥാന നഗരിയിലെത്തിയപ്പോൾ ഇളയവൻ പറഞ്ഞു, ''അവനെ നാം കൂട്ടത്തിൽനിന്ന് ഒഴിവാക്കേണ്ട സമയം വൈകി. ഞാനൊരു വഴിപറയാം.''

''ഇവിടുത്തെ രാജാവിന്റെ കോട്ടയ്ക്കടുത്തായി ഒരു സിംഹത്തിന്റെ ഗുഹയുണ്ട്. സവാരി ചെയ്യുന്നതിനിടയ്ക്ക് നമുക്കവനെ മതിലിനു മുകളിലൂടെ അങ്ങോട്ടേക്കെറിഞ്ഞുകളയാം.'' അവൻ അവരോടു പറഞ്ഞു.

''ആദ്യം അവന്റെ വസ്ത്രങ്ങൾ നമുക്കൂരിമാറ്റണം. സിംഹങ്ങൾ വസ്ത്രങ്ങൾ തിന്നില്ല. അഥവാ വസ്ത്രത്തിന്റെ വല്ല ഭാഗവും പുറത്തു വന്നാൽ പിന്നെ നമ്മൾ കുടുങ്ങും.'' നടുക്കുള്ളവൻ നിർദ്ദേശിച്ചു.

മൂത്ത സഹോദരന് ഈ നിർദ്ദേശത്തോടു വെറുപ്പു തോന്നി. പക്ഷേ, മിത്രാസ് തങ്ങളുടെ ഭാവി അവതാളത്തിലാക്കുമെന്ന ഭീതി വളർന്നു. അവന് അവന്റെ ഭാര്യയെ ജീവനായിരുന്നു. ഒടുവിൽ ആ നിർദ്ദേശം നടപ്പിലാക്കാൻ അവരുറച്ചു.

അവർ കോട്ടയ്ക്കടുത്തെത്താറായപ്പോൾ സന്ധ്യ കഴിഞ്ഞിരുന്നു. മൂത്തവൻ കുതിരയെ നിർത്തി. താഴോട്ടിറങ്ങാൻ മിത്രാസിനോട് പറഞ്ഞു. കുട്ടി അനുസരിച്ചു. നടുവിലത്തെ സഹോദരൻ അപ്പോൾ മിത്രാസിനോടു വസ്ത്രങ്ങളഴിച്ചു മാറ്റാൻ ആവശ്യപ്പെട്ടു.

''എനിക്കു തണുക്കുന്നുണ്ട്.'' മിത്രാസ് വിസമ്മതിച്ചു.

ഇളയ സഹോദരൻ ദേഷ്യഭാവത്തിൽ തന്റെ കുതിരപ്പുറത്തു നിന്നും ചാടിയിറങ്ങി. 'നിന്റെ വസ്ത്രങ്ങൾ അഴിച്ചുമാറ്റുന്നതു കാണിച്ചുതരാം.'' അവൻ ആ കൊച്ചുബാലന്റെമേൽ ചാടിവീണു. അവന്റെ വസ്ത്രങ്ങൾ ഉരിഞ്ഞുമാറ്റി.

''മതിലിനടുത്ത് നീ നിന്റെ കുതിരയുമായി നിൽക്കൂ.'' ഇളയ സഹോദരൻ നടുക്കുള്ള സഹോദരനോടു പറഞ്ഞു. അയാൾ മതിലിനടുത്തേക്കു സവാരി ചെയ്തുപോയി നിന്നു. വന്യമൃഗങ്ങളെ കൂട്ടിലിട്ട സ്ഥലത്തിന്റെ മതിലായിരുന്നു അത്. വിറയ്ക്കുന്ന മിത്രാസിനെ കടന്നുപിടിച്ച്, ഇളയസഹോദരൻ മറ്റേ സഹോദരന്റെ കുതിരപ്പുറത്തു ചാടിക്കയറി തങ്ങളുടെ കൊച്ചനുജനെ ഉയർത്തിപ്പിടിച്ചു. എന്താണ് സംഭവിക്കാൻ പോകുന്നതെന്ന് മിത്രാസിന് ഒട്ടും മനസ്സിലായില്ല. തന്റെ സഹോദരന്മാർ വീണ്ടും തന്റെ മനക്കരുത്ത് പരിശോധിക്കുകയാണെന്നേ ആ പാവം കരുതിയുള്ളൂ. അതിനാൽ അവൻ ഒട്ടും കരയാതിരിക്കാൻ ശ്രമിച്ചു. പ്രതിരോധിക്കാനും അവൻ ശ്രമിച്ചില്ല. താൻ ചെറിയവനെങ്കിലും അവർക്കു തന്റെ ധീരത കാട്ടിക്കൊടുക്കാൻ അവൻ ഉറച്ചു. താൻ ഒരു ഭീരുവല്ല. അവൻ തന്റെ പല്ലുകൾ കടിച്ചമർത്തി. തന്നെ പൊന്തിച്ചുപിടിക്കാൻ അനുവദിച്ചു. അവർക്കിഷ്ടമുള്ളതെന്തും അവർ ചെയ്യട്ടെ.

മൂത്തവരിൽ ഇളയസഹോദരൻ മിത്രാസിനെ കൈകളിൽ മുറുകെപ്പിടിച്ച് മുന്നോട്ടും പിന്നോട്ടും ആട്ടിയാട്ടി ഒടുവിലവനെ മതിലിനു മുകളിലൂടെ അപ്പുറം താഴോട്ടേക്ക് ഒരൊറ്റ ഏറ്. എന്നിട്ട് ആ സഹോദരന്മാർ അതിവേഗം കുതിരകളെ ഓടിച്ചു കൊട്ടാരത്തിലേക്കു പോയി രാജാവിനു മുമ്പിൽ ഹാജരായി. അദ്ദേഹത്തോടുണർത്തിച്ചു. തങ്ങളുടെ ഇളയ സഹോദരനെ കൂടെ കൊണ്ടുവരാൻ കഴിഞ്ഞില്ല. കാരണം തങ്ങൾ പോന്നശേഷം അവൻ മരിച്ചുപോയി.

കാലോമിത്രാസ് താഴെ എത്തുന്നതിനു മുമ്പുതന്നെ ഒരു മനുഷ്യൻ തങ്ങളെ സമീപിക്കുന്ന കാര്യം സിംഹങ്ങൾ മണത്തറിഞ്ഞു. അവർ മതിലിനടുത്ത് ഒത്തുകൂടിയിരിക്കുകയായിരുന്നു. ആ കൊച്ചുകുഞ്ഞു വന്നുവീണത് അവരുടെ കനത്ത കേസരത്തിന്മേലായിരുന്നു. അതിനാൽ അവന് ഒരാപത്തും സംഭവിച്ചില്ല. അപ്പോൾ ആ സിംഹങ്ങൾക്ക് ഒട്ടും വിശപ്പുണ്ടായിരുന്നില്ല. രാജാവിന്റെ ഇളയ മകളുടെ ഓമനകളായിരുന്നു അവ. അതിനാൽ അവയുടെ കാര്യങ്ങൾ രാജകുമാരി പ്രത്യേകം ശ്രദ്ധിച്ചിരുന്നു. അതിനാൽ മിത്രാസ് അവർക്കിടയിൽ വന്നുവീണപ്പോൾ അവർ ആകെ ചെയ്തത് അവനെ ജിജ്ഞാസയോടെ മണത്തുനോക്കുകയായിരുന്നു. അവർ അവനുചുറ്റും വളഞ്ഞിരുന്ന് വലയം സൃഷ്ടിച്ചു. ഒരു വിധത്തിലും അവനെ ഉപദ്രവിക്കാതെ ആ കുട്ടിയെ പരിശോധിച്ചുകൊണ്ടിരുന്നു.

ജീവിതത്തിലിതിനു മുമ്പ് മിത്രാസ് സിംഹങ്ങളെ കണ്ടിട്ടില്ല. ഈ ലോകത്ത് ഇത്തരം മൃഗങ്ങളുള്ളതായിപ്പോലും അവൻ കേട്ടിട്ടില്ല. ഈ വലിയ 'പൂച്ചകളെ' അവന് അത്യധികം ഇഷ്ടപ്പെട്ടു. വീഴ്ചയിൽ തന്നെ രക്ഷിച്ചത് അവരാണ്. തങ്ങളുടെ മൃദുലമായ ശരീരത്താൽ ഇപ്പോൾ അവർ തന്നെ വലയം ചെയ്തിരിക്കുകയാണ്, സന്തോഷിച്ചുകൊണ്ട്. അവരുടെ ശ്വാസം അവന്റെമേൽ തട്ടുന്നു. അതവനു ചൂടു പകരുന്നു. അവൻ കൈ നീട്ടി അവയിലൊന്നിന്റെ മേൽ തലോടി. അത് സിംഹിയായിരുന്നു. ജനിച്ചശേഷം വേര രാജകുമാരി അതിനു വേണ്ട പരിശീലനം നൽകിയിട്ടുണ്ട്. അതിനാൽ നല്ല മെരുക്കമുള്ളതാണ്. തന്റെ യജമാനത്തിയും അവളെ തലോടിക്കൊടുക്കാറുണ്ട്. അതിനാൽ മിത്രാസിനെ തലോടാൻ സമ്മതിച്ചിരുപ്പായി. ചെവികൾക്കു പിന്നിൽ ചൊറിയാനും മിത്രാസിനെ അനുവദിച്ചു.

സിംഹിയുമായി ആ ബാലൻ കുറച്ചുനേരം കളിച്ചു. പിന്നീടത് അതിന്റെ കൈപ്പത്തി നീട്ടി. അപ്പോൾ അവൻ അതിന്റെ ശരീരത്തോട് ഒട്ടിക്കിടന്ന് ഉറക്കത്തിലാണ്ടു.

എന്നും രാവിലെ വേര രാജകുമാരി തന്റെ സിംഹങ്ങളെ കാണാൻ ആ മതിൽക്കെട്ടിനടുത്തേക്കു പോകും. ഒറ്റയ്ക്കാണ് പോകുക. സിംഹങ്ങൾ അവളെ ഒട്ടും ദ്രോഹിക്കില്ല. ഇത്തവണ മൃഗശാലയിലെത്തിയപ്പോൾ തനിക്കേറ്റവും ഇഷ്ടപ്പെട്ട സിംഹിയുടെ കൈപ്പത്തികൾക്കിടയിൽ നഗ്നനായ ഒരു കറുത്ത കുട്ടി ശാന്തമായുറങ്ങുന്നതു കണ്ടപ്പോൾ വേര വിസ്മയപ്പെട്ടു. അവൾ അവനെ തട്ടിയുണർത്തി. അവൻ ആരാണെന്നും അവിടെ എങ്ങനെ എത്തിയെന്നും ആരാഞ്ഞു. കാലോമിത്രാസ് ഉത്തരം പറയാൻ നിൽക്കാതെ അവളെ കണ്ടപ്പോൾ അത്യാഹ്ലാദത്താൽ ആർത്തുവിളിച്ചു. ''നിങ്ങൾ തന്നെയായിരിക്കണം വേര രാജകുമാരി.''

''അതെ.'' വേര മറുപടിപറഞ്ഞു. ആശ്ചര്യത്തോടെ അവൾ മറുപടി പറഞ്ഞു. ''നീ ആരാണ്? ഇതിനുമുമ്പ് നിന്നെ ഞാൻ കണ്ടിട്ടില്ല.''

''അവർ നിങ്ങളെപ്പറ്റി എല്ലാം പറഞ്ഞുകേട്ടിട്ടുണ്ട്. ഞാൻ വളർന്നു വലുതാകുമ്പോൾ നിങ്ങളെ കല്യാണം കഴിക്കാമെന്നുദ്ദേശിച്ചാണ് ഇവിടെ വരാനിടയായത്.''

''നീ...'' വേര ചോദിച്ചു. ''അപ്പോൾ നീ ആരാണ്?''

മിത്രാസ് നടന്നതെല്ലാം വിശദമായി അവളെ പറഞ്ഞുകേൾപ്പിച്ചു. ഏഴുവയസ്സുകാരി മാത്രമാണെങ്കിലും വേര അതിബുദ്ധിശാലിയാണ്.

അവൾക്ക് എഴുതാനും വായിക്കാനും അറിയാം. രാജകീയ ഗ്രന്ഥാലയത്തിൽനിന്ന് പുസ്തകങ്ങൾ എടുത്തുവായിക്കാറുണ്ട്. എല്ലാം വിജ്ഞാനപ്രദമായ പുസ്തകങ്ങൾ. അവൾ പറഞ്ഞു.

''നിന്റെ സഹോദരന്മാർ നിന്നെ മൃഗങ്ങളുടെ സങ്കേതത്തിലേക്കു നിഷ്കരുണം വലിച്ചെറിഞ്ഞതെന്തുകൊണ്ടാണെന്ന് എനിക്കു മനസ്സിലാകുന്നുണ്ട്. നിന്നെ രാജാവിന്റെ മുന്നിൽ ഹാജരാക്കാൻ അവർ ഭയക്കുന്നു. സംഗതി വ്യക്തമാണ്. അതായത് നീ ഒരു ജിപ്സിയാണ്. എന്റെ അച്ഛനു ജിപ്സികളെ ഒട്ടും ഇഷ്ടമല്ല.''

''നിനക്കോ?'' മിത്രാസ് ചോദിച്ചു.

''നല്ലവരും ദയാലുക്കളുമായവരെയെല്ലാം എനിക്കിഷ്ടമാണ്.''
''നീ നല്ലവനാണ്. അതിധീരനായ ഒരു ബാലനാണ്. നിന്റെ സഹോദരന്മാർ കുടിലചിത്തരാണ്. അവർക്കു നിന്നെ വകവരുത്തണമെന്നാണ്. പക്ഷേ എന്റെ സഹോദരിമാർക്ക് അവർ പ്രാണനാണ്. അതിനാൽ ഇക്കാര്യങ്ങളൊന്നും ഞാൻ അച്ഛനോടു പറയില്ല. എന്നോടൊത്തു വരിക. ഞാൻ നിന്നെ ഒരു ഗോപുരത്തിലേക്കു കൊണ്ടുപോകാം. അവിടെ എനിക്കൊരു മുറിയുണ്ട്. അവിടെ ഇരുന്നാണ് വായിക്കാറ്.'' അവൾ പറഞ്ഞു.

വേര മിത്രാസിന്റെ കൈപിടിച്ച് ആ ഗോപുരത്തിലേക്കു കൊണ്ടുപോയി. അവിടെ അവൾക്ക് എല്ലാ സൗകര്യങ്ങളുമുള്ള ഒരു മുറിയുണ്ട്. അവിടെ അവളുടെ പ്രഭാതഭക്ഷണം കാത്തിരുപ്പുണ്ടായിരുന്നു. ആ ഭക്ഷണം അവൾ മിത്രാസുമായി പങ്കിട്ടു. പിന്നീട് അവൾ തന്റെ വിരുന്നുകാരന് ആവശ്യമായ അൽപ്പം പഴയ വസ്ത്രങ്ങൾ തേടിപ്പിടിച്ചു. പുതിയ ഏതാനും വസ്ത്രങ്ങൾ തയ്യാറാക്കുകയും ചെയ്തു.

''നിനക്കിവിടെ താമസിക്കാം. ഞാനൊഴികെ മറ്റാരും ഇവിടെ വരില്ല. രാജാവോ നിന്റെ സഹോദരന്മാർതന്നെയോ നീ ജീവിച്ചിരിക്കുന്ന കാര്യം അറിയില്ല.''

അങ്ങനെ കാലോമിത്രാസ് ആ ഗോപുരത്തിൽ ഏകാന്തവാസം തുടങ്ങി. യാതൊരു വിഷമങ്ങളും അവനവിടെ ഉണ്ടായില്ല. വേര രാജകുമാരി നിത്യേന അവനെ സന്ദർശിച്ചുവന്നു. അവനുവേണ്ട ഭക്ഷണവും കൊണ്ടുവന്നു കൊടുത്തു. അവനെ എഴുതാനും വായിക്കാനും പഠിപ്പിച്ചു. അങ്ങനെ അവൻ ഗ്രന്ഥങ്ങൾ വായിക്കാനും തുടങ്ങി. അവർ, വേരാ രാജകുമാരിയും കാലോമിത്രാസും ഉത്തമ സുഹൃത്തുക്കളായി മാറി.

അഞ്ചുകൊല്ലം കഴിഞ്ഞു. ഇക്കാലത്തിനിടയിൽ ഒരുത്തനുപോലും വേരാ രാജകുമാരി ആ ഗോപുരത്തിൽ ഒരാളെ ഒളിപ്പിച്ചിട്ടുണ്ടെന്ന വിവരം അറിയാൻ കഴിഞ്ഞില്ല.

ഒരു ദിവസം രാജാവ്പറഞ്ഞു. ''വേര ആ ഗോപുരത്തിൽ തനിച്ചെന്താണ് ചെയ്യുന്നത്? അവൾ കൂടെക്കൂടെ അവിടേക്കു പോകുന്നു. ഒട്ടേറെ നേരം അവൾ അവിടെയാണ് ചിലവഴിക്കുന്നത്. ആ മുറിയിൽ അവൾ എന്താണ് ചെയ്യുന്നത്?''

ജിജ്ഞാസ ഒന്നുകൊണ്ടുമാത്രം കാര്യമെന്തെന്നറിയാൻ രാജാവ് അവിടം സന്ദർശിക്കാനിടയായി. അവിടെ കണ്ട കാഴ്ച രാജാവിനെ വിസ്മയിപ്പിച്ചു. കറുകറുത്ത അപരിചിതനായ ഒരു പയ്യനും തന്റെ മകളും അവിടെ ഇരിക്കുന്നു. അവർ വായിക്കുകയും അന്യോന്യം കഥകൾ പറയുകയുമായിരുന്നു.

''ഇവിടെ നീ എന്താണെടുക്കുന്നത്?'' രാജാവ് ക്രോധാക്രാന്തനായി അലറി. കാലോമിത്രാസിനോടാണ് ചോദിച്ചത്. ''നീ ആരാണ്?''

വേരയാണ് മറുപടി നൽകിയത്. ''അവൻ ഒരു നല്ല പയ്യനാണ്. അച്ഛാ, ഞാനാണവനെ പോറ്റിസംരക്ഷിക്കുന്നത്. ദുഷ്ടരായ അവന്റെ ചില ബന്ധുക്കൾ ഇവനെ നമ്മുടെ വന്യമൃഗസങ്കേതത്തിലേക്കു വലിച്ചെറിഞ്ഞ് ഉപേക്ഷിച്ചു പോയതാണ്. അവർ നമ്മുടെ സിംഹങ്ങളെക്കൊണ്ട് ഇവനെ തീറ്റിക്കാൻ നോക്കി.''

''അതെപ്പോൾ സംഭവിച്ചു?''

''അഞ്ചുകൊല്ലങ്ങൾക്കുമുമ്പ്.''.

''ഇക്കാലമത്രയും നീയാണോ ഇവനെ സംരക്ഷിച്ചത്? നിന്റെ ബന്ധുക്കളാരാണു കുട്ടീ. അവർ ജിപ്സികളല്ലേ?'' അത്ഭുതപ്പെട്ടുകൊണ്ടു രാജാവു ചോദിച്ചു.

''അതെ പ്രഭോ.'' മിത്രാസ് തലകുലുക്കി.

''ഞാൻ എപ്പോഴും പറയാറുണ്ട്, ഈ ജിപ്സികൾ കൊള്ളാത്തവരാണെന്ന്.'' രാജാവ് പറഞ്ഞു.

''പക്ഷേ മിത്രാസ് അങ്ങനെ അല്ല അച്ഛാ.'' വേര മറുപടി പറഞ്ഞു. ''അവൻ നല്ലവനാണ്. സമർത്ഥനാണ്. പിന്നെ അവന് എഴുതാനും വായിക്കാനും അറിയും.''

''അതൊന്നും ഒരു കാര്യമല്ല. ഇനി അവനൊരിക്കലും ഇവിടെ താമസിക്കരുത്. പിന്നെ, ഇനിമേൽ നീ അവനുമായി ഒരുതരത്തിലും ഇടപഴകാനും പാടില്ല. ഒരു രാജാവിന്റെ മകൾ ജിപ്സിയുമായി ചങ്ങാത്തം സ്ഥാപിക്കുന്നത് ഒട്ടും ശരിയല്ല.''

ഇതുകേട്ട് മിത്രാസിനു കോപം വന്നു. രാജാവിന്റെ മൂന്നു മക്കളേയും ജിപ്സികൾക്കാണ് കല്യാണം കഴിച്ചുകൊടുത്തിട്ടുള്ളതെന്ന സത്യം വെട്ടിത്തുറന്നു പറഞ്ഞ് രാജാവിനു തിരിച്ചടി നല്കാൻ

മിത്രാസ് ആഞ്ഞതാണ്. പക്ഷേ ഒന്നും പറയരുതേ എന്നു വേരയുടെ കണ്ണുകൾ നിശ്ശബ്ദമായി വിലക്കി.

രാജാവ് ആ ബാലനോട് തന്നോടൊപ്പം വരാനാജ്ഞാപിച്ചു. കുതിരലായത്തിലേക്കാണ് അവനെ കൊണ്ടുപോയത്. ''ഇവൻ ഇന്നു മുതൽ കുതിരക്കാരനാണ്.''

അവനെ വേണ്ടതു പഠിപ്പിക്കാൻ കുതിരക്കാരനെ ഏൽപ്പിച്ചു. കാലോമിത്രാസ് മിടുക്കനായിരുന്നു. കുതിരക്കാരന് അവനെ വളരെ ഇഷ്ടപ്പെട്ടു. കാരണം, അവൻ കാര്യങ്ങൾ അതിവേഗം പഠിച്ചു. കുതിര ക്കാരൻ തന്റെ തുന്നൽക്കാരെ അവനു നല്ല യൂണിഫോം തുന്നാ നേൽപ്പിച്ചു. രാജകൊട്ടാരത്തിലെ അംഗങ്ങളെ സേവിക്കേണ്ടത് അവന്റെ കടമയായി.

ഈ ജോലികൾ ഏറ്റെടുത്തതിനിടെ ഒരു സംഭവമുണ്ടായി. ഒരു ദിവസം കുതിരപ്പുറത്തു കയറാൻ വന്നത് അവന്റെ മൂത്ത ജ്യേഷ്ഠ നാണ്. കുതിരക്കാരനെ കണ്ടപ്പോൾ അയാൾ ആകെ വിളറി. ആ ബാലനോടു ചോദിച്ചു;

''നിന്റെ പേരെന്താ?''

''മിത്രാസ്.'' കുട്ടി മറുപടി പറഞ്ഞു.

മൂത്ത സഹോദരൻ തന്റെ സഹോദരനെ തിരിച്ചറിഞ്ഞുവെങ്കിലും അതു കാണിച്ചില്ല. അവനും ജ്യേഷ്ഠനെ തിരിച്ചറിഞ്ഞിരുന്നു. അവനു ദേഷ്യംവന്നു. മൂത്ത ജ്യേഷ്ഠൻ വിളറിവെളുത്തു. അയാൾ മിത്രാസ് നയിച്ച കുതിരപ്പുറത്തു ചാടിക്കയറി അതിവേഗത്തിൽ ഓടിച്ചു പോയി. നടന്ന സംഭവങ്ങളെല്ലാം മൂത്ത സഹോദരൻ മറ്റു സഹോ ദരങ്ങളെ അറിയിച്ചു.

''നമ്മുടെ മിത്രാസ് ഇന്നും ജീവനോടെയുണ്ട്. രാജാവിന്റെ ലായ ത്തിൽ ഒരു കുതിരക്കാരനായി ജോലിചെയ്യുന്നു.'' അയാൾ പറഞ്ഞു.

''അത് സാദ്ധ്യമല്ല. അവനെ എന്നോ സിംഹങ്ങൾ തിന്നുതീർ ത്തില്ലേ?'' മറ്റു സഹോദരന്മാർ ഒന്നിച്ചു നിലവിളിച്ചു.

''ഇല്ലെന്നാണ് എന്റെ സംശയം. ഞാൻ അവനെ തിരിച്ചറിഞ്ഞു. അവൻ എന്നെയും. പക്ഷേ രാജാവിന് അവൻ നമ്മുടെ സഹോദര നാണെന്നറിയില്ല. എങ്കിൽ അദ്ദേഹം നമ്മെ ഇവിടെനിന്നും ആട്ടി യോടിക്കുമായിരുന്നു.'' മൂത്ത സഹോദരൻ പറഞ്ഞു.

''ഇതുവരെ അവൻ നമ്മെ വഞ്ചിച്ചിട്ടില്ലെങ്കിൽ എനിക്കുറപ്പാണ്. അവൻ നമ്മെ നാളെ വഞ്ചിക്കുകതന്നെ ചെയ്യും. അതോടെയാകും

നമ്മുടെ അന്ത്യവും. നമുക്കവനു വിഷം കൊടുക്കണം.'' ഏറ്റവും ഇളയവൻ മുറുമുറുത്തു.

വിവരങ്ങൾ തന്റെ സഹോദരന്മാരോടു പറഞ്ഞുപോയതിൽ മൂത്ത സഹോദരൻ പശ്ചാത്തപിച്ചു. കാരണം മിത്രാസ് സിംഹങ്ങളാൽ തിന്നപ്പെട്ടില്ലെന്നറിഞ്ഞതിൽ അയാൾക്കു സന്തോഷമുണ്ട്. പക്ഷേ അവൻ തങ്ങളെ വഞ്ചിക്കുമെന്ന പേടിയും അയാൾക്കുണ്ട്.

''നമുക്കു കുറച്ച് എലിവിഷം സമ്പാദിക്കണം. കുശിനിക്കാരനെ സ്വാധീനിച്ച് അത് അവന്റെ ഭക്ഷണത്തിൽ കലർത്തിക്കണം.'' ഏറ്റവും ഇളയ സഹോദരനാണ് അത് പറഞ്ഞത്.

''നമുക്ക് നോക്കാം.'' മൂത്ത സഹോദരൻ പറഞ്ഞു. തന്റെ കൊച്ചു സഹോദരനു വിഷം കൊടുക്കാൻ അയാൾ ഒട്ടും ഇഷ്ടപ്പെട്ടില്ല. ഒരു കൊടുംമരണത്തിൽനിന്ന് അത്ഭുതകരമായാണ് അവൻ രക്ഷപ്പെട്ടത്. എലിവിഷത്തിനു പകരം അയാൾ വാങ്ങിയത് ഉറക്കമരുന്നാണ്. അയാൾ കുശിനിക്കാരനുമായി ശട്ടംകെട്ടി. ഒരു കിഴി നാണയങ്ങൾ കൊടുത്തുകൊണ്ടു പറഞ്ഞു. ''ഈ പൊടി കുതിരക്കാരനെ സഹായിക്കുന്ന പയ്യനുള്ള ഭക്ഷണത്തിൽ കലർത്തിയാൽ മതി.''

അതിനിടയിൽ മിത്രാസ് യാതൊന്നും സംശയിക്കാതെ തനിക്കാവുംവിധമെല്ലാം കുതിരക്കാരനെ സേവിച്ചു. കോട്ടയിൽ താമസിക്കുന്നതിൽ വിജയിക്കുന്നപക്ഷം ഒരു ദിവസം രാജാവിന്റെ പ്രീതി നേടി തനിക്കു വേരയെ കാണാനാകുമെന്നാണ് മിത്രാസ് കരുതിയത്. അവളെ ഒരുനോക്കു കാണാൻ അവൻ അത്യധികം കൊതിച്ചു. രാജകുമാരിക്കും അവനെ കാണാൻ അതിയായ ആശയുണ്ടായിരുന്നു. അഞ്ചുവർഷം നിത്യേന അവനെ കണ്ടതും അവനുമായി ഇടപഴകിയതുമാണല്ലോ. കൂടാതെ അവൾക്ക് അവനെ ഇഷ്ടവുമാണ്.

കുശിനിക്കാരൻ ഉറക്കുപൊടി മിത്രാസിന്റെ ഭക്ഷണത്തിൽ കലർത്തി. അന്നു വൈകുന്നേരം വേര കൊട്ടാരത്തിൽനിന്നും ആരും കാണാതെ കുതിരലായത്തിലേക്ക് ഓടിച്ചെന്നിരുന്നു. ആ കുതിരപ്പന്തിക്കു തൊട്ടുപിന്നിൽ മിത്രാസിന് ഒരു മരക്കുടിലുണ്ടായിരുന്നു. അവിടെയാണ് അവൻ കിടന്നുറങ്ങുക. കുശിനിക്കാരൻ അവനുള്ള ഭക്ഷണം കൊണ്ടുകൊടുത്തപ്പോൾ അവൻ ആർത്തിയോടെ അത് കഴിക്കാൻ തുടങ്ങിയതാണ്. ആരോ തന്റെ വാതിൽക്കൽ മുട്ടുന്നതു കണ്ടപ്പോൾ അവനെഴുന്നേറ്റു വാതിൽ തുറക്കാൻ ചെന്നു. അവൻ വിസ്മയിച്ചുപോയി. തന്റെ മുമ്പിൽ വേര രാജകുമാരി! തമ്മിൽ കണ്ടുമുട്ടിയപ്പോൾ ഇരുവർക്കുമുണ്ടായ സന്തോഷം! അകത്തേക്കു കടന്നുവരാൻ മിത്രാസ് അവളെ ക്ഷണിച്ചു.

അവിടെ ആകെക്കൂടിയുണ്ടായിരുന്ന ഇരിപ്പിടത്തിൽ വേര ഇരുന്നു. ഒരു താഴ്ന്ന കിടക്ക. തൊട്ടടുത്തായി മിത്രാസും ഇരുന്നു. അവർ സംഭാഷണത്തിൽ മുഴുകി. തന്റെ സ്വന്തം ഭക്ഷണത്തിൽനിന്ന് ഒരോ ഹരി വേര കൊണ്ടുവന്നിരുന്നു. വേര ആ പൊതി തുറന്നുകൊടുത്തു.

''ഞാൻ കുറച്ചു കഴിക്കാം. അതിനുശേഷം എന്റെ ഭക്ഷണത്തിൽ നിന്നൊരോഹരി നീയും കഴിക്കണം.''

ഒട്ടും വിശപ്പില്ലായിരുന്നെങ്കിലും രാജകുമാരി മിത്രാസിനെ നിരാശപ്പെടുത്തരുതെന്നു നിശ്ചയിച്ചു. അവൻ സ്നേഹത്തോടെ നീട്ടിയ ഭക്ഷണം അവൾ കഴിച്ചു. പെട്ടെന്ന് ഇരുവരും ഉറക്കത്തിലാണ്ടു.

അതിനിടയിൽ താൻ പറഞ്ഞപ്രകാരം മൂത്തസഹോദരൻ പ്രവർത്തിച്ചിട്ടുണ്ടോ എന്നറിയാൻ കൊതിച്ച് ഇളയ സഹോദരൻ മിത്രാസിന്റെ കുടിലിലേക്ക് ഇഴഞ്ഞുകയറി. ഒരു വിടവിലൂടെ അവൻ എത്തിനോക്കി. അതിനുള്ളിൽ ഉറങ്ങുന്ന രണ്ടു രൂപങ്ങളെക്കണ്ടപ്പോൾ അവൻ വാതിൽ തുറന്ന് അകത്തു കടന്നുചെന്നു. ഉറങ്ങിക്കിടക്കുന്നവരെ അവൻ കുനിഞ്ഞുനിന്നു ശ്രദ്ധിച്ചുനോക്കി. തന്റെ സഹോദരന്റെ സമീപം ഉറങ്ങിക്കിടക്കുന്നത് സാക്ഷാൽ ഇളയ രാജകുമാരി തന്നെയെന്നു മനസ്സിലായി. അവൻ ഞെട്ടി പിൻവാങ്ങി. ഇരുവരും വിഷം ബാധിച്ചു മരിച്ചു എന്നാണവൻ പേടിച്ചത്. പക്ഷേ വൈകാതെ അവനു ബോദ്ധ്യംവന്നു, അവർ മരിച്ചിട്ടില്ല. അഗാധനിദ്രയിലാണ്. അവൻ തന്റെ സഹോദരന്മാരുടെ അടുത്തേക്കോടിച്ചെന്നു.

''മിത്രാസ് മരിച്ചിട്ടില്ല. അവൻ അവന്റെ കുടിലിൽ കിടന്നുറങ്ങുന്നു. തൊട്ടടുത്തു കിടന്നുകൊണ്ടു രാജകുമാരിയും നല്ല ഉറക്കം.''

''അത് നന്നായി. ഇതിലും നല്ലതൊന്നും സംഭവിക്കാനില്ല. നാമെന്തിനാണ് മിത്രാസിന്റെ ജീവനെപ്പറ്റി ചിന്തിച്ചു തലപുണ്ണാക്കുന്നത്. എല്ലാം നമുക്കുവേണ്ടി രാജാവുതന്നെ ചെയ്യും. നമുക്ക് രാജാവിനെ അങ്ങോട്ടേക്ക് ആനയിക്കാം. ഞാൻ നിങ്ങളോട് പന്തയം വെക്കുന്നു, തന്റെ മകളെ ഒരു ജിപ്സിയുമൊത്തു കാണാനിടവന്നാൽ രാജാവിനു കലികയറും. രാജാവ് മിത്രാസിന്റെ തല വെട്ടിവീഴ്ത്തും.'' നടുവിലത്തെ സഹോദരൻ പറഞ്ഞു.

അത് നല്ല പദ്ധതിയായിരുന്നു. ഇളയ സഹോദരൻ വിവരം രാജാവിനെ അറിയിക്കാനോടി. ''അങ്ങയുടെ മകൾ വേര കുതിരക്കാരന്റെ സഹായിയായ ആ പയ്യനുമായി നല്ല അടുപ്പത്തിലാണ് പ്രഭോ. ഒന്നു വന്നു കണ്ടാലും.'' അവൻ രാജാവിനോടുണർത്തിച്ചു.

രാജാവിന്റെ ഇളയ മരുമകൻ അദ്ദേഹത്തെ ആ കുടിലിലേക്കാനയിച്ചു. ആ ജിപ്സിപ്പയ്യന്റെ തൊട്ടടുത്തുകിടന്നു തന്റെ മകൾ ഉറങ്ങുന്നതു കണ്ടപ്പോൾ രാജാവ് കോപാക്രാന്തനായി. കലിബാധിച്ച അദ്ദേഹം തന്റെ കിങ്കരന്മാരോട് ഉറങ്ങിക്കിടക്കുന്ന ആ കുട്ടികളോടുകൂടി ആ കിടക്ക പൊക്കിയെടുത്തു നദിയിൽ വലിച്ചെറിയാൻ കൽപ്പിച്ചു. ഉടനെതന്നെ ആ കൽപ്പന അക്ഷരംപ്രതി നടപ്പിലാക്കിക്കാണാൻ ആ സഹോദരന്മാർ പ്രത്യേകം ശ്രദ്ധിച്ചു. രാജാവിന്റെ കോപം ഒന്നാറിത്തണുത്തപ്പോൾ അദ്ദേഹത്തിനു തന്റെ ചെയ്തിയിൽ അതിയായ പശ്ചാത്താപം തോന്നി. പക്ഷേ വളരെ വൈകി.

ഉറങ്ങുകയായിരുന്ന കാലോമിത്രാസും വേരയും മരക്കിടക്കയോടൊപ്പം അതിവേഗത്തിൽ നദിയിലൂടെ ഒഴുകിനീങ്ങി. ആദ്യം ഉണർന്നത് മിത്രാസ് ആണ്. കണ്ണുകൾ തിരുമ്മി അവൻ വീണ്ടും വീണ്ടും ചുറ്റും കണ്ണോടിച്ചു. ചുറ്റും വെള്ളംമാത്രം. അവൻ വേരയെ തട്ടിയുണർത്തി. ചുറ്റും അലതല്ലുന്ന വെള്ളം കണ്ട് അവൾ നിലവിളിച്ചു.

''കരയാതെ. നാം മുങ്ങിച്ചാവാഞ്ഞതുതന്നെ ഭാഗ്യം. നാം ചിലപ്പോൾ ചാവാതിരിക്കും.'' മിത്രാസ് ആശ്വസിപ്പിച്ചു.

വൈകാതെ അവരുടെ ചങ്ങാടം ആഴംകുറഞ്ഞ ഒരു സ്ഥലത്ത് തങ്ങിനിൽപ്പായി. മിത്രാസ് വെള്ളത്തിലേക്കു ചാടിയിറങ്ങി. അവിടെ മുട്ടോളമേ വെള്ളമുള്ളൂ. വേരയേയും താഴെയിറങ്ങാൻ കൈപിടിച്ചു സഹായിച്ചു. അന്യോന്യം കൈകോർത്ത് അവർ വെള്ളത്തിലൂടെ നടന്നു കരയ്ക്കെത്തി.

''എനിക്കു വിശക്കുന്നു.'' വേര പരാതിപ്പെട്ടു.

''ഇവിടെ അടുത്തെവിടെയെങ്കിലും ഒരു കെട്ടിടം കാണാതിരിക്കില്ല. അവിടെ നമുക്ക് തിന്നാനെന്തെങ്കിലും കാണും.''

അവർ കരയ്ക്കു കയറിയപ്പോൾ അവരെ എതിരിട്ടത് ശക്തിയേറിയ ഒരു കാറ്റാണ്. അത് മിത്രാസിന്റെ തൊപ്പി പറപ്പിച്ചു. തലയിൽ നിന്ന് അത് പാതയിലെത്തി. മിത്രാസ് അത് പിടിച്ചെടുക്കാനോടി. വേരയും പിന്നാലെ ഓടി. കാറ്റ് തൊപ്പിയെ മുന്നോട്ടുമുന്നോട്ട് പറത്തിക്കൊണ്ടുപോയി. കാറ്റിന്റെ വേഗത കൂടിക്കൂടിവന്നു. അത് ഒരുകാട്ടിലാണ് എത്തിച്ചേർന്നത്. കുട്ടികൾ ഒടുവിൽ ഒത്തുകൂടിയപ്പോൾ അവർ തങ്ങൾക്കു തൊട്ടുമുമ്പിൽ ഒരു ചെറിയ കുടിൽ കണ്ടു.

''ഇവിടെ നമുക്കെന്തെങ്കിലും തിന്നാനുണ്ടാകും.'' മിത്രാസ് നിലവിളിച്ചു.

അവൻ വാതിൽക്കലേക്കു നടന്നു. വാതിൽക്കൽ മുട്ടുകയും ചെയ്തു. പക്ഷേ ഒരുത്തരവും ഇല്ല. അവൻ കൊളുത്ത് നീക്കി

വാതിൽ തുറന്നു. വേര മിത്രാസിന്റെ ചുമലിലൂടെ ആകാംക്ഷയോടെ എത്തിനോക്കി.

ഇരുട്ടുനിറഞ്ഞ ആ മുറിയുടെ നടുക്ക് മൂന്നുകാലുള്ള ഒരു പീഠത്തിൽ കാഴ്ചയിൽ അസാധാരണത്വമുള്ള ഒരു പടുവൃദ്ധ ഇരിക്കുന്നുണ്ടായിരുന്നു. ചുളിവുകളുള്ള മഞ്ഞ നിറത്തിലുള്ള ശരീരം. രണ്ടുഭാഗത്തുമായി നരച്ച നീണ്ട മുടി ഒഴുകിക്കിടക്കുന്നു.

''അമ്മൂമ്മേ വന്ദനം.'' മിത്രാസ് അഭിവാദ്യം ചെയ്തു.

വേരയും അഭിവാദ്യം ചെയ്തു. പക്ഷേ ആ വൃദ്ധ ഒന്നും മറുപടി പറഞ്ഞില്ല. ഇളകിയുമില്ല. അവരുടെ വിളറിയതും കാഴ്ചമങ്ങിയതുമായ കണ്ണുകളാൽ അവർ കടന്നുവന്നവരെ തുറിച്ചുനോക്കുകമാത്രം ചെയ്തു.

''ഞങ്ങൾക്ക് എന്തെങ്കിലും തിന്നാൻ തരണം. ഇല്ലേ?'' മിത്രാസ് ചോദിച്ചു.

അപ്പോൾ മാത്രമാണ് ആ സ്ത്രീ ഇളകിയത്. അവർ കൈയുയർത്തി താഴെയുള്ള ഒരു അടുപ്പിലേക്കു ചൂണ്ടിക്കാട്ടി. പല്ലില്ലാത്ത ആ വായ തുറന്നു. ''അവിടെ അൽപ്പം ഭക്ഷണം കാണും.'' ചിണുങ്ങുന്ന സ്വരത്തിലാണ് അവർ പറഞ്ഞത്. 'നിങ്ങൾ എടുക്കണം. എനിക്ക് ഈ മൂന്നുകാലുള്ള പീഠത്തിൽനിന്നെഴുന്നേൽക്കാൻ പറ്റില്ല.''

വേരയുടെ കൈപിടിച്ചു മിത്രാസ് അകത്തു കടന്നു. പെട്ടെന്ന് അവരുടെ തൊട്ടുപിന്നിൽ എന്തോ ഒരു ഭീകര പൊട്ടിത്തെറിശബ്ദം കേട്ടു. മിത്രാസ് ചുറ്റും നോക്കി. അവൻ അന്തംവിട്ടു. തങ്ങളുടെ പിന്നിൽ നിലത്തൊരു വാൾ കിടക്കുന്നത് അവൻ കണ്ടു.

''നിങ്ങൾ ഭാഗ്യശാലികളാണ്. കഴിഞ്ഞ നൂറുവർഷങ്ങളായി ഒരു എട്ടുകാലിവലയിൽ തൂങ്ങിക്കിടക്കുകയായിരുന്ന ആ വാൾ നിങ്ങളുടെ മേലായിരുന്നു വീണതെങ്കിൽ രണ്ടുപേരുടേയും പണികഴിയുമായിരുന്നു.''

''നിങ്ങളെന്താ ഇത്തരമൊരു ഖഡ്ഗം വാതിൽക്കൽ എട്ടുകാലിവലയിൽ തൂക്കിയിടാൻ കാരണം?'' മിത്രാസ് പരുക്കൻ ശബ്ദത്തിൽ ചോദിച്ചു.

''ഞാനല്ല അതവിടെ തൂക്കിയിട്ടത്. ഞാനിവിടെ ഈ മുക്കാലിയിൽ നൂറുവർഷങ്ങളായി ഇരിപ്പാണ്. ആരെങ്കിലും ഇങ്ങോട്ടു കടന്നുവരാൻ ഞാൻ കാത്തിരിക്കുകയുമായിരുന്നു, എന്നെ സ്വതന്ത്രയാക്കാൻ. പക്ഷേ ഇക്കാലമത്രയും ആരും ഈ വഴി വന്നില്ല. ഈ വാതിലുകൾ തുറക്കാനും ഇടയായില്ല. നിങ്ങൾ വരുന്നതുവരെ

ആരുംതന്നെ വന്നില്ല. നിങ്ങൾക്കു വിശക്കുന്നു എന്നു നിങ്ങൾ പറഞ്ഞല്ലോ? ആ അടുപ്പിന്റെ മീതെ അപ്പവും പാലും കാണും. ഉണ്ടാക്കിക്കഴിക്കുക.''

അവർ പാചകം ചെയ്തു സർവ്വവും ഭക്ഷിച്ചു. ''അമ്മൂമ്മേ, ഉണ്ടാക്കിയതു മുഴുവൻ ഞങ്ങൾ തിന്നുതീർത്തു. അമ്മൂമ്മയ്ക്കൊന്നും ബാക്കിയില്ല. അമ്മൂമ്മയ്ക്കു ദേഷ്യമുണ്ടോ?''

''ഇല്ല. നിങ്ങൾ കുട്ടികൾ മാത്രമാണല്ലോ. ആ വാൾ നിങ്ങളെ കൊന്നില്ല. നിങ്ങൾക്കെന്നെ സഹായിക്കാനാകുമായിരുന്നു. പക്ഷേ നിങ്ങൾക്കതിനുള്ള കരുത്തില്ലെന്നാണ് എനിക്കു തോന്നുന്നത്.''

''എനിക്കു ശക്തിയുണ്ട്.'' മിത്രാസ് പറഞ്ഞു.

''എങ്കിൽ നീ ആ വാൾ പൊക്ക്.'' അവർ മിത്രാസിനോട് കൽപ്പിച്ചു. വാളിന്റെ മുമ്പിൽ മിത്രാസ് കുനിഞ്ഞു, അതെടുത്തു പൊക്കാനായി. നല്ല കനമുണ്ട്. എങ്കിലും അവനതു പൊക്കുക തന്നെ ചെയ്തു. കഠിനമായി അദ്ധ്വാനിക്കേണ്ടി വന്നുവെന്നുമാത്രം.

''നിന്റെ പൊക്കത്തിനനുസരിച്ചുള്ള കരുത്ത് നിനക്കുണ്ട്. പക്ഷേ ആ വാളെടുത്തു പൊന്തിച്ചുവീശി എന്റെ കഴുത്തറുത്തു തല തെറിപ്പിക്കാനുള്ള കരുത്തു നിനക്കുണ്ടെന്നു തോന്നുന്നില്ല.''

''അത് ഞാനെന്തിനു ചെയ്യണം? ഞങ്ങളോടു ദയ കാണിച്ചതിനും ഭക്ഷണം തന്നതിനുമോ?'' വിസ്മയത്തോടെ മിത്രാസ് ചോദിച്ചു.

''നിങ്ങൾ എനിക്കു വലിയൊരു ഉപകാരം ചെയ്യുകയായിരിക്കും.''

ആ വൃദ്ധ ഒരു നെടുവീർപ്പിട്ടു. ''ആരെങ്കിലും ഈ വഴി വന്ന് എന്റെ കഴുത്തറുത്ത് തലതെറിപ്പിക്കുന്നതുവരെ, മൂന്നുകാലുള്ള ഈ പീഠത്തിൽനിന്ന് ഞാൻ എഴുന്നേറ്റു മാറുന്നതുവരെ മാത്രമേ ഭൂമിക്കു പരിയുള്ളവരുടെ ശ്രദ്ധയിൽപ്പെടാതെ ഈ സുന്ദരനഗരി ഒളിഞ്ഞു കിടക്കുകയുള്ളൂ. വേണ്ടത്ര കരുത്ത് ഉണ്ടെങ്കിൽ നീ എന്റെ തലയറുത്തു മാറ്റുക. നീ ഒരു വലിയ ഭരണാധികാരിയാകും.''

''എനിക്കതു സാധിക്കും. വേര എന്നെ സഹായിക്കും.'' മിത്രാസ് പറഞ്ഞു.

''ഓ ഇല്ല. നമുക്കതു വയ്യ.'' വേര ഭീതിയോടെ നിലവിളിച്ചു.

''അതു ശരി, കൊച്ചുപെണ്ണേ, നീയവനെ സഹായിക്കണം. അതു വഴി നീ എനിക്കു വലിയ ഉപകാരമാണ് ചെയ്യുന്നതെന്ന് അറിയുക.''

''അവരുടെ നന്മയ്ക്കായി നാം അതുചെയ്യണം. നാം അതു ചെയ്യണമെന്ന് അവർ നിർബന്ധിക്കുന്നു.'' മിത്രാസ് പ്രേരിപ്പിച്ചു. ഒടുവിൽ വേര സമ്മതിച്ചു. ഒന്നിച്ചവർ ആ വാളെടുത്തു. അവർ ആ തള്ളയുടെ അടുത്തുചെന്നു. വേര അവളുടെ കണ്ണുകളിറുക്കി അടച്ചു.

ആ ഭീകരമായ കാഴ്ച അവൾക്കു കാണാൻ വയ്യ. പക്ഷേ മിത്രാസ് ആവേശഭരിതനാണ്. അവൻ വാൾ വീശി. വെട്ടേറ്റു കഴുത്തറ്റു. തല താഴെവീണുരുണ്ടു.

ആ നിമിഷത്തിൽ ദിഗന്തം മുഴങ്ങുമാറ് ചുറ്റും ആരവമുയർന്നു. എങ്ങും ആഹ്ലാദപ്രകടനം. ആർപ്പുവിളികളുയർന്നു. ''ഹുറേ! ഞങ്ങളുടെ വിമോചകൻ നീണാൾ വാഴട്ടെ!''

അത്ഭുതപരതന്ത്രരായ ആ കുട്ടികൾ കണ്ടത് തങ്ങളുടെ ചുറ്റും ആർത്തലച്ചുവരുന്ന ജനക്കൂട്ടത്തെയാണ്. ആൾക്കൂട്ടം ആഹ്ലാദത്തിലാറാടുന്നു.

പെട്ടെന്ന് ആ മുറി അപ്രത്യക്ഷമായി. അങ്ങനെ ഒരു കുടിൽ അവിടെ നിന്നിരുന്നതിന് ഒരു തെളിവും അവശേഷിച്ചില്ല. സർവ്വത്ര മനോഹരങ്ങളായ മണിമാളികകളുയർന്നിരിക്കുന്നു. വീതിയേറിയ പാതകൾ. അതിലൂടെ വാഹനങ്ങൾ സഞ്ചരിക്കുന്നു. എവിടെയും ആൾത്തിരക്കു തന്നെ. സർവ്വത്ര സംഗീതത്തിന്റെ അലയൊലികളുയർന്നു.

ജനക്കൂട്ടം മിത്രാസിനേയും വേരയേയും ചുമലിൽ വഹിച്ച് രാജകീയ കൊട്ടാരത്തിലേക്കു കൊണ്ടുപോയി, ഉടനീളം നിലയ്ക്കാത്ത ജയഘോഷങ്ങളുടെ അകമ്പടിയോടെ.

''മാന്ത്രികവലയത്തിൽനിന്ന് ഞങ്ങളെ വിമുക്തരാക്കിയത് നിങ്ങളാണ്. അതിനാൽ നിങ്ങളാണ് ഇനിമേൽ ഞങ്ങളുടെ ഭരണാധികാരികൾ.'' ജനങ്ങൾ ഏകസ്വരത്തിൽ ഉദ്ഘോഷിച്ചു.

അങ്ങനെയാണവർ ആ മനോഹരവും സമ്പന്നവുമായ നഗരത്തിന്റെ ഭരണാധികാരികളായത്. അവർ നന്നായി ഭരണം നടത്തി. അഞ്ചു വർഷം പിന്നിട്ടു. ഇപ്പോൾ പതിനേഴു വയസ്സു കഴിഞ്ഞു. അവർ വിവാഹിതരാകാൻ തീരുമാനിച്ചു. അവരെ അത്യധികം സ്നേഹിച്ച നഗരവാസികൾ ഒറ്റക്കെട്ടായി ആ തീരുമാനത്തെ സന്തോഷപൂർവ്വം സ്വീകരിച്ചു.

വേര പറഞ്ഞു. ''എന്റെ അച്ഛനേയും സഹോദരിമാരേയും കല്യാണത്തിനു ക്ഷണിക്കണമെന്ന് അതിയായ ആഗ്രഹമുണ്ട്. അവരോടു വരണമെന്ന ആവശ്യവുമായി ദൂതന്മാരെ അയയ്ക്കണം.''

''അപ്പോൾ അവരൊത്ത് എന്റെ സഹോദരന്മാരും വരും. നിനക്കോർമ്മയില്ലേ? എന്നെ കൊന്നുകളയാനാഗ്രഹിച്ചവർ. നമ്മെ കിടക്കയും കട്ടിലോടുംകൂടി നദിയിലേക്കു വലിച്ചെറിയാൻ കാരണക്കാരായ ആ ദുഷ്ടസഹോദരന്മാർ.'' മിത്രാസ് എതിർത്തു.

പക്ഷേ വേര വീണ്ടും വീണ്ടും അഭ്യർത്ഥിച്ചു. ഒടുവിൽ മിത്രാസിന് അവളുടെ ഇംഗിതത്തിനു വഴങ്ങേണ്ടി വന്നു.

മിത്രാസ് വേരയുടെ അച്ഛന്റെ അടുത്തേക്ക്, എല്ലാ കുടുംബാംഗങ്ങളുമൊത്ത് തങ്ങളുടെ കല്യാണത്തിനു പങ്കെടുക്കാൻ വരണമെന്ന് അഭ്യർത്ഥിച്ചുകൊണ്ടുള്ള സന്ദേശവുമായി ദൂതന്മാരെ അയച്ചു. അങ്ങനെയൊരു നഗരത്തെപ്പറ്റി ആ രാജാവ് കേട്ടിട്ടേയില്ല. പിന്നെ അതിന്റെ ഭരണാധികാരി അഞ്ചുവർഷംമുമ്പ് തന്റെ സ്വന്തം മകളോടൊപ്പം മുക്കിക്കൊല്ലാൻ നദിയിലെറിഞ്ഞ ആ ജിപ്സിപ്പയ്യനാണെന്ന കാര്യം ഒരുവിധത്തിലും അറിയാനിടവന്നില്ല.

''എവിടെയാണ് ഈ നഗരം?'' ദൂതന്മാരോട് രാജാവ് ചോദിച്ചു. ''എന്റെ ജീവിതത്തിനിടയിൽ ഇങ്ങനെയൊരു രാജ്യത്തെപ്പറ്റി ഞാൻ കേട്ടിട്ടേയില്ല. ഈലോകത്ത് ഒട്ടേറെക്കാലമായി ഞാൻ ജീവിക്കുന്നു.''

''അങ്ങ് കേൾക്കാനിട വന്നിട്ടില്ലായിരിക്കും. ഒട്ടേറെ വർഷങ്ങളായി അതിന്റെ ഒരടയാളവും ആരും കണ്ടില്ല. നൂറു വർഷമായി അത് ഭൂമിക്കടിയിലാണ് നിലനിന്നത്. എന്തോ മാന്ത്രികശക്തിയാലാണ് അതങ്ങനെ കിടന്നത്.'' ദൂതന്മാർ പറഞ്ഞു.

''അങ്ങനെയെങ്കിൽ അതു കാണേണ്ടതുതന്നെ.'' രാജാവ് പറഞ്ഞു. അദ്ദേഹം തന്റെ കുതിരകളെ തയ്യാറാക്കിനിർത്താൻ കൽപ്പിച്ചു. മക്കളോടും മരുമക്കളോടും പേരക്കുട്ടികളോടുമെല്ലാം യാത്രയ്ക്കു തയ്യാറാകാനും കൽപ്പനയാക്കി.

കാലോമിത്രാസ് അവരെ വളരെ മാന്യമായി സ്വീകരിച്ചു. രാജാവ് അവനെ തിരിച്ചറിഞ്ഞില്ല. തന്റെ കുതിരക്കാരന്റെ സേവകനായിരുന്ന ആ പയ്യൻ ഇങ്ങനെ സുഭഗനായ ഒരു ഭരണാധികാരിയാകുമെന്ന് സങ്കൽപ്പിക്കാനാറില്ലല്ലോ. അവന്റെ സഹോദരന്മാർക്കുപോലും അവനെ തിരിച്ചറിയാനായില്ല. കഴിഞ്ഞ അഞ്ചുവർഷങ്ങൾക്കിടയിൽ കാലോമിത്രാസിന് അത്രമാത്രം മാറ്റങ്ങളാണ് വന്നിട്ടുള്ളത്. ഇപ്പോൾ അവൻ തന്റെ സഹോദരന്മാരേക്കാളും അത്യുന്നതസ്ഥാനത്താണ്. ഒരു ഭരണാധികാരിയാണല്ലോ. ആ തള്ളയുടെ കഴുത്തറക്കാൻ തങ്ങളുപയോഗിച്ച ആ വാൾ ഇപ്പോൾ മിത്രാസിനു പൊക്കിയെടുക്കാം. ആ വാൾ അവൻ അരയിൽ തൂക്കിയിട്ടിട്ടുണ്ട്. ഇപ്പോൾ അതു ധരിക്കാതെ എവിടെയും പോകാറില്ല. തീർച്ചയായും വേരയ്ക്കും വലിയ മാറ്റങ്ങൾ വന്നിട്ടുണ്ട്. ആ പ്രായത്തിൽ അവളുടെ സഹോദരിമാർക്കുണ്ടായിരുന്നതിനേക്കാൾ സൗന്ദര്യം അവൾക്കുണ്ട്. ഇപ്പോൾ അവർ അതിസുന്ദരികളല്ല. ഓരോരുത്തർക്കും ഒട്ടേറെ ചെറിയ മക്കളുണ്ട്. സഹോദരിമാരോ രാജാവുതന്നെയോ അവളെ

തിരിച്ചറിഞ്ഞില്ല. അവരുടെ അടുത്തേക്ക് ഓടിച്ചെന്നു വാരിപ്പുണ രാനുണ്ടായ ഉൽക്കടമായ ആവേശം കടിച്ചമർത്താൻ വേര ഒട്ടേറെ പാടുപെട്ടു.

വിരുന്നിനിടയിൽ മിത്രാസും വധുവും മേശയുടെ ഒരു വശത്താ ണിരുന്നത്. അതിഥികൾ മറുവശത്തും. വിഭവസമൃദ്ധമായ ഭക്ഷണം വിളമ്പുന്നതിനിടയിൽ ആതിഥേയൻ രാജാവിനോടു മന്ത്രിച്ചു. ''അങ്ങ യോട് എല്ലാ കുടുബാംഗങ്ങളേയും കൂടെക്കൂട്ടി വരണമെന്ന് ഞാൻ അഭ്യർത്ഥിച്ചിരുന്നു. എല്ലാവരും വന്നിട്ടില്ലേ?''

''ഉവ്വ്. ഞങ്ങളെല്ലാവരും വന്നിട്ടുണ്ട്.'' രാജാവ് മറുപടി പറഞ്ഞു.

''അങ്ങേയ്ക്കു നാലു പെൺമക്കളുണ്ടെന്നാണല്ലോ ഞാൻ കേട്ടി ട്ടുള്ളത്. പക്ഷേ വന്നിട്ടുള്ളത് മൂന്നുപേർ മാത്രമാണെന്നു കാണുന്നു.''

''ശരിയാണ്. എനിക്കു നാലു പെൺമക്കളുണ്ടായിരുന്നു. പക്ഷേ ഏറ്റവും ഇളയവൾ അഞ്ചുവർഷംമുമ്പ് മരണപ്പെട്ടു.''

''എന്താണ് സംഭവിച്ചത്?'' വേര ചോദിച്ചു.

''അവൾ മുങ്ങിച്ചത്തു.'' ശാന്തമായ സ്വരത്തിൽ രാജാവ് പറഞ്ഞു. ദുഃഖഭാരത്താൽ അയാൾ തലതാഴ്ത്തിയിരുന്നു.

''എന്തേ?''

''അതൊരു ദുരന്തകഥയാണ്. അതിനെപ്പറ്റി പറയാനെനിക്കു വയ്യ.''

''ഓ, എന്തായാലും ഞങ്ങളോടു പറയൂ.'' വേര കെഞ്ചിപ്പറഞ്ഞു.

രാജാവ് നടന്നതെല്ലാം പറയാനാരംഭിച്ചു.

അഞ്ചുവർഷം മുമ്പുനടന്ന സംഭവങ്ങൾ പറഞ്ഞുകഴിഞ്ഞപ്പോൾ രാജാവിന്റെ മനം തകർന്നിരുന്നു.

കാലോമിത്രാസ് ചോദിച്ചു. ''തന്റെ മകൾ മുങ്ങിമരിക്കാനിടയാ യതിൽ പിന്നീടങ്ങു പശ്ചാത്തപിച്ചോ?''

രാജാവ് തലകുലുക്കി. ''ഞാൻ അത്യധികം പശ്ചാത്തപിച്ചു. പിറ്റേന്നുതന്നെ അവരെ കണ്ടെത്തി തിരിച്ചുകൊണ്ടുവരാനായി ഞാൻ തോണിക്കാരെ അയച്ചു. പക്ഷേ ഒഴിഞ്ഞ ഒരു കട്ടിലുമായാണ് തോണിക്കാർ തിരിച്ചുവന്നത്. അത് വെള്ളത്തിൽ പൊന്തിക്കിടക്കുക യായിരുന്നു. അധികപക്ഷവും ആ കുട്ടികൾ വെള്ളത്തിൽ വഴുതി വീണു മുങ്ങിച്ചത്തിരിക്കാനാണ് സാധ്യത.''

വേരയ്ക്കു കരച്ചിലടക്കാൻ കഴിയാതായി. എല്ലാം വെളിപ്പെടു ത്താനും വെമ്പി. പക്ഷേ മിത്രാസ് അവളുടെ കൈ മേശയ്ക്കടിയിൽ വെച്ചമർത്തി ശാന്തയായിരിക്കാൻ നിർദ്ദേശിച്ചു.

അപ്പോൾ അവൻ പറഞ്ഞു. ''സ്വന്തം കുടിലചെയ്തിയെപ്പറ്റി അങ്ങ് പശ്ചാത്തപിച്ചതു ശരിയാണ്. നിങ്ങളുടെ കുട്ടികളാരും തെറ്റു ചെയ്തിട്ടില്ല. അവർക്ക് ആരോ ഉറങ്ങാനുള്ള പൊടി ഭക്ഷണത്തിൽ കലർത്തിക്കൊടുത്തിരിക്കാനാണ് സാദ്ധ്യത.''

''നിനക്കെങ്ങനെ അത് മനസ്സിലായി?'' ആശ്ചര്യത്തോടെ രാജാവ് ചോദിച്ചു

''എനിക്കതറിയാം. കാരണം, അന്ന് അങ്ങ് മുക്കിക്കൊല്ലാൻ കൽപ്പിച്ച ആ ജിപ്സിപ്പയ്യൻ ഞാൻതന്നെയാണ്.''

''അങ്ങയുടെ മകളാണ് ഞാൻ.'' വേര ഇരുന്നിടത്തുനിന്ന് ചാടി എഴുന്നേറ്റുകൊണ്ടു നിലവിളിച്ചു. ''എന്നെ ഇപ്പോൾ തിരിച്ചറിയുന്നില്ലേ?''

പക്ഷേ അപ്പോൾ മിത്രാസിന്റെ സഹോദരന്മാരും ഇരിപ്പിടങ്ങളിൽനിന്ന് ചാടി എഴുന്നേറ്റു. അവർ തങ്ങളുടെ വാൾ ഊരി.

''പെരുംനുണയാണത്!'' അവർ ഏകസ്വരത്തിൽ പറഞ്ഞു. ''ഞങ്ങളുടെ സഹോദരൻ മരിച്ചിട്ട് കാലം ഒട്ടേറെയായി.''

''ഞാൻ ചത്തിട്ടില്ല. ഒട്ടേറെ തവണ നിങ്ങളെന്നെ കൊല്ലാൻ ശ്രമിച്ചെങ്കിലും ഞാൻ മരിച്ചില്ല. ഒരു കൊച്ചു ബാലനായിരുന്നപ്പോൾ നിങ്ങൾ എന്നെ സിംഹങ്ങൾക്കു തിന്നാൻ എറിഞ്ഞുകൊടുത്തു. എന്നെ ഇല്ലാതാക്കാൻ നിങ്ങൾ ശ്രമിച്ചതു ഞാൻ കറുത്തതുകൊണ്ടായിരുന്നു. നിങ്ങൾ, നാം ജിപ്സികളാണെന്ന സത്യം രാജാവറിയുമെന്നായിരുന്നു പേടിച്ചത്.''

ആ വാക്കുകൾ കേട്ടപ്പോൾ രാജാവിന്റെ മറ്റു മൂന്നുപെൺമക്കളും ചാടിയെഴുന്നേറ്റു.

''എന്ത്! നിങ്ങൾ എല്ലാവരും ജിപ്സികളോ?''

''അതു സത്യമല്ല.''

സഹോദരന്മാർ ബഹളംകൂട്ടി. ഊരിയ വാളുമായി അവർ മിത്രാസിനെ സമീപിച്ചു. ഇതിനകം മിത്രാസും തന്റെ ഉറയിൽനിന്ന് വാൾ ഊരി കൈയിൽ പിടിച്ചിരുന്നു. ആ കനത്ത വാളുകൊണ്ട് ഒരൊറ്റ വെട്ടിന് അവൻ സഹോദരന്മാരുടെ കൈകളിൽനിന്ന് വാളുകൾ തട്ടിത്തെറിപ്പിച്ചു.

''അത് നിഷേധിക്കുന്നതു ബുദ്ധിശൂന്യമാണ്. ഇനി വീണ്ടും നിങ്ങൾ എന്നെ കൊല്ലാൻ ശ്രമിച്ചാലും നിങ്ങൾ ജയിക്കില്ല. ഇന്ന് ഞാനൊരു ബാലനല്ല. ആത്മരക്ഷയ്ക്കുള്ള കരുത്ത് ഞാനാർജ്ജിച്ചിട്ടുണ്ട്. ഇത്രയുംകാലം തെറ്റിദ്ധരിപ്പിച്ചതിനു ഭാര്യമാരോടു മാപ്പു പറയുകയാണ് നല്ലത്. സത്യം അംഗീകരിക്കുക.''

സഹോദരന്മാർ തലകുനിച്ചു നിശ്ശബ്ദരായി നിന്നു. ഒടുവിൽ മൂത്ത രാജകുമാരി പറഞ്ഞു.

''ഞാൻ കരുതുന്നു, നാം ഇവർക്കു മാപ്പുകൊടുക്കണമെന്ന്. ഒന്നുമല്ലെങ്കിൽ അവർ നമ്മുടെ മക്കളുടെ അച്ഛന്മാരല്ലേ?''

''എന്നോടു നുണ പറഞ്ഞതിനു ഞാനെന്റെ ഭർത്താവിനു മാപ്പു നൽകുന്നു.'' നടുവിലത്തെ രാജകുമാരി പറഞ്ഞു.

''എന്റെ ഭർത്താവ് ഒരു ജിപ്സിയാണെന്നതിൽ എനിക്കു വിഷമമൊന്നുമില്ല. പക്ഷേ സ്വന്തം സഹോദരനെത്തന്നെ കൊല്ലാൻ ശ്രമിച്ച ഒരുത്തനുമൊത്തു ഞാനെങ്ങനെ കഴിയും?'' രാജാവിന്റെ മക്കളിലെ മൂന്നാമത്തെവൾ പറഞ്ഞു.

''വേരയും ഞാനും അവർക്കു മാപ്പുകൊടുത്തു കഴിഞ്ഞു. അതിനാൽ നിങ്ങൾക്കെല്ലാവർക്കും അവർക്കു മാപ്പു കൊടുക്കാനാകും, തങ്ങൾ ചെയ്ത പാതകങ്ങളിൽ അവർ ആത്മാർത്ഥമായി പശ്ചാത്തപിക്കുന്നുണ്ടെങ്കിൽ.'' കാലോമിത്രാസ് പറഞ്ഞു.

ഈ വാക്കുകൾ കേട്ടപ്പോൾ ആ സഹോദരന്മാർ മുട്ടുകുത്തി നിന്നു താന്താങ്ങളുടെ ഭാര്യമാരോടു മാപ്പപേക്ഷിച്ചു. അവർ പറഞ്ഞു,

''ഞങ്ങൾ മാപ്പുതരാം. നിങ്ങൾ അങ്ങേയറ്റം ദ്രോഹം ചെയ്തവർക്കു നിങ്ങളോടു ദേഷ്യമില്ലെങ്കിൽ മാത്രം.''

അങ്ങനെ അവരെല്ലാം ഒത്തുചേർന്നു. കലോമിത്രാസും വേരയും അവരോടു കഴിഞ്ഞ അഞ്ചുവർഷം നടന്ന കാര്യങ്ങൾ വിവരിച്ചു പറഞ്ഞു. രാജാവ് തങ്ങളെ നദിയിലൊഴുക്കിക്കളഞ്ഞതിനു ശേഷമുള്ള കഥകൾ.

■

പാടുന്ന വയലിൻ

പണ്ടുപണ്ട് ഒരിടത്ത് പ്രഭുക്കളിൽ പദവി കുറവായ ഒരാളും അയാളുടെ മൂന്നു പെൺമക്കളും താമസിച്ചിരുന്നു. മൂത്ത രണ്ടുപേരും കാണാൻ കൊള്ളാത്തവരായിരുന്നു. സൂസന്ന എന്ന മകൾ നീണ്ടു മെലിഞ്ഞവളായിരുന്നു. അവളുടേത് ചക്കപ്പല്ലുകളായിരുന്നു. ഒരു കൊളുത്തുപോലുള്ള നീണ്ട മൂക്കും. രണ്ടാമത്തവളെ അവർ വിളിച്ചിരുന്നത് കേറ്റ്. അവൾ ഉയരംകുറഞ്ഞു കൊഴുത്തുരുണ്ടവളായിരുന്നു. അവളുടെ മുഖം മുള്ളങ്കിപോലെ ചുവന്നതാണ്. അവൾ കോങ്കണ്ണിയുമായിരുന്നു. ഇളയവളുടെ പേര് ലൈല. മെയ്മാസപ്പൂപോലെ സുന്ദരി. തുടുത്ത കവിൾ. പ്രസന്നവദന. ഒരു വാനമ്പാടിയെപ്പോലെ അതിസന്തുഷ്ടയും. അവളുടെ സ്വരം വാനമ്പാടിയുടേതായിരുന്നു. അവൾ പാടുമ്പോൾ കേൾക്കുന്നവർ അവരുടെ ജോലി തന്നെ മറന്ന് അതിൽ ലയിച്ചുപോകുമായിരുന്നു, ഏതോ മാസ്മര ശക്തിയാലെന്നപോലെ. സർവ്വരോടും അവൾ ദയയോടും സ്നേഹത്തോടെയുമാണ് പെരുമാറിയിരുന്നത്. അതിനാലാണ്, അല്ലാതെ അവളുടെ സൗന്ദര്യത്താലല്ല ആളുകൾ അവളെ ഇഷ്ടപ്പെട്ടത്. വേലക്കാരോട് ഒരിക്കലും അവൾ മോശമായി പെരുമാറിയില്ല. അവളുടെ ജ്യേഷ്ഠത്തിമാരാകട്ടെ, അങ്ങനെയായിരുന്നില്ല. പാവപ്പെട്ടവരോട് എപ്പോഴും ലൈല മഹാമനസ്കത കാട്ടി.

ഭരണാധികാരിക്ക് ഇളയമകളോടായിരുന്നു അടുപ്പം കൂടുതൽ. അതിനാൽ സഹോദരിമാർക്ക് അവളോട് അസൂയയായിരുന്നു. അവൾ ഒരു കൊച്ചുകുഞ്ഞായിരുന്ന കാലംതൊട്ടേ അവർക്കവളോട് ഇഷ്ടമില്ലായിരുന്നു. വളർന്നുവലുതായപ്പോൾ അവർക്ക് അവളോടു വെറുപ്പായി. കാരണം, അവർക്കു മനസ്സിലായി, അവൾ തങ്ങളോടൊത്തു വീട്ടിലുള്ള കാലത്തോളം തങ്ങൾക്കു ഭർത്താക്കന്മാരെ ലഭിക്കില്ലെന്ന്. അതായി അവരുടെ പേടി.

ഒരു ദിവസം സൂസന്ന കേറ്റിനോടു പറഞ്ഞു. ''ഈ നാശം പിടിച്ചവളെ ഇവിടുന്നു തുരത്താൻ നമുക്കൊരു വഴി കണ്ടെത്തണം.

നൃത്തത്തിന് ഇവൾ കൂടെവരുന്ന കാലത്തൊന്നും നമുക്കു ഭർത്താക്കന്മാരെ കിട്ടില്ല.''

''എല്ലാവരുടേയും കണ്ണ് അവളിൽ മാത്രമായിരിക്കും. ആരും തന്നെ നമ്മെ നോക്കുന്നുപോലുമില്ല.'' നെടുവീർപ്പോടെ കേറ്റ് പറഞ്ഞു. ''നമ്മുടെ കല്യാണം കഴിയുന്നതുവരെ അവളെ പുറത്തു വിടരുതെന്ന് അച്ഛനോടാവശ്യപ്പെട്ടാലോ.''

''ഒന്ന് ശ്രമിച്ചുനോക്കാമെന്നു മാത്രം.''

മൂത്ത സഹോദരികൾ അച്ഛനെ സമീപിച്ചു. ആഗ്രഹം അച്ഛനെ അറിയിച്ചു. വൃദ്ധനായ പ്രഭുവിനു മക്കൾ പറയുന്നതിൽ കാര്യമുണ്ടെന്നു തോന്നി. അയാൾ കൊച്ചുമകളെ അത്യധികം സ്നേഹിച്ചിരുന്നതിനാൽ അവൾ കല്യാണം കഴിഞ്ഞു തന്നെ വിട്ടുപോകുന്നത് ഇഷ്ടപ്പെട്ടുമില്ല. മാത്രമല്ല അയാളുടെ ഉള്ളിന്റെയുള്ളിൽ മൂത്ത രണ്ടുപേരെ കഴിയുന്നത്ര വേഗത്തിൽ കല്യാണം കഴിച്ചു പറഞ്ഞയയ്ക്കണമെന്നായിരുന്നു മോഹം. കാരണം അവർ എപ്പോഴും വഴക്കാളികളായിരുന്നു. അതിനാൽ അദ്ദേഹം ലൈലയെ അടുത്തു വിളിച്ചു പറഞ്ഞു. ''കൊച്ചുമോളേ, അച്ഛൻ പറയുന്നത് ശ്രദ്ധിച്ചു കേൾക്കണം. നീ വളരെ ചെറുപ്പം. നീ എപ്പോഴും ചേച്ചിമാരെ മറയ്ക്കുന്നു. കാരണം നീ അവരേക്കാൾ സുന്ദരിയാണല്ലോ. നീ അവരുടെകൂടെ പോകുന്ന കാരണം അവർക്കു കല്യാണം ശരിപ്പെടുന്നില്ല. അതിനാൽ കൂടെ പോകുന്നത് നിർത്തുക. അവർക്കു ഭർത്താക്കന്മാരെ കിട്ടുന്നതുവരെ നീ പുറത്തുപോകാതെ വീട്ടിൽത്തന്നെ ഇരിക്കുന്നതാണ് നല്ലത്.''

''അച്ഛന്റെ ഇഷ്ടംപോലെ.''

അന്നുതൊട്ട് അവൾ പുറത്തുപോയില്ല. എന്നിട്ടും അവളുടെ മൂത്ത ചേച്ചിമാർക്കു ഭർത്താക്കന്മാരെ കിട്ടിയില്ല, ലൈല അവളുടെ കൂടെ പോയില്ലെങ്കിലും. അവർ നൃത്തശാലയിൽ വളരെ വൈകിയിരിക്കും. കാര്യമില്ല. ആരും തങ്ങളോടൊത്തു നൃത്തം ചെയ്യാൻ അവരെ ക്ഷണിച്ചില്ല, കൈപിടിച്ചില്ല.

ഒരു ദിവസം സൂസന്ന കേറ്റിനോടു പറഞ്ഞു.

''നിന്റെ ആശയം നമ്മെ എവിടെയുമെത്തിച്ചില്ല. നമ്മുടെ ഇളയ സഹോദരി ജീവിച്ചിരിക്കുന്ന കാലത്തോളം നമുക്കൊരു ഭാഗ്യവുമുണ്ടാകില്ല.''

''നാം ഇരുവരേയും അവൾ അതിജീവിക്കും.'' കേറ്റ് നെടുവീർപ്പിട്ടു.

''അത് നമ്മെയാണ് ആശ്രയിച്ചിരിക്കുന്നത്.'' സൂസന്ന ആവേശത്തോടെ പറഞ്ഞു.

‘‘നീയെന്താണുദ്ദേശിക്കുന്നത്?’’

‘‘ശരി – ആർക്കും കഷ്ടകാലം നേരിടും അല്ലേ?’’

കേറ്റ് അസ്ഡാളിച്ചു. ‘‘നീ ഇത്തരത്തിൽ സംസാരിക്കരുത്. അവൾ നമ്മുടെ കൊച്ചനുജത്തിയല്ലേ?’’

‘‘നീ ഒരു മണ്ടിയാണ്. നിനക്കു മരണംവരെ ഒരു കിഴവിഅവിവാഹിതയായി തുടരാം, നിനക്കിഷ്ടമാണെങ്കിൽ. പക്ഷേ എന്താണ് ചെയ്യേണ്ടതെന്ന് എനിക്കറിയാം.’’ സൂസന്ന തിരിച്ചടിച്ചു.

ഇത്രയും പറഞ്ഞ് അവൾ സഹോദരിയുടെ അടുത്തുനിന്നും പോയി. അവൾ നേരെ ചെന്നത് ഇളയസഹോദരിയുടെ മുറിയിലേക്കാണ്. അവൾ തങ്ങളുടെ കൊച്ചു സഹോദരിയോട് ദയാപുരസ്സരം പറഞ്ഞു.

‘‘നിനക്കിവിടെ ഒറ്റയ്ക്കിരുന്നു മുഷിഞ്ഞില്ലേ? വരൂ, എന്റെ കൂടെ വരൂ. നമുക്കൊന്നിച്ച് തോട്ടത്തിൽ അൽപ്പനേരം നടന്നുവരാം.’’

സന്തോഷത്തോടെ ലൈല ചാടിയെഴുന്നേറ്റു. ‘‘ചേച്ചിയുടെ കൂടെ സംസാരിക്കാനെനിക്കിഷ്ടമാണ്. നമ്മുടെ കേറ്റ് ചേച്ചിയെവിടെ?’’

‘‘അവൾ ഉറക്കമൊണ്.’’ സൂസന്ന മറുപടിപറഞ്ഞു. അവൾ കൊച്ചനുജത്തിയുടെ കൈപിടിച്ച് തോട്ടത്തിലേക്കു കൊണ്ടുപോയി. അൽപ്പം കഴിഞ്ഞപ്പോൾ അവൾ പറഞ്ഞു, ‘‘വർഷങ്ങളായി നീ ഈ തോട്ടത്തിന്റെ മതിൽക്കെട്ടിനു പുറത്തുപോയിട്ടുണ്ടാവില്ല. ഉണ്ടോ കൊച്ചനുജത്തീ? കാട് കാണാൻ നിനക്കാശയില്ലേ?’’

‘‘എനിക്കു കാണണ്ട. ചേച്ചിക്കറിയില്ല. അച്ഛൻ അതെല്ലാം വിലക്കിയിട്ടുണ്ട്.’’ ലൈല നെടുവീർപ്പിട്ടു.

‘‘ഇതു സാരമില്ല. നാം വേഗംതന്നെ തിരിച്ചുവരും. കാട്ടിൽ എന്തു രസമാണെന്നോ.’’ സൂസന്ന പറഞ്ഞു.

ഇളയസഹോദരി മൂത്ത സഹോദരിയുടെ വാക്കനുസരിക്കാൻ നിർബന്ധിതയായി. അവൾ ചേച്ചിയെ അനുഗമിച്ചു. അവർ കാട്ടിലെത്തി. കാട്ടിലൂടെ നടക്കുമ്പോൾ സൂസന്ന അനുജത്തിയോടു പല കഥകളും പറഞ്ഞു. ഒടുവിൽ അവർ നടന്നവഴി പെട്ടെന്നു കൊടുംകുത്തനെ അത്യഗാധമായ താഴ്വരയിലെത്തുന്ന സ്ഥാനത്തെത്തി. സൂസന്ന അവിടെനിന്നു.

‘‘നീ നോക്ക്. കുത്തനെ താഴോട്ട് ആ താഴ്വരയിലേക്ക്. ഇവിടുന്ന് ആരെങ്കിലും വീഴാനിടയായാൽ ചത്തതുതന്നെ.’’ ഇത്രയും പറഞ്ഞുകൊണ്ട് അവൾ അനുജത്തിയുടെ കൈവലിച്ചുപിടിച്ച് അവളെ

താഴോട്ട് ഒരു തള്ള്. അവൾ താഴ്‌വരയുടെ അറ്റത്താണ് വീണത്. വീഴുന്നതിനിടയിൽ അവൾ ഒരു പാറയുടെ വിള്ളലിൽനിന്നു വളർന്നു വലുതായ ഒരു കുറ്റിക്കാടിലെ ഒരു കൊമ്പ് കടന്നുപിടിച്ചു തൂങ്ങി.

''രക്ഷിക്കണേ! രക്ഷിക്കണേ!'' ലൈല ഉറക്കെ ആർത്തുവിളിച്ചു. ചേച്ചി തന്നെ മനപ്പൂർവ്വം തള്ളിയിട്ടതാണെന്നപ്പോഴും അവൾക്കു മനസ്സിലായില്ല.

''ചേച്ചീ, എന്നെ രക്ഷിക്ക്. ചേച്ചീ...'' അവൾ വീണ്ടും വീണ്ടും നിലവിളിച്ചു. കൈകൾ ചേച്ചിക്കുനേരെ നീട്ടിക്കൊണ്ട്. മറ്റേ കൈ കൊണ്ട് ആ കുറ്റിച്ചെടികളെ ശക്തിയായി പിടിച്ചു സ്വയം രക്ഷിച്ചു കൊണ്ടും.

''നിന്നെ ഞാൻ രക്ഷിക്കാം.'' സൂസന്ന കോപത്തോടെയാണ് പറഞ്ഞത്. ''നിന്നെ ഞാൻ രക്ഷിക്കാം. പക്ഷേ അത് പ്രതീക്ഷി ക്കുന്നപോലെയല്ല.''

അവൾ വലിയൊരു കൊമ്പൊടിച്ചെടുത്ത് അത് ആ നിർഭാഗ്യ വതിയായ അനുജത്തിയുടെ നേരെ നീട്ടി. പക്ഷേ ലൈല അത് കടന്നുപിടിക്കാൻ ശ്രമിക്കുന്നതിനിടയിൽ അവൾ കമ്പുകൊണ്ട് അനുജത്തിയുടെ കൈയിൽ ആഞ്ഞുകുത്തുകയാണ് ചെയ്തത്. വേദന സഹിക്കാതെ ലൈല ആർത്തു നിലവിളിച്ചു. കുറ്റിക്കാട്ടിലെ പിടിച്ചിരുന്ന കൊമ്പ് ഇതിനകം ഒടിയുകയും ലൈല താഴോട്ടു വീഴുകയും ചെയ്തു. താഴോട്ട്... താഴോട്ട്... താഴോട്ട്.

''ഇനി നീ അവിടെ താമസിച്ചോ.'' സംതൃപ്തിയോടെ സൂസന്ന വിളിച്ചുപറഞ്ഞു. അവൾ വീട്ടിലേക്കു മടങ്ങി.

കൊച്ചുമകളെവിടെയെന്നു രാജാവ് തിരക്കിയപ്പോൾ സൂസന്ന പറഞ്ഞു. ''തലവേദനയായി അവൾ കിടക്കാൻ പോയിരിക്കും.''

പിറ്റേന്നു രാവിലെ ഭക്ഷണം കഴിക്കാൻ അവളെത്തിയില്ലെന്നു കണ്ടപ്പോൾ പ്രഭു അവളുടെ മുറിയിലേക്ക് ഒരാളെ അയച്ചു. അവ ളുടെ മുറി ശൂന്യമാണെന്ന കാര്യം സേവകൻ പ്രഭുവിനെ അറിയിച്ചു. അവർ അവളെ തിരച്ചിലായി. ഭൂമുഖത്തുനിന്നു ലൈല അപ്രത്യക്ഷ മായോയെന്നവർ ശങ്കിച്ചു. പ്രഭു തന്റെ നാട്ടിലൊരു വിളംബരമിറക്കി. ലൈലയെ കണ്ടുപിടിച്ചു തന്റെ മുമ്പിൽ ഹാജരാക്കുന്ന ആൾക്ക് താൻ തക്ക പ്രതിഫലം നൽകും. പ്രതിഫലത്തെപ്പറ്റിയുള്ള ചിന്ത യാൽ ഒട്ടേറെപ്പേർ തിരച്ചിലിൽ മുഴുകി. നാടൊട്ടുക്ക് വിശദമായി തിരച്ചിൽ നടന്നു. ആർക്കും അടുത്തുള്ള ആ കാട്ടിൽപോയി തിര യാൻമാത്രം തോന്നിയില്ല.

താൻ എന്താണ് ചെയ്തതെന്ന കാര്യം സൂസന്ന കേറ്റിനോടുപോലും പറഞ്ഞില്ല. എങ്കിലും കേറ്റ് ഊഹിച്ചെടുത്തിരുന്നു. സഹോദരിയെ

അവൾക്കു പേടിയുള്ളതിനാൽ തന്റെ മനസ്സിലിരുപ്പ് അവൾ അച്ഛനോടു പറഞ്ഞില്ല.

സുന്ദരിയായ ലൈല താഴെവീണു മരിച്ചു. ലൈലയെ അവിടെയൊന്നും കണ്ടെത്താനായില്ലെന്ന് സൂസന്നയ്ക്കു നന്നായി അറിയാം. വീഴ്ചയ്ക്കിടയിൽ കുറ്റിക്കാട്ടിലെ കൊമ്പിൽ മുറുകെപ്പിടിച്ചു ലൈലയുടെ കൈ അറ്റുപോയിരുന്നു. താഴ്വരയിലെ ഈർപ്പമുള്ള സ്ഥലത്തു വന്നുവീണ ലൈലയുടെ ശരീരം അപ്രത്യക്ഷമായിരുന്നു. ശരത്കാലം വന്നു. താഴ്വരയിലുടനീളമുള്ള മരങ്ങളിൽനിന്നു കൊഴിഞ്ഞ ഉണങ്ങിയ ഇലകളാൽ അവിടം മൂടപ്പെടുകയും ചെയ്തു. വസന്തകാലത്ത് കരകവിഞ്ഞ് ഒഴുകിവന്ന വെള്ളത്തിൽപെട്ടു ചെളിയാലും മണ്ണിനാലും ആ ശരീരം മൂടപ്പെടുകയും ചെയ്തു. വല്ലപ്പോഴും വീശുന്ന ശക്തിയേറിയ കാറ്റ് തട്ടിവീഴ്ത്തുന്ന പാറക്കഷണങ്ങൾ ഉരുണ്ടുരുണ്ടു വന്നു വീഴും.

കൊല്ലം ഒന്നുകഴിഞ്ഞു. ലൈലയെ ആർക്കും കണ്ടെത്താനായില്ല.

ലൈല മുറുകെപ്പിടിച്ചു തൂങ്ങിക്കിടന്ന ആ ജൂനിപെർ മരക്കൊമ്പ് ഉണങ്ങിയിരുന്നില്ല. അത് വേരിറങ്ങി മേൽപ്പോട്ടു വളർന്നു, വളരെ വേഗത്തിൽ. രണ്ടു കൊല്ലത്തിനകം അത് വളർന്ന് ഒരു ഒത്തമരമായി. അതിന്റെ മുകൾഭാഗം ചുറ്റും സുഗന്ധം ചൊരിഞ്ഞു. കാറ്റ് അതിന്റെ കൊമ്പുകൾ പിടിച്ചുലയ്ക്കുമ്പോൾ അവ അസാധാരണ ശബ്ദങ്ങൾ പുറപ്പെടുവിച്ചു. മുറുകുന്ന ഒരു വയലിനിൽ നിന്നുമുയരുന്നപോലുള്ള ശബ്ദം.

ആ പ്രഭുവിന്റെ എസ്റ്റേറ്റിലെ ഒരു ആട്ടിടയനായ ജിപ്സിയായിരുന്നു ലാവുട്ട. അവന് ആ മരത്തോട് അത്യധികം ഇഷ്ടം തോന്നി. അതിനു താഴെ ഇരിക്കുന്നതിൽ അവൻ നിർവൃതി പൂണ്ടു. ആ ജൂനിപെർ വൃക്ഷത്തിന്റെ തലയിൽനിന്നുയരുന്ന പിടികിട്ടാത്ത മൂളൽ അവനു കേൾക്കാൻ വളരെ ഇഷ്ടം.

ലാവുട്ടയ്ക്ക് ഒരു വയലിനുണ്ടായിരുന്നു. ഒരു പഴകിയ വയലിനാണ്. അതു നേരാംവണ്ണം പിടിക്കാൻപോലും പറ്റില്ല. പക്ഷേ അവനെങ്ങനെയാണ് അതിനെ പാടിക്കുന്നത്! ആ പഴയ ഫിഡിലിൽ നിന്നും അത്യന്തം ശ്രുതിമധുരമായ ഗാനങ്ങളാണ് ലാവുട്ട ഉയർത്തിയിരുന്നത്. അതിലൂടെ കടന്നുപോകുന്നവർ ആ പാട്ടുകളിൽ ലയിക്കും. അവർ പറയും, ആ കാടിന്റെ ആത്മഗീതങ്ങളാണ് അവൻ പാടുന്നത്. പതിവുപോലെ ആ ജൂനിപെർ മരത്തണലിലിരുന്നു വായിക്കുന്നതിനിടയിൽ അവന്റെ വയലിന്റെ ബോ ഒടിഞ്ഞുപോയി. ദേഷ്യം വന്ന് അവൻ ഫിഡിൽ താഴേക്കു വലിച്ചെറിഞ്ഞു. അത് വഴുതി താഴോട്ടു വീണുപോയി, അത്യഗാധതയിലുള്ള താഴ്വരയിലേക്കു തന്നെ.

ലാവുട്ട കണ്ണീരൊഴുക്കി കരഞ്ഞുകൊണ്ടിരുന്നു. അവന്റെ ആകെക്കൂടെയുള്ള ആനന്ദം ആ ഫിഡിലാണ്. അതില്ലാതെ താനിനി എന്തു ചെയ്യും? മറ്റൊരു ഫിഡിൽ വാങ്ങാൻ അവനു കഴിവില്ല. അവൻ പൊട്ടിക്കരഞ്ഞുകൊണ്ടിരുന്നു. കരഞ്ഞ ക്ഷീണത്തിൽ അവൻ അഗാധ നിദ്രയിലാണ്ടു. അവനൊരു അസാധാരണ സ്വപ്നം കണ്ടു. ആ ജൂനിപെർ മരത്തിന്റെ മുകൾഭാഗത്തുനിന്ന് ഉയരുന്ന മൂളൽ ക്രമേണ മാറി മധുരസംഗീതമായി. ഒരു വയലിന്റെ കമ്പികളിൽനിന്നുയരുന്ന സംഗീതമായി.

''എന്റെ വയലിൻതന്നെ.'' ഉറക്കത്തിൽ ആ ആട്ടിടയൻ വിളിച്ചു പറഞ്ഞു. ഒരു അസാധാരണ സംഭവമായി അവനു തോന്നി. വയലിൻ സ്വയം പാടുക! അവൻ വീണ്ടും ആ സംഗീതം ശ്രദ്ധിച്ചു. അവനത് തിരിച്ചറിയാൻ കഴിഞ്ഞു. പാടിയിരുന്നത് ഒരു ജിപ്സിപ്പാട്ടാണ്.

''ലെ ടു ഇ ലാവുട്ട
സബാഷ് വ് ഫ്രീ ലാവുട്ട
ബോമാൻ ചാലാ, ഈഡെൻഡ്‌വാലി
ബാറി റാൽഫ്...''

ലാവുട്ടയ്ക്ക് ആ പാട്ടിലെ വരികളറിയാം. ആ ലാവണ്യവതിയായ സ്ത്രീശബ്ദം പറഞ്ഞു.

''ഒരു ഫിഡിൽ എടുക്കൂ. പാടൂ. ഒരു ചക്കപ്പെല്ലിസ്ത്രീ എന്നെ കൊന്ന കഥ പാടികേൾപ്പിക്കൂ.'' അത് തിരക്കിട്ട ഒരഭ്യർത്ഥനയാണ്.

താഴെ അത്യഗാധതയിലെ താഴ്വരയിൽ കിടക്കുന്ന വയലിനില്ലാതെ താനെങ്ങനെ പാടും? അവന്റെ സംശയങ്ങൾക്കുള്ള മറുപടിയായി ആ താഴ്വരയുടെ അത്യഗാധതയിൽനിന്നും ഒരു ശബ്ദമുയർന്നു വന്നു.

''ആ ജൂനിപെർ മരത്തിൽനിന്നും ഒരു കൊമ്പ് മുറിച്ചെടുത്തു നീ ഒരു പുതിയ വയലിനുണ്ടാക്കൂ.''

ആ ആട്ടിടയൻ ഉറക്കത്തിൽനിന്നുണർന്നു. അവൻ തന്റെ കണ്ണുകൾ തിരുമ്മി. താൻ കണ്ട സ്വപ്നത്തെപ്പറ്റി അവൻ വീണ്ടും വീണ്ടും ചിന്തിച്ചു. അവൻ പറഞ്ഞു, ശരി. ശരി. അതൊരു സ്വപ്നം മാത്രം. സന്ധ്യയായി. തന്റെ ആടുകളുമായി അവൻ വീട്ടിലേക്കു മടങ്ങി. പക്ഷേ അന്നുരാത്രി അവന് ഉറക്കമേ വന്നില്ല. ആ ജിപ്സിഗാനം അവന്റെ ചെവികളിൽ മൂളിക്കൊണ്ടിരുന്നു.

നേരം വെളുക്കാറായി. അവൻ ഒന്നു മയങ്ങിയപ്പോൾ വീണ്ടും അസാധാരണമായ ഒരു സ്വപ്നം കണ്ടു. ഒരു സുന്ദരിയായ ബാലിക കുതിരപ്പുറത്ത് തന്റെ കുടിലിലേക്കു സവാരി ചെയ്തുവരുന്നതാണ്

സ്വപ്നം കണ്ടത്. കുതിരപ്പന്തിയുടെ പിന്നിലുള്ള തന്റെ കുടിലിലേക്കു തന്നെ. അവളുടെ കൈയിൽ ഒരു ഫിഡിലുണ്ടായിരുന്നു. അവൾ ആ ഫിഡിൽ അവനു നേരെ നീട്ടി. അവനോടു ജിപ്സിഭാഷയിലാണവൾ സംസാരിച്ചത്. ആ ഫിഡിൽ വാങ്ങി അതിൽ തനിക്കുവേണ്ടി വായിക്കാനാണ് അവൾ അഭ്യർത്ഥിച്ചത്. അതിനുശേഷം അവനോടു പറഞ്ഞു. ആ ഫിഡിൽ മേശയിൽ അടിച്ചു തകർക്കുന്ന പക്ഷം ഒരു സുന്ദരിയായ ബാലിക അവന്റെ വിശ്വസ്തയായ ഭാര്യയായി വരും.

പ്രഭാതമായി. ഉണർന്ന ഉടനെ അവൻ ആ താഴ്വരയിലേക്കാണ് പോയത്. ചുമലിൽ ഒരു ഈർച്ചവാൾ എടുത്തിരുന്നു. ജൂനിപെർ മരത്തിന്റെ ശിഖരത്തിൽനിന്ന് ഒരു കൊമ്പ് മുറിച്ചെടുത്തു വീട്ടിലേക്കു കൊണ്ടുപോയി. ഒരു മൂർച്ചയേറിയ കത്തിയെടുത്ത് അവൻ മരത്തടിയിൽനിന്ന് വയലിൻ കൊത്തിയെടുത്തു. താൻ അതിവേഗം എത്ര സമർത്ഥമായാണ് വയലിൻ ഉണ്ടാക്കിയതെന്ന് അവൻ അത്ഭുതപ്പെട്ടു. വൈകുന്നേരമായപ്പോഴേക്കും വയലിന്റെ പണിതീർന്നു. പിന്നീട് അവൻ കുശിനിക്കാരന്റെ അടുത്തുചെന്നു കുറച്ചു ചെമ്മരിയാടിന്റെ കുടൽ കൊടുക്കാനാവശ്യപ്പെട്ടു. അവയിൽനിന്ന് അവൻ വയലിന്റെ തന്ത്രികളുണ്ടാക്കി. അവൻ കുതിരയുടെ വാലിൽനിന്ന് രോമങ്ങൾ പറിച്ചെടുത്തു. അതുകൊണ്ടവൻ ഒരു ബോ സൃഷ്ടിച്ചു. ഫിഡിൽ തയ്യാറായി. ലാവുട്ട വയലിൻ താടിയോടടുപ്പിച്ചു പിടിച്ചു. ബോ കൊണ്ടു തന്ത്രികൾ മീട്ടി. അതോടെ ആ ഫിഡിൽ സ്വയം പാടാൻ തുടങ്ങി!

''ലെ ടു ഇ ലാവുട്ട....''

അത്ഭുതപരതന്ത്രനായി കുതിരക്കാരൻ ഓടി വന്നു. ''ആരാണിപ്പോൾ പാടുകയും വായിക്കുകയും ചെയ്തത്. ലാവുട്ടാ, നീ തന്നെയോ?''

''അല്ല. അല്ല. എന്റെ പുതിയ വയലിൻ ആണ് പാടിയത്. അത് സ്വയം പാടുന്നു. വായിക്കുകയും ചെയ്യുകയാണ്.''

ലാവുട്ട ആ ഫിഡിൽ ദൂരെ മാറ്റിവെച്ചു. അപ്പോഴും അത് പാടിക്കൊണ്ടിരുന്നു.

''അത് എന്താണ് പാടിക്കൊണ്ടിരിക്കുന്നത്?'' കുതിരക്കാരൻ ചോദിച്ചു.

''ഒരു സ്ത്രീ ജിപ്സി ഭാഷയിൽ പാടുകയാണ്. അതായത് താൻ ചക്കപ്പല്ലിയാൽ കൊല്ലപ്പെട്ടതാണ് എന്നാണ് പാട്ടിൽ പറയുന്നത്.''

ആട്ടിടയൻ പറഞ്ഞു 'വലിയ പല്ലുള്ള ഒരുത്തി'. കുതിരക്കാരൻ സ്വയം ചോദിച്ചു.

''എന്റെ കുട്ടീ, ഇത് അസാധാരണമായ ഒരു ഫിഡിൽ തന്നെ. നീ വൃദ്ധനായ പ്രഭുവിന്റെ അടുത്തുചെന്ന് ഈ പാട്ട് കേൾക്കാൻ ആവശ്യപ്പെടുക. അദ്ദേഹത്തിന് ഈ പാട്ട് വളരെ ഇഷ്ടപ്പെടും. കാരണം അദ്ദേഹത്തിന്റെ ഭാര്യ ഒരു ജിപ്സിസ്ത്രീയാണെന്നു കേട്ടിട്ടുണ്ട്.''

കുതിരക്കാരൻ ലാവുട്ടയെ വൃദ്ധനായ പ്രഭുവിന്റെ അടുത്തേക്കു കൊണ്ടുപോയി.

''ഈ ജിപ്സിപ്പയ്യന്റെ പക്കൽ ഒരസാധാരണ ഫിഡിൽ ഉണ്ട് പ്രഭോ. അത് സ്വയം പാടുന്നതോടൊപ്പം വയലിനും വായിക്കുന്നു. അങ്ങ് ഒന്നു കേൾക്കണം.''

ലാവുട്ട വയലിൻ താടിക്കു താഴെ പിടിച്ചു. അപ്പോൾ അതിൽ നിന്ന് ഒരു സ്ത്രീയുടെ അതിമനോഹരമായ ശബ്ദമുയർന്നു. അത് പാടാൻ തുടങ്ങി.

''ലെ ടു എ ലാവുട്ട...''

പ്രഭു ചാടിയെഴുന്നേറ്റു. ''അതെന്റെ കൊച്ചുമോളുടെ ശബ്ദ മാണല്ലോ. അവളെവിടെ?''

അദ്ദേഹം ചുറ്റും കണ്ണോടിച്ചു. എവിടെയും ലൈലയെ കാണാനില്ല. പക്ഷേ അവളുടെ ശബ്ദത്തിലുള്ള പാട്ട് മുഴങ്ങിക്കൊണ്ടിരുന്നു.

''ചക്കപ്പെല്ലി.'' പ്രഭു നിലവിളിച്ചു. ''എനിക്കിപ്പോൾ മനസ്സിലായി ആരാണ് ലൈലയെ കൊന്നതെന്ന്!''

അദ്ദേഹം മുറിയിൽനിന്നും മൂത്ത മകളുടെ മുറിയിലേക്കു കുതിച്ചു.

''നീയാണ് സഹോദരി ലൈലയെ കൊന്നത്. നീ സമ്മതിച്ചോ.''

സൂസന്ന വിളറി വെളുത്തുപോയി. പക്ഷേ സമനില വീണ്ടെടുത്തുകൊണ്ട് അവൾ പറഞ്ഞു.

''ആ പെരുമന്തി കേറ്റ് പറഞ്ഞുകേട്ടാകാം അങ്ങ് ഇതൊക്കെ പറയുന്നത്.'' പുച്ഛഭാവത്തിലാണ് അവളതു പറഞ്ഞത്

''അവൾക്കും ഇതിനെപ്പറ്റി അറിയാമായിരുന്നു അല്ലേ?'' പ്രഭു അത്യുച്ചത്തിൽ ക്ഷോഭിച്ചു. ''ഓ, എനിക്കുണ്ടായ സന്തതികൾ! എന്റെ കൺവെട്ടത്തുനിന്നും നിങ്ങളിരുവരും കടന്നുപോ. അല്ലെങ്കിൽ എന്റെ സേവകരെക്കൊണ്ട് അടിച്ചു പുറത്താക്കേണ്ടിവരും.'' അദ്ദേഹം തിരിഞ്ഞു സൂസന്നയുടെ മുറിവിട്ടു പുറത്തുകടന്നു.

സൂസന്ന അവളുടെ സഹോദരിയുടെ അടുത്തേക്കോടി.

''നീ അച്ഛനോടെന്തൊക്കെയാണ് പറഞ്ഞുകൊടുത്തത്?'' അവൾ കോപത്താൽ പൊട്ടിത്തെറിച്ചു. ''ലൈലയ്ക്ക് എന്തു സംഭവിച്ചു എന്ന് നീ എങ്ങനെയറിഞ്ഞു. ഞാനതാരോടും പറഞ്ഞിട്ടില്ല.

ഞാനാണവളെ താഴ്വരയിലേക്ക് തള്ളിയിട്ടതെന്നാരോടും പറഞ്ഞിട്ടേയില്ല.''

''അതു ശരി. അപ്പോൾ നീയാണതു ചെയ്തത്.'' കേറ്റ് വിറച്ചുകൊണ്ടു സൂസന്നയോടു ചോദിച്ചു. ''നീയാണവളെ വീട്ടിൽനിന്നാട്ടിയോടിച്ചതെന്ന് ഞാനൊരിക്കലും ഊഹിച്ചതുപോലുമില്ല. ഞാൻ അച്ഛനോടോ വേലക്കാരോടോ ഇതിനെപ്പറ്റി സംസാരിച്ചിട്ടുമില്ല.''

''പിന്നെ ആരായിരിക്കും അദ്ദേഹത്തോടു പറഞ്ഞത്?'' സൂസന്ന ഈറ പിടിച്ചുപറഞ്ഞു. ''നാം ശിക്ഷിക്കപ്പെട്ടിരിക്കുന്നു. അച്ഛൻ നമ്മെയിരുവരേയും നാടുകടത്തിയിരിക്കുന്നു.''

''നാം നശിക്കില്ല.'' ദേഷ്യംപിടിച്ചു സൂസന്ന തിരിച്ചടിച്ചു. ''നാം നമ്മുടെ വസ്ത്രങ്ങളും രത്നാഭരണങ്ങളും കൈയിലെടുക്കണം. മാത്രമല്ല അച്ഛനോടു നമുക്കുള്ള സ്ത്രീധനമെങ്കിലും തരാനാവശ്യപ്പെടണം.''

അങ്ങനെ ആ സഹോദരിമാർ അച്ഛനെ സമീപിച്ചു. കേറ്റ് മുട്ടുകുത്തി യാചിച്ചു, കരഞ്ഞുകൊണ്ട്, ''അച്ഛാ, പിച്ചക്കാരെയെന്നോണം ഞങ്ങളെ ഈ വീട്ടിൽനിന്ന് അടിച്ചോടിക്കരുതേ! ഞങ്ങളുടെ വൈരൂപ്യത്തെച്ചൊല്ലി ഞങ്ങൾക്കധികം ദുഃഖമുണ്ട്. ഈ ലോകത്ത് ഞങ്ങളെന്തു ചെയ്യാൻ. ഞങ്ങളോടു ദയ കാണിക്കേണമേ. ചുരുങ്ങിയത് ഞങ്ങൾക്കുള്ള സ്ത്രീധനമെങ്കിലും തരണേ.''

പ്രഭു കോപസ്വരത്തിൽ പറഞ്ഞു. ''നിങ്ങൾക്കൊരു ചില്ലിക്കാശുപോലും തരില്ല. നിത്യോപയോഗത്തിനുള്ള വസ്ത്രങ്ങൾ മാത്രമെടുക്കാം. അല്ലെങ്കിൽ ഞാനിപ്പോൾ വേലക്കാരെ വിളിച്ചുവരുത്തി ചാട്ടവാറുകൊണ്ട് അടിച്ചു പുറത്താക്കും.''

ഇതിനിടയിൽ ലാവുട്ട കുതിരലായത്തിന്റെ പിന്നിലുള്ള തന്റെ മുറിയിൽ തിരിച്ചെത്തിയിരുന്നു. ഫിഡിൽ അവന്റെ അടുത്തുതന്നെയുണ്ട്. കുതിരക്കാരൻ അൽപ്പം മുമ്പ് പ്രഭുവിന്റെ ഇളയമകളെപ്പറ്റി പറഞ്ഞതിനെപ്പറ്റി ചിന്തിച്ചു. ഒരുപക്ഷേ തന്റെ സ്വപ്നത്തിൽ കണ്ട കുട്ടി അവളായിരിക്കും. അവൾ അതിസുന്ദരിയായിരുന്നു. ആ ഫിഡിൽ മേശമേൽ അടിച്ചു തകർക്കുന്നപക്ഷം അവൾ തന്റെ വിശ്വസ്തഭാര്യയാകുമെന്നല്ലേ സ്വപ്നത്തിൽ വാക്കു തന്നത്. ഒരു നിമിഷം അവൻ ശങ്കിച്ചു നിന്നു. അതിമധുരമായി പാടുകയും സ്വയം വായിക്കുകയും ചെയ്തിരുന്ന ആ ഫിഡിൽ താൻ തല്ലിത്തകർക്കണോ? ഒടുവിൽ ഉറച്ച തീരുമാനമെടുത്തു. അതുകൊണ്ട് മേശമേൽ ആഞ്ഞടിച്ചു. സർവ്വശക്തിയുമെടുത്താണ് അവൻ അടിച്ചത്. ആയിരം കഷണങ്ങളായി അത് ചിതറി. എന്നിട്ടെന്തു സംഭവിച്ചു.? ആ നിമിഷത്തിൽത്തന്നെ താൻ സ്വപ്നത്തിൽ കണ്ട ആ സുന്ദരിയായ ബാലിക തന്റെ മുമ്പിൽ നിൽക്കുന്നതാണ് ലാവുട്ട കണ്ടത്. അവളുടെ കൈയിൽ

അവന്റെ ആ പഴയ ഫിഡിൽ പിടിച്ചിട്ടുണ്ട്. പെട്ടെന്നുതന്നെ ലാവുട്ട അതിനെ തിരിച്ചറിഞ്ഞു. പക്ഷേ അതെങ്ങനെ മാറിയിരിക്കുന്നു. അത് വളരെ ഭംഗിയായി മിനുക്കിയിരിക്കുന്നു, കണ്ണാടിപോലെ. പുതിയ സിൽക്കിന്റേതാണ് തന്ത്രികൾ. ബോ പൊട്ടിയിട്ടില്ല. ചുരുക്കത്തിൽ അത് ഒരു പുതിയ ഫിഡിൽ തന്നെയായിട്ടുണ്ട്.

''ലാവുട്ടാ ഇതാ നിന്റെ ഫിഡിൽ. എടുത്തോളൂ.'' ഫിഡിൽ നീട്ടിക്കൊണ്ടു സ്നേഹപുരസ്സരം അവൾ പറഞ്ഞു.

''താഴ്വരയിൽനിന്ന് അത് നിനക്കുവേണ്ടി എടുത്തു കൊണ്ടുവന്നതാണ്. അവിടെ രണ്ടു വർഷം ഞാനൊരു ശവക്കുഴിയിൽ കിടപ്പായിരുന്നു. എന്റെ അമ്മ ഒരു ജിപ്സിയാണ്. അവർക്കു മാന്ത്രികവിദ്യ വശമാണ്. അവരുടെ സൗന്ദര്യത്തിൽ ഭ്രമിച്ചാണ് അച്ഛൻ അവരെ കല്യാണം കഴിച്ചത്. പക്ഷേ അമ്മയെ സേവിച്ചുകൊണ്ടിരുന്ന അതിശക്തനായ ഓറിയൻ എന്ന പിശാച് അമ്മ ഒരു മർത്ത്യനെ കല്യാണം കഴിച്ചതിനുള്ള പ്രതികാരമായി അവളിൽ മാന്ത്രികവിദ്യ പ്രയോഗിച്ചു. അതായത് അവളുടെ എല്ലാ മക്കളും കുടിലചിത്തരും അതിവിരൂപകളുമാകുന്നതിന്. രണ്ടു സഹോദരിമാരുടെ ജനനത്തിനുശേഷം അമ്മ ഓറിയനോടു തന്റെ മേൽ പ്രയോഗിച്ച മാന്ത്രികശക്തി ഒഴിവാക്കാൻ കേണപേക്ഷിച്ചു. ഒരു നിബന്ധനയാൽ മാത്രം ഓറിയൻ സമ്മതിച്ചു. മറ്റൊരു കുട്ടി ഉണ്ടാകുന്നപക്ഷം. അതോടെ അമ്മ മരിച്ചു പിശാചുക്കളുടെ ഭാഗമാകണം. പിശാചിന്റെ കൂട്ടാകണം. അങ്ങനെയാണ് ഞാൻ ജനിച്ചതും എന്റെ അമ്മ മരിക്കാനിടയായതും. എന്റെ മൂത്ത ചേച്ചി എന്നെ താഴ്വരയിലേക്ക് വലിച്ചെറിഞ്ഞപ്പോൾ എന്റെ അമ്മയുടെ ആത്മാവ് ഒരു ജൂനിപെർ കുറ്റിക്കാടായി രൂപാന്തരപ്പെട്ടതാണ്. അത് മുറുകെപ്പിടിച്ചതിനാലാണ് ഞാൻ താഴോട്ടു വീഴാതിരുന്നത്. പിന്നീടെന്റെ ദുഷ്ടയായ ചേച്ചി കൈയിൽ ആഞ്ഞുകുത്തിയപ്പോൾ എന്നെ കാത്തുരക്ഷിച്ച അമ്മയുടെ കൈയായിരുന്ന ആ കുറ്റിക്കാട് എന്നോടുകൂടി താഴെവീണു. താഴ്വരയിലേക്കു വേരിറങ്ങി അത് വളർന്ന് ഒരു വൻവൃക്ഷമായി. അങ്ങനെ അവരുടെ ശരീരത്തിലൂടെ ഞാൻ രണ്ടാമതും വളരാനിടയായി. വീണ്ടും എനിക്കു മനുഷ്യരൂപം പ്രാപിക്കണമെങ്കിൽ ഏതെങ്കിലും മനുഷ്യൻ ആ മരത്തിൽനിന്ന് തനിക്കേറ്റവും ഇഷ്ടപ്പെട്ട ഒരു വസ്തു ഉണ്ടാക്കാൻ ഒരു കഷണം വെട്ടിയെടുക്കണമായിരുന്നു. നീ നിന്റെ വയലിനെ അത്യധികം സ്നേഹിച്ചു ഇല്ലേ ലാവുട്ട? അതു താഴോട്ട് താഴ്വരയിലേക്കു വീണപ്പോൾ എനിക്കറിയാമായിരുന്നു, ജൂനിപെർ മരത്തിന്റെ ഭാഗമായ എന്നെ രൂപാന്തരപ്പെടുത്താൻ നിനക്കു കഴിയും. അതുകൊണ്ടാണ് ഞാൻ സ്വപ്നത്തിൽ പ്രത്യക്ഷപ്പെട്ടു നിന്നോട് യാചിച്ചത്.''

ലാവുട്ട സ്തബ്ധനായി ആ പെൺകുട്ടിയെ നോക്കിനിന്നു പോയി. ''ഞാൻ നിനക്കു വീണ്ടും ജീവൻ നൽകി. നീ എനിക്ക് എന്റെ പ്രിയപ്പെട്ട വയലിൻ മടക്കിത്തന്നു. ഇനി നമുക്കു പിരിയാം.''

''ഇല്ല. ഞാൻ നിന്നോടു പ്രതിജ്ഞ ചെയ്തതു നീ മറന്നോ? ജൂനി പെർ വയലിനിൽ പാടിയ ആ പാട്ട് ഒന്നുകൂടി നീ പാടിയാലും.''

ലാവുട്ട വയലിനെടുത്തു തന്റെ താടിയോടു ചേർത്തുപിടിച്ചു കൊണ്ടു ആ ജിപ്സിപ്പാട്ട് വീണ്ടും വായിച്ചു. ആ ശബ്ദം ഉയർന്ന പ്പോൾ ആനന്ദാതിരേകത്താൽ അവൻ വിറച്ചു. ലോകത്തിലൊരിടത്തും ആർക്കും ഇത്തരമൊരു വയലിനുണ്ടായിട്ടില്ല. ആ ആട്ടിടയൻ കണ്ണു കളടച്ചുകൊണ്ടു വീണ്ടും വീണ്ടും വയലിൻ വായിച്ചു.

പാട്ടിൽ മുഴുകിക്കൊണ്ടിരിക്കുന്നതിനിടയിൽ പെട്ടെന്ന് വാതിൽ തുറക്കപ്പെട്ടു. വൃദ്ധനായ പ്രഭു ഉള്ളിലേക്കു കടന്നുവന്നു. ആ പെൺ കുട്ടിയെ കണ്ടപ്പോൾ അദ്ദേഹം അത്യുച്ചത്തിൽ നിലവിളിച്ചു. ''എന്റെ മോൾ ലൈല തന്നെ.''

''അതെ അച്ഛാ. ഞാൻ തന്നെ ലൈല.'' അവൾ മറുപടിപറഞ്ഞു. അവൾ അച്ഛന്റെ കൈകളിലേക്കു കുതിച്ചു.

''അപ്പോൾ ആ ആട്ടിടയന്റെ വയലിൻ പാടിയ പാട്ട് സത്യമല്ലാ യിരുന്നു. നീ ജീവനോടെയിരിക്കുന്നു. സൂസന്ന നിന്നെ കൊന്നി ട്ടില്ല.''

''എന്നെ കൊല്ലാൻ അവൾ നോക്കി. അവളെന്നെ പാറയിൽനിന്ന് താഴ്വരയിലേക്കു തള്ളിയിടുകയുണ്ടായി. പക്ഷേ ലാവുട്ട എനിക്കു ജീവൻ തിരിച്ചുതന്നു. പകരമായി ഞാൻ അവന്റെ ഭാര്യയാകാമെന്നു സത്യം ചെയ്തിട്ടുണ്ട്.''

''തീർച്ചയായും നീ അവനെത്തന്നെ കല്ല്യാണം കഴിക്കുക. നിനക്ക് ഇഷ്ടപ്പെട്ടവനെത്തന്നെ. ദീർഘായുസ്സോടെ സുഖമായി കഴിയുക.''

ആ കുടിലിൽനിന്ന് അവർ മൂവരും പുറത്തുവന്നു. അൽപ്പം കഴിഞ്ഞപ്പോൾ അവർ കണ്ടത് രണ്ടു ചേച്ചിമാർ വീടുവിട്ടിറങ്ങിപ്പോകു ന്നതാണ്. അവർ അച്ഛന്റെ കൽപ്പനയനുസരിച്ചതാണ്. ഇളയവൾ ലൈലയെ കണ്ടപ്പോൾ സൂസന്ന ആർത്തുനിലവിളിച്ചു ബോധംകെട്ടു നിലത്തുവീണു. മറ്റവൾ ഇടിവെട്ടേറ്റപോലെ നിശ്ചലയായി നിൽ പ്പായി. ലൈല തന്റെ ചേച്ചിമാരുടെ അടുത്തേക്കോടിച്ചെന്നു താണു വണങ്ങി. ആ നിമിഷത്തിൽ ഒരു പരിചാരകൻ എന്നു തോന്നിക്കുന്ന ഒരാൾ അതിവേഗം കടന്നുപോവാനിടയായി. അയാൾ ഒരു കാൽ [illegible]ച്ചാണ് നീങ്ങിയത്.

''ആ സ്ത്രീയെ എന്റെ വീട്ടിൽനിന്ന് പുറത്തെറിയൂ. മറ്റവളും അവളോടൊപ്പം പോകട്ടെ!'' പ്രഭു കൽപ്പിച്ചു.

''ഇല്ല. നടന്നതൊന്നിനും കേറ്റ് ഉത്തരവാദിയല്ല അച്ഛാ. സൂസന്ന യുടെ കൊടുംകൃത്യത്തെപ്പറ്റി അവൾക്കൊന്നുമറിയാമായിരുന്നില്ല. വാസ്തവത്തിൽ അവർ വിരൂപികളായതിൽ അവർ കുറ്റവാളികളു മല്ല. അതെല്ലാം എന്തോ മന്ത്രശക്തിയാൽ സംഭവിച്ചതാണ്. അച്ഛാ, അവർക്കു മാപ്പുനൽകണം.'' ലൈല കേണപേക്ഷിച്ചു.

അവളുടെ താണുകേണുള്ള അപേക്ഷ തള്ളിക്കളയാൻ പ്രഭുവി നായില്ല. ഒടുവിൽ ലൈലയുടെ ഇഷ്ടത്തിനു വഴങ്ങി. ബോധംകെട്ടു വീഴാൻ പോകുന്ന സൂസന്നയെ താങ്ങി വീട്ടിലേക്കുതന്നെ കൊണ്ടു പോകാൻ വേലക്കാരിയോടു കൽപ്പിച്ചു. ആ നൊണ്ടി അവളെ കൈയിൽ താങ്ങി എടുത്തുപൊക്കിയ നിമിഷത്തിൽതന്നെ ഒരത്ഭുതം നടന്നു. അയാളുടെ കാൽക്കീഴിൽ ഭൂമി പിളർന്നു. അയാളെയും അയാളുടെ കൈയിലെ ഭാരത്തേയും വിഴുങ്ങിക്കളഞ്ഞു.

''അത് ആ പിശാച് തന്നെയായിരിക്കണം. അവൻ സൂസന്നയെ നേരെ നരകത്തിലേക്കെടുത്തതാണ്.'' പ്രഭു അത്യുച്ചത്തിൽ പറഞ്ഞു.

കേറ്റ് ഇതെല്ലാം കണ്ടു പേടിച്ചുവിറച്ചു. അവൾ ലൈലയ്ക്കു മുമ്പാകെ മുട്ടുകുത്തിക്കൊണ്ടു തനിക്കു മാപ്പുതരണമെന്നപേക്ഷിച്ചു.

ലൈല ചേച്ചിയുടെ കൈപിടിച്ചെഴുന്നേൽപ്പിച്ചു പറഞ്ഞു, ''ചേച്ചീ എനിക്കു നിന്നോട് ഒട്ടും ദേഷ്യമില്ല. വരിക. നമുക്കൊന്നിച്ചു സന്തോഷ ത്തോടെ ജീവിക്കാം. അഥവാ, നീ വിവാഹിതയായില്ലെങ്കിൽ നിന ക്കെന്റെ മക്കളെ ലാളിക്കാമല്ലോ.''

തന്റെ ഇളയ മകളുടെ കല്യാണം പ്രഭു അതിഗംഭീരമായാണ് നടത്തിയത്. ലാവുട്ട എന്ന ആട്ടിടയൻ ഒരു ദരിദ്രനായിത്തുടർന്നില്ല. ഒരു ധനികന്റെ മകളെ കല്യാണം കഴിച്ചതുകൊണ്ടല്ല. അവൻ രാജ്യ ത്തുടനീളം അതിപ്രശസ്തനായി, ഒരു വലിയ സംഗീതജ്ഞൻ എന്ന നിലയിൽ. തന്റെ അത്ഭുതകരമായ ഫിഡിൽ വായിച്ചുകൊണ്ട് അവൻ ധാരാളം പണം സമ്പാദിച്ചു.

കേറ്റ് അതിനുശേഷം വളരെ നല്ലവളായി മാറി. അത്ഭുതകരമായ കാര്യം എന്തെന്നാൽ, എത്രകണ്ട് അവൾ നല്ലവളായി മാറിയോ അത്രകണ്ട് അവളുടെ വൈരൂപ്യം നഷ്ടപ്പെട്ടു. ഒടുവിൽ അവൾക്ക് അനുരൂപനായ ഒരു ഭർത്താവിനേയും കിട്ടി. ശേഷം അവരെല്ലാം അത്യധികം സന്തുഷ്ടരായി ജീവിച്ചു.

■